പുസ്തകം 18

വാഗ്ഭടാനന്ദൻ

Vakbhadanandhan

T Rajan

CHINTHA PUBLISHERS
Thiruvananthapuram

First Edition
August 2016

Third Edition
April 2018

Fourth Edition
March 2020

Fifth Edition
April 2021

Published & Typesetting
Chintha Publishers, Thiruvananthapuram

Cover Design
Vinod Mangoes

ISBN - 978-93-86112-77-4

CR - NS 18 / 2301 /5457

Email: chinthapublishers@gmail.com
Website: www.chinthapublishers.com

Distribution
DESHABHIMANI BOOKHOUSE
H O Thiruvananthapuram 695035

Branch
Head Office Kunnukuzhi • Statue Thiruvananthapuram •
KSRTC Bus Station Thiruvananthapuram
KSRTC Bus Station Alappuzha • KSRTC Bus Station Ernakulam •
Machingal Lane Thrissur • IG Road Kozhikode •
Mavoor Road Kozhikode • NGO Union Building Kannur •
Central Bus Terminal Complex Thavakkara Kannur

വാഗ്ഭടാനന്ദൻ

ടി രാജൻ

ചിന്ത പബ്ലിഷേഴ്സ്
തിരുവനന്തപുരം-695 035

ടി രാജൻ

1950 നവംബർ 11 ന് തൊടുവയിൽ ടി കൃഷ്ണപ്പണിക്കരുടെയും ചിരുതൈ അമ്മയുടെയും മകനായി പണിക്കോട്ടിയിൽ ജനിച്ചു. തൊണ്ടികുളങ്ങര എൽ പി സ്കൂൾ, ചെട്ട്യാത്ത് യു പി സ്കൂൾ, മേമുണ്ട ഹൈസ്കൂൾ എന്നിവിടങ്ങളിലെ വിദ്യാഭ്യാസത്തിനുശേഷം മലപ്പുറം ഗവ. ബേസിക് ട്രെയിനിങ് സ്കൂളിൽ അദ്ധ്യാപകപരിശീലനം. 1968 ൽ അദ്ധ്യാപകനായി, പുതുപ്പണം ചീനംവീട് നോർത്ത് ജെ ബി സ്കൂളിൽ 37 വർഷം അദ്ധ്യാപകനും പ്രധാന അദ്ധ്യാപകനും. 1973 ലെ സംസ്ഥാന ജീവനക്കാരുടെ പണിമുടക്കിന് നേതൃത്വം നല്കിയതിന്റെ പേരിൽ രാജ്യരക്ഷാ നിയമപ്രകാരം അറസ്റ്റുചെയ്ത് ജയിലിലടച്ചു. സർവ്വീസിൽ നിന്ന് സസ്പെന്റ് ചെയ്തു. സി പി ഐ (എം) പണിക്കോട്ടി ബ്രാഞ്ച് സെക്രട്ടറി, പുതുപ്പണം ലോക്കൽ കമ്മിറ്റി അംഗം, ദേശാഭിമാനി സ്റ്റഡി സർക്കിൾ താലൂക്ക് സെക്രട്ടറി, ജില്ലാ കമ്മിറ്റി അംഗം എന്നീ നിലകളിൽ പ്രവർത്തിച്ചു. 1984 മുതൽ *കേരള കൗമുദി* വടകര ലേഖകനായും 2005 മുതൽ 2015 വരെ *ദേശാഭിമാനി* വടകര ഏരിയാ ലേഖകനായും പ്രവർത്തിച്ചു. വടകര കേന്ദ്രമായി പ്രവർത്തിക്കുന്ന വി ടി കുമാരൻ ഫൗണ്ടേഷന്റെ സെക്രട്ടറിയും ജനനാട്യവേദിയുടെ വൈസ് പ്രസിഡന്റ് ആയും പ്രവർത്തിക്കുന്നു.

പത്രവാർത്തകൾ പ്രമേയമാക്കി *സ്വന്തം ലേഖകൻ* എന്ന പുസ്തകം പ്രസിദ്ധീകരിച്ചിട്ടുണ്ട്.

ഭാര്യ : ശാന്തമ്മ
മക്കൾ : ആതിര, അരുൺ
മേൽവിലാസം : സുരഭി,
അരവിന്ദഘോഷ് റോഡ്
പുതുപ്പണം, വടകര.
ഫോൺ : 0496 – 2516440

ഉള്ളടക്കം

വാഗ്ഭടാനന്ദൻ
(1885 - 1939)

പ്രസാധകക്കുറിപ്പ്

ഇന്നത്തെ കേരളം ഒരു സുപ്രഭാതത്തിൽ ഉണ്ടായതല്ല. സഹസ്രാബ്ദങ്ങളുടെ ചരിത്രമുണ്ട് അതിന്. ഇരുപതാം നൂറ്റാണ്ടിന്റെ പകുതിവരെ ജന്മിനാടുവാഴിത്തത്തിന്റെ അധീശത്വവും അധികാരവുമാണ് കേരളത്തിലുണ്ടായിരുന്നത്. വ്യവസായവല്ക്കരണവും യുക്തിചിന്തയും കേരളീയ ജീവിതത്തിൽ വിവിധകാലങ്ങളിൽ ഗണ്യനീയമായ പരിവർത്തനമുണ്ടാക്കിയിട്ടുണ്ട്. വിദേശീയരുമായുള്ള കേരളീയരുടെ സമ്പർക്കം ആരംഭിച്ചത് ആയിരക്കണക്കിന് വർഷങ്ങൾക്കുമുമ്പാണ്. കേരളത്തിന്റെ സുഗന്ധദ്രവ്യങ്ങൾക്കുവേണ്ടിയുള്ള മത്സരം യൂറോപ്യന്മാരുടെ ഭൂപരമായ കണ്ടെത്തലുകൾക്ക് കാരണമായിരുന്നു. ബി സി 3000 മുതൽ സുഗന്ധദ്രവ്യങ്ങൾക്കുവേണ്ടിയുള്ള ഈ പര്യവേക്ഷണങ്ങൾ ആരംഭിച്ചിരിക്കണം. സഹ്യപർവ്വതത്തിന്റെ പടിഞ്ഞാറുഭാഗത്തായി മലനിരകളും ഇടനാടും സമതലവും ചേർന്ന ഈ പ്രദേശം എക്കാലത്തും വ്യത്യസ്തമായ ഒരു പ്രദേശമായിരുന്നു. നാനാജാതിമതങ്ങൾക്ക് താവളവും അഭയവുമായിരുന്നു കേരളം.

ആധുനിക കേരളത്തിന്റെ ഭാവരൂപങ്ങൾ രൂപപ്പെടുത്തിയ അനേകം മഹാവ്യക്തിത്വങ്ങളുണ്ട്. അവർ ജീവിച്ച കാലഘട്ടവുമായി സംഘർഷത്തിലേർപ്പെട്ട് ഉയർന്നുവന്നവരാണവർ. അവരിൽ ഭരണാധികാരികളുണ്ട്, കലാകാരന്മാരുണ്ട്, സാഹിത്യകാരന്മാരുണ്ട്, ദാർശനികരും രാഷ്ട്രമീമാംസക്കാരുമുണ്ട്.

ഒരു കാര്യം സുവ്യക്തമാണ്. ഇന്ത്യാ രാജ്യത്തിന്റെ ഏറ്റവും തെക്കേ അറ്റത്തുള്ള ഈ ഭൂപ്രദേശം നീതിമാന്മാരെ വരിക്കാൻ എല്ലായ്പ്പോഴും സന്നദ്ധമായിട്ടുണ്ട്. മഹാബലിയെ സ്വന്തം രാജാവായി വരിക്കാൻ മലയാളദേശം സന്നദ്ധമായെന്ന കഥ തീർച്ചയായും നീതിമാന്മാരെ അംഗീകരിക്കുന്ന ഒരു ജനസംസ്കാരത്തിൽ നിന്നുള്ള ഉപലബ്ധിയാണ്. നീതിക്കു

വേണ്ടിയുള്ള ഈ ദാഹത്തിൽ നിന്നാണ് കേരളം വിദേശവാഴ്ചക്കെതിരെ ആയുധമെടുത്തത്, പിന്നീട് സ്വന്തം മനസ്സുകളുടെ ഇരുൾക്കയങ്ങളിലേക്ക് നൂതനചിന്തയുടെയും, സമരത്തിന്റെയും പ്രകാശരശ്മികൾ ഏറ്റുവാങ്ങിയത്. നവോത്ഥാനത്തിലേക്ക് കേരളം നയിക്കപ്പെട്ടത് ഇങ്ങനെയാണ്.

ഇരുപതാം നൂറ്റാണ്ടിലെ കേരളം തിളച്ചുമറിയുന്ന ഒരു പാത്രം പോലെയായിരുന്നു. രാഷ്ട്രീയമുന്നേറ്റങ്ങളും പോരാട്ടങ്ങളും കേരളീയ ജീവിതത്തിന്റെ സ്വാഭാവികമായ അവസ്ഥയായി മാറി. പഴമയുടെ കാവൽക്കാരായ നാടുവാഴി-ഭൂപ്രഭുവർഗ്ഗത്തിനെതിരെ മാനസികവും ഭൗതികവുമായ പോരാട്ടങ്ങളുണ്ടായി. ഇത് കേരളീയരുടെ ഭൗതിക ജീവിതത്തെ മാത്രമല്ല, മാനസിക ജീവിതത്തെയും മാറ്റിമറിച്ചു. കവിതയിലും (സാമാന്യമായി സാഹിത്യത്തിലും) ചിന്തയിലും രാഷ്ട്രീയ പ്രവർത്തനത്തിലുമെല്ലാം ഈ മാറ്റം പ്രകടമായിരുന്നു.

ഈ പരിവർത്തനങ്ങൾക്ക് രൂപംനല്കിയവരെയാണ് 'നവകേരളശില്പികൾ' എന്ന പരമ്പരയിലൂടെ ചിന്ത പരിചയപ്പെടുത്തുന്നത്. നമ്മുടെ അറിവും ഉറവും നിർണ്ണയിക്കുന്നതിൽ നവകേരളശില്പികൾ വലിയ പങ്കു വഹിച്ചു. അവരുടെ ചരിത്രം അറിയുന്നത് കേരളീയ ജീവിതം മുന്നോട്ടു കൊണ്ടുപോവുന്നതിനുള്ള ഒരു മുന്നുപാധിയാണ്. നവകേരളശില്പികൾ എന്ന പരമ്പരയിലെ ഓരോ പുസ്തകവും ഈ ദൗത്യം നിർവ്വഹിക്കുന്നുണ്ട്.

ശ്രീ. പ്രദീപ് പനങ്ങാടാണ് ഈ പരമ്പരയുടെ എഡിറ്റർ. അദ്ദേഹത്തിനും പരമ്പരയിലേക്ക് പുസ്തകങ്ങൾ തയ്യാറാക്കുന്ന എഴുത്തുകാർക്കും ചിന്ത പബ്ലിഷേഴ്സ് കൃതജ്ഞത അറിയിക്കുന്നു.

ചിന്ത പബ്ലിഷേഴ്സ്

വാഗ്ഭടാനന്ദൻ
നവോത്ഥാനത്തിന്റെ വെളിച്ചം

കേരളീയ നവോത്ഥാനത്തിന്റെ സൂര്യതേജസ്സുകളിലൊന്നാണു വാഗ്ഭടാനന്ദൻ. സമൂഹത്തിന്റെ വ്യത്യസ്ത മേഖലകളിലൂടെയാണ് തന്റെ സവിശേഷ ആശയങ്ങൾക്കും ചിന്തകൾക്കും വേണ്ടി പ്രവർത്തിച്ചത്. മനുഷ്യനെയും സമൂഹത്തെയും ഒരുപോലെ ഉൾക്കൊണ്ടാണ് ചിന്തകൾക്കും ആശയങ്ങൾക്കും രൂപംനല്കിയത്. മനുഷ്യന്റെ ആത്മീയവും സാംസ്കാരികവുമായ പുരോഗതിക്കൊപ്പം സമൂഹത്തിന്റെ ആധുനികമായ അതിജീവനവും ലക്ഷ്യമിട്ടു. കേരളീയനവോത്ഥാനത്തെക്കുറിച്ചുള്ള ഒരുസമഗ്രദർശനമാണ് വാഗ്ഭടാനന്ദൻ മുന്നോട്ടു വച്ചത്.

കേരളീയ സമൂഹത്തെ ആഴത്തിൽ സ്വാധീനിച്ച അന്ധവിശ്വാസങ്ങൾക്കും അനാചാരങ്ങൾക്കുമെതിരായുള്ള പോരാട്ടമാണ് വാഗ്ഭടാനന്ദനെ സമൂഹ ശ്രദ്ധയിലേക്ക് നയിച്ചത്. അന്ധവിശ്വാസങ്ങളും അനാചാരങ്ങളും കൊണ്ട് ജീർണ്ണിച്ച ഒരു സമൂഹത്തെ പരിവർത്തനത്തിന് വിധേയമാക്കാനാണ് വാഗ്ഭടാനന്ദൻ ശ്രമിച്ചത്. ജാതി സമ്പ്രദായത്തോട് ശക്തമായി വിയോജിച്ചു. ജാതിയുടെ വിഷവേദങ്ങൾ അറുത്തെറിയാനുള്ള പ്രവർത്തനങ്ങളിൽ ഏർപ്പെട്ടു. എഴുതിയും പ്രസംഗിച്ചും പ്രബോധനങ്ങൾ നടത്തിയും സമൂഹത്തിന്റെ മുഖ്യധാരയിൽ തന്നെ നിലകൊണ്ടു. ധൈഷണികമായ ആശയപ്രവർത്തനങ്ങൾ ഒരു വശത്തും, പ്രായോഗിക പ്രവർത്തനങ്ങൾ മറുവശത്തും സജീവമായിരുന്നു. അതുകൊണ്ട് ശരിയായ ദിശാബോധമുള്ള നവോത്ഥാന നായകനാകാൻ വാഗ്ഭടാനന്ദന് കഴിഞ്ഞു.

എഴുത്ത് എന്ന മാധ്യമത്തെ വാഗ്ഭടാനന്ദൻ ശരിയായി വിനിയോഗിച്ചു. ആശയങ്ങളും ചിന്തകളും അവതരിപ്പിക്കാൻ ലേഖനങ്ങളും ഗ്രന്ഥങ്ങളും എഴുതി. അദ്ദേഹത്തിന്റെ *ആത്മവിദ്യ* മലയാളത്തിലെ ഒരുക്ലാസിക് തത്ത്വചിന്താകൃതിയാണ്. സർഗ്ഗാത്മക രചനകളും വിമർശനങ്ങളും എഴു

തി. വാഗ്ഭടാനന്ദന്റെ പാതയിലൂടെ നിരവധി യുവാക്കൾ യാത്ര ചെയ്തു. വാഗ്ഭടാനന്ദൻ സൃഷ്ടിച്ച നവോത്ഥാന രശ്മികൾ സമൂഹത്തിൽ വർഷങ്ങളോളം പ്രകാശം ചൊരിഞ്ഞു നിന്നു.

വാഗ്ഭടാനന്ദൻ എന്ന മഹാപ്രതിഭയെ സവിശേഷവും സമഗ്രവുമായി അവതരിപ്പിക്കാനുള്ള ശ്രമമാണ് ടി രാജൻ ഈ ഗ്രന്ഥത്തിലൂടെ നടത്തുന്നത്. പുതിയ തലമുറയ്ക്ക് ആ ജീവിതത്തിന്റെ അകത്തളങ്ങളിലൂടെ അനായാസം സഞ്ചരിക്കാൻ ഈ പുസ്തകം പ്രേരണ നല്കും. നവകേരള ശില്പികൾ എന്ന ഈ ജീവചരിത്രപരമ്പര സാർത്ഥകമാക്കാൻ ടി രാജന്റെ ഈ ജീവചരിത്രഗ്രന്ഥത്തിന് കഴിയും. അദ്ദേഹത്തിന് നന്ദി പറയുന്നു.

പ്രദീപ് പനങ്ങാട്
എഡിറ്റർ
നവകേരള ശില്പികൾ
ജീവചരിത്ര പരമ്പര

അവതാരിക

പിണറായി വിജയൻ

ദേശീയ നവോത്ഥാനത്തിന്റെ പശ്ചാത്തലത്തിൽ കേരളീയ നവോത്ഥാനത്തെയും കേരളീയ നവോത്ഥാന സംരംഭങ്ങളുടെ പശ്ചാത്തലത്തിൽ വാഗ്ഭടാനന്ദന്റെ സാംസ്കാരിക വ്യക്തിത്വത്തെയും പരിശോധിക്കുന്ന കൃതിയാണ് ടി രാജൻ രചിച്ചിട്ടുള്ളത്.

ബ്രിട്ടീഷ് ഭരണകാലത്ത് ഇംഗ്ലീഷ് ഭാഷയും അതിലൂടെ കടന്നുവന്ന പശ്ചാത്യദർശനങ്ങളും അതു പ്രസരിപ്പിച്ച പുരോഗമനചിന്തകളും എങ്ങനെ നവോത്ഥാനത്തിന്റെ ഊർജ്ജഘടകങ്ങളായി എന്ന നിലയ്ക്കുള്ള ചരിത്രപരിശോധന, രാജാറാംമോഹൻറോയി, രാമകൃഷ്ണ പരമഹംസൻ, സ്വാമി വിവേകാനന്ദൻ, ശ്രീനാരായണഗുരു എന്നിവരിൽനിന്ന് വാഗ്ഭടാനന്ദൻ എങ്ങനെ വേറിട്ടു നിന്നു എന്ന അന്വേഷണം, ബ്രഹ്മസമാജം, പ്രാർത്ഥനാ സമാജം, രാമകൃഷ്ണമിഷൻ, ആര്യസമാജം, ദ്രാവിഡകഴകം എന്നിവയിൽനിന്ന് ആത്മവിദ്യാസംഘത്തിനുള്ള വ്യതിരിക്തത എന്ത് എന്ന ആരായൽ തുടങ്ങി പല അടിസ്ഥാനങ്ങളാൽ ഇതുവരെയുള്ള വാഗ്ഭടാനന്ദ ജീവചരിത്രങ്ങളിൽനിന്ന് ടി രാജന്റെ ഈ പുസ്തകം വേറിട്ടു നില്ക്കുന്നു. ഒരുപക്ഷേ, ഈ വേറിട്ടു നില്ക്കൽ തന്നെയാവാം ഈ കൃതിയെ പ്രസക്തമാക്കുന്നത്.

ശ്രീനാരായണഗുരുവിന്റെ കാലത്ത് തന്നെയാണ് ജീവിച്ചതെങ്കിലും ഗുരുവിൽനിന്ന് എങ്ങനെയൊക്കെ ചിന്തകൾകൊണ്ട്, അവയുടെ പുരോഗമനസ്വഭാവംകൊണ്ട് വാഗ്ഭടാനന്ദൻ മുമ്പോട്ടുപോയി എന്ന് കൃത്യമായി അന്വേഷിച്ചു കണ്ടെത്തുന്നുണ്ട് ഈ പുസ്തകത്തിൽ ടി രാജൻ. ഗുരുവിൽ നിന്നു മാത്രമല്ല, ചട്ടമ്പിസ്വാമികളിൽനിന്നും ബ്രഹ്മാനന്ദ ശിവയോഗിയിൽനിന്നും ഒക്കെ പ്രകടമാംവിധം വേറിട്ട് കൂടുതൽ പുരോഗമനപരവും

ശാസ്ത്രബുദ്ധിയാർന്നതുമായ ചിന്തയുടെ ധാരയാണ് വാഗ്ഭടാനന്ദൻ കേരള സമൂഹത്തിൽ ഒഴുക്കിവിട്ടത്.

വിഗ്രഹപ്രതിഷ്ഠയ്ക്ക് പ്രാധാന്യം കല്പിച്ചയാളല്ല ശ്രീനാരായണ ഗുരു. ദീപവും കണ്ണാടിയും അക്ഷരവും ഒക്കെ അദ്ദേഹം പ്രതിഷ്ഠിച്ചു എന്നതുതന്നെ ഇതിന് അടിവരയിടുന്നുണ്ട്. അനുയായികളുടെ ആഗ്രഹത്തിന് വഴങ്ങിയാണെങ്കിൽ പോലും വിഗ്രഹപ്രതിഷ്ഠ നടത്താൻ ഗുരു മുതിർന്നപ്പോൾ 'അന്ധവിശ്വാസം പ്രചരിപ്പിക്കലാണത്' എന്ന് വാഗ്ഭടാനന്ദൻ പറഞ്ഞു എന്ന ഒരൊറ്റ കാര്യം മതി കൂടുതൽ പുരോഗമനോന്മുഖമായ ചിന്തകളിലേക്ക് കുതിച്ചെത്താൻ വ്യഗ്രതപ്പെടുന്നതായിരുന്നു വാഗ്ഭടാനന്ദന്റെ മനസ്സ് എന്നതു തിരിച്ചറിയാൻ.

"തൊട്ടുകൂടാത്തവർ, തീണ്ടിക്കൂടാത്തവർ
ദൃഷ്ടിയിൽപ്പെട്ടാലും ദോഷമുള്ളോർ" എന്നിങ്ങനെ സമൂഹം ജാതി വേർതിരിവുകളാൽ ജീർണ്ണിച്ചുനിന്ന ഘട്ടത്തിലാണ് വാഗ്ഭടാനന്ദൻ ജനിക്കുന്നത്. വണ്ണാത്തിമാറ്റ്, തിരണ്ടു കല്യാണം, ഋതുവാകലിനും മുമ്പുള്ള താലികെട്ട്, അയിത്തം തുടങ്ങിയ അനാചാരങ്ങളാൽ കേരളീയ സമൂഹം മലീമസമായിരുന്ന ഒരു ഘട്ടം. ആ കാലത്തെ മാറ്റിയെടുക്കുന്നതിനായി അഹോരാത്രം വിശ്രമരഹിതമായി വാക്കുകൊണ്ടും കർമ്മംകൊണ്ടും ഇടപെട്ട നവോത്ഥാന നായകരാണ് ശ്രീനാരായണ ഗുരുവിനെയും വാഗ്ഭടാനന്ദനെയും പോലുള്ളവർ. വലിയ ഒരളവിൽ അതു മാറ്റാൻ കഴിഞ്ഞു എന്നതുതന്നെയാണ് അവരുടെ ജീവിത സാഫല്യം.

പക്ഷേ, അതു മാത്രം മതിയായിരുന്നോ കേരളത്തിന്? സാമുദായിക ഉച്ചനീചത്വങ്ങൾ അവസാനിപ്പിക്കുന്നിടത്തുനിന്ന്, അതിനുശേഷവും നിലനിന്ന സാമ്പത്തിക ഉച്ചനീചത്വങ്ങൾ അവസാനിപ്പിക്കുക എന്ന സാമ്പത്തികവും രാഷ്ട്രീയവുമായ ഉള്ളടക്കം നല്കി ആ പോരാട്ടങ്ങളെ ഒരു ഉയർന്ന തലത്തിലേക്കെത്തിച്ചതു കമ്യൂണിസ്റ്റുകാരാണ്. ഭൂ-സാമ്പത്തിക ബന്ധങ്ങളിലാണ് സാമൂഹ്യമാറ്റത്തിന്റെ അടിസ്ഥാനം എന്ന ചിന്തയോടെ ഭൂ-സാമ്പത്തിക ബന്ധങ്ങൾ അഴിച്ചുപണിയാൻ കമ്യൂണിസ്റ്റുകാർ ഇടപെട്ടു. ഗുരുവും വാഗ്ഭടാനന്ദനും മറ്റും ചെയ്തതിന്റെ തുടർച്ചയാണ്. ആ തുടർച്ചയിലൂടെയാണ് ഭൂപരിഷ്കരണത്തെ കൂടുതൽ താഴേതട്ടിലേക്ക് ഇറക്കിക്കൊണ്ടുവന്നതും കുടിയൊഴിപ്പിക്കലിന് അറുതിവരുത്തിയതും മണ്ണിൽ പണിയെടുക്കുന്നവനെ മണ്ണിന്റെ ഉടമയാക്കിയതും മറ്റും. ആ രാഷ്ട്രീയ തീരുമാനങ്ങൾ നടപ്പാക്കിയ കമ്യൂണിസ്റ്റുകാർക്കാണ് യഥാർത്ഥത്തിൽ ശ്രീനാരായണഗുരുവിന്റെയും വാഗ്ഭടാനന്ദന്റെയും ഒക്കെ സാംസ്കാരിക നവോത്ഥാന പൈതൃകത്തിന്റെ നേരവകാശം എന്ന് പറയുന്നത് ഈ ചരിത്ര പശ്ചാത്തലത്തിലാണ്. അന്ധവിശ്വാസങ്ങൾക്കും അനാചാരങ്ങൾക്കുമെതിരായ അവരുടെ പോരാട്ടങ്ങളെ സാമൂഹിക-സാമ്പത്തിക ഉച്ചനീചത്വങ്ങൾ അവസാനിപ്പിക്കാനുള്ള പോരാട്ടമായി കമ്യൂണിസ്റ്റുകാർ വളർത്തിയെടുത്തു.

വി കെ ഗുരുക്കൾ വാഗ്ഭടാനന്ദനാവുന്ന പ്രക്രിയ ഹൃദയാവർജ്ജക

മായ രീതിയിൽ ഈ പുസ്തകത്തിൽ വിവരിച്ചിട്ടുണ്ട്. സംസ്കൃതം ബ്രാഹ്മണരുടെ ഭാഷ എന്നു പറഞ്ഞ് പുറംകൈകൊണ്ട് തട്ടിനീക്കാതെ ആ ഭാഷ പഠിച്ച് അതിൽ പ്രാവീണ്യം നേടി അക്കാലത്തെ മഹാപണ്ഡിതരുമായി തർക്കത്തിലേർപ്പെട്ട് സ്വന്തം പ്രതിഭ തെളിയിച്ച ഒരു ബാല്യമുണ്ടായിരുന്നു വാഗ്ഭടാനന്ദന്. സംസ്കൃതം അടക്കം ഏതു ഭാഷയും ക്ലാസിക്കൽ അടക്കം ഏതു കലയും തൊഴിലാളിവർഗ്ഗത്തിന് അവകാശപ്പെട്ടതാണെന്ന കൃത്യമായ ഒരു ബോധം ഉള്ളിൽ പ്രകാശിച്ചാലേ അക്കാലത്ത് ഈ വിധത്തിലൊരു നിലപാട് എടുക്കാൻ കഴിയുമായിരുന്നുള്ളൂ. വിജ്ഞാനമാർജ്ജിച്ച് വരേണ്യപ്രമുഖരെ നേരിടുക എന്നതു പ്രധാനമായി അദ്ദേഹം കരുതി. അവരുമായി നടന്ന തീപാറുന്ന തർക്കങ്ങൾ സമൂഹത്തെയാകെ പുതിയ ഒരു ബോധത്തിന്റെ തെളിച്ചത്തിലേക്ക് നയിച്ചു.

ബ്രഹ്മസമാജത്തിലേക്കു കടന്നുചെന്ന അദ്ദേഹം ചുരുങ്ങിയ നാൾകൊണ്ട് അതിന്റെ ഏറ്റവും വലിയ ശ്രദ്ധാകേന്ദ്രമായി മാറി. ജാതിമതനിരപേക്ഷമായി സംസ്കൃതം അടക്കം പഠിപ്പിച്ച 'തത്ത്വപ്രകാശിക'യിലെ ആ സാന്നിദ്ധ്യം മഹത്തായ ഒരു ഗുരുസാന്നിദ്ധ്യം തന്നെയായി. പിന്നീട് ബ്രഹ്മാനന്ദ സ്വാമിയുമായി ബന്ധപ്പെടുന്നതും അദ്ദേഹത്തിന്റെ മോക്ഷപ്രദീപത്തെക്കുറിച്ചുള്ള സംവാദത്തിൽ എതിർവാദങ്ങളെ അരിഞ്ഞുതള്ളിയതും അതു കണ്ട് വിസ്മയിച്ച് ബ്രഹ്മാനന്ദസ്വാമി, വാഗ്ഭടാനന്ദൻ എന്നു പേർ നല്കി ആദരിച്ചതും അങ്ങനെ വി കെ ഗുരുക്കൾ വാഗ്ഭടാനന്ദനായതും ചരിത്രത്തിലെ ശ്രദ്ധേയമായ കാര്യങ്ങളാണ്. ആ സംഭവങ്ങൾ മനസ്സിനെ സ്പർശിക്കുന്ന വിധത്തിൽ ആവിഷ്കരിച്ചിരിക്കുന്നു ഈ പുസ്തകത്തിൽ.

പിന്നീട് *ശിവയോഗി വിലാസം* മാസിക സ്ഥാപിച്ചതും മംഗലാപുരം മുതൽ മദിരാശി വരെ പ്രസംഗപര്യടനം നടത്തിയതും പ്രവർത്തനമണ്ഡലം ഉത്തരകേരളത്തിൽനിന്ന് തിരുകൊച്ചി മേഖലകളിലേക്കുകൂടി വ്യാപിപ്പിച്ചതും വാഗ്ഭടാനന്ദന്റെ പ്രസംഗത്തിന് ശ്രീനാരായണഗുരു അദ്ധ്യക്ഷനായതും ആകർഷകമായ ചരിത്രസന്ദർഭങ്ങളാണ്.

ആ കൂടിക്കാഴ്ചയിലാണ്, ക്ഷേത്രങ്ങൾ സ്ഥാപിക്കുന്നതും പ്രതിഷ്ഠ നടത്തുന്നതുമൊക്കെ അദ്വൈതവുമായി പൊരുത്തപ്പെടുന്നതെങ്ങനെ എന്ന് ശ്രീനാരാണഗുരുവിനോട് വാഗ്ഭടാനന്ദൻ ചോദിച്ചതും. "ജനങ്ങൾ സൈ്വരം തരേണ്ടേ" എന്ന് ശ്രീനാരായണഗുരു മറുപടി നല്കിയതും. "ഞങ്ങൾ വിഗ്രഹാരാധനയെ ശക്തിയായി എതിർക്കുന്നവരാണ്" എന്ന് വാഗ്ഭടാനന്ദൻ പറഞ്ഞപ്പോൾ "നാമും നിങ്ങളുടെ പക്ഷത്താണ്" എന്നായി ഗുരുവിന്റെ മറുപടി. ശ്രീനാരായണഗുരുവിന്റെ യഥാർത്ഥ മനസ്സ് വരുംകാലത്തിനും വരും തലമുറയ്ക്കുമായി വ്യക്തമാക്കിത്തന്നതിന് വാഗ്ഭടാനന്ദനോട് നന്ദി പറയണം. വാഗ്ഭടാനന്ദന്റെ ആ ഇടപെടലില്ലായിരുന്നെങ്കിൽ ശ്രീനാരായണ ഗുരുവിന്റെ ഇക്കാര്യത്തിലുള്ള യഥാർത്ഥ മനോഭാവം പുറംലോകം അറിയാതെ പോവുമായിരുന്നു. നാരായണഗുരുവിനെ തങ്ങളുടെ പ്രചാരണത്തിനായി സംഘപരിവാർ ശക്തികൾക്ക് ഇന്ന് തട്ടിക്കൊണ്ടു

പോവാൻ കഴിയാത്തത്, അന്ന് വാഗ്ഭടാനന്ദൻ സംവാദത്തിലൂടെ ഗുരുവിന്റെ യഥാർത്ഥ മനസ്സ് പുറത്തുകൊണ്ടുവന്നതു കൊണ്ടാണ്. ഗുരുവിന്റെ തന്നെ ആ വാക്കുകളാണ് ഇന്ന് ഗുരു ഹിന്ദുസന്ന്യാസിയായിരുന്നുവെന്ന സംഘപരിവാറിന്റെ പ്രചാരണത്തിന് ആഘാതമേല്പിക്കുന്ന തെളിവായി ജ്വലിച്ചുനില്ക്കുന്നത്.

ക്ഷേത്രപരിസരങ്ങളിൽ തന്നെ തീർത്ഥയാത്രകൾ മുതൽ അനാചാരങ്ങൾ വരെയുള്ളവക്കെതിരായി പ്രസംഗിക്കുന്നതിൽ വാഗ്ഭടാനന്ദൻ കാട്ടിയ ധീരത ഒട്ടൊരു അത്ഭുതത്തോടെയേ ഇന്നും കാണാനാവൂ. ക്ഷേത്രപരിസരങ്ങൾ തെരഞ്ഞെടുത്ത് വിഗ്രഹാരാധനയ്ക്കും മറ്റുമെതിരെ ഇന്നു വാഗ്ഭടാനന്ദൻ പ്രസംഗിക്കുന്നു എന്നു സങ്കല്പിക്കുക. എന്തൊരു ആക്രമണമാവും സംഘപരിവാറിൽനിന്ന് നേരിടേണ്ടിവരിക? വിഗ്രഹാരാധനയ്ക്കെതിരെ പ്രസംഗിച്ചതിനാണ് കർണ്ണാടകത്തിലെ സാഹിത്യകാരനായ എം എം കൽബുർഗിയെ വധിച്ചത് എന്ന് ഓർമ്മിക്കുക. വാഗ്ഭടാനന്ദൻ പറഞ്ഞതേ കൽബുർഗി പറഞ്ഞുള്ളൂ. കൽബുർഗിക്കു കിട്ടിയതു വധശിക്ഷ. ഇത്തരം അസഹിഷ്ണുതയുടെ വിദ്വേഷകാലത്ത് മൗലികമായ ചിന്തയുടെ തെളിച്ചം പടർത്തുന്ന ചിന്തകളുമായി പ്രസംഗപര്യടനം നടത്താൻ കഴിയുമോ വാഗ്ഭടാനന്ദനെപ്പോലുള്ള ഒരാൾക്ക്? വാഗ്ഭടാനന്ദന്റെ കാലത്ത് താരതമ്യേന കുറഞ്ഞിരുന്ന അസഹിഷ്ണുത ഇന്ന് എങ്ങനെ വന്നു? ഈ ചോദ്യത്തിന് ഒരു ഉത്തരമേയുള്ളൂ. അന്ന് സംഘപരിവാർ ഉണ്ടായിരുന്നില്ല. ഹിന്ദുമതത്തെ രാഷ്ട്രീയാധികാരം പിടിക്കാനുള്ള ആയുധമാക്കി മാറ്റുന്ന പരിപാടി തല്പരകക്ഷികൾ ഇന്നത്തെപ്പോലെ ശക്തമാക്കിയിരുന്നില്ല.

കൊടുങ്ങല്ലൂരിലടക്കം ക്ഷേത്രാങ്കണങ്ങളിൽ പോയി പ്രസംഗിച്ചിട്ടുണ്ട് വാഗ്ഭടാനന്ദൻ. എന്നാൽ, ചിലയിടങ്ങളിൽ ചില എതിർ നീക്കങ്ങളുണ്ടായി. പക്ഷേ, വാഗ്ഭടാനന്ദന്റെ വിജ്ഞാനത്തിന്റെയും പ്രഭാഷണശക്തിയുടെയും എരിതീയിൽ ചാമ്പലാകാനുള്ള ശക്തിയേ അന്ന് അത്തരം നീക്കങ്ങൾക്കുണ്ടായിരുന്നുള്ളൂ. കേരളത്തിന്റെ മനഃസാക്ഷിയെ ഉണർത്തിയ പ്രഭാഷണങ്ങളായിരുന്നു അവ. അക്കാലത്ത് വാഗ്ഭടാനന്ദൻ നടത്തിയിട്ടുള്ള പ്രസംഗങ്ങളുടെ വിഷയം തന്നെ "ആരാണ് യഥാർത്ഥ ഹിന്ദു" എന്നതായിരുന്നു. ഈ വർഗ്ഗീയശക്തികൾ നല്കുന്ന നിർവ്വചനത്തെ അന്നേ ആ പ്രഭാഷണങ്ങളിലൂടെ അദ്ദേഹം പൊളിച്ചടുക്കി. നിരവധി പ്രമുഖർ അദ്ദേഹത്തിന്റെ ശിഷ്യരായി.

ചിന്തകളെ സദാ നവീകരിച്ചുകൊണ്ടിരുന്നു വാഗ്ഭടാനന്ദൻ. അതുകൊണ്ടാണ് പല സംഘടനകളെയും അടുത്ത് പരിചയപ്പെട്ടശേഷം തന്റേതായി 'ആത്മവിദ്യാസംഘം' രൂപീകരിക്കണമെന്ന് നിശ്ചയിച്ചത്. ശ്രീനാരായണ ഗുരുവിന്റെ മുതൽ ബ്രഹ്മാനന്ദ ശിവയോഗിയുടെ വരെ പ്രസ്ഥാനങ്ങൾ ഉണ്ടായിരിക്കെയാണ്, ബ്രഹ്മസമാജവും ബ്രഹ്മവിദ്യാസംഘവും ശ്രീരാമകൃഷ്ണ മിഷനും ഒക്കെയുണ്ടായിരിക്കെയാണ് താൻ മനസ്സിൽ കണ്ടെത്തിയ സാമൂഹിക മാറ്റം, മാനസിക മാറ്റം സാദ്ധ്യമാക്കാൻ

ഇതൊന്നും പോരാ, ആത്മവിദ്യാസംഘം തന്നെ വേണമെന്ന് ഗുരു കണ്ടെത്തിയത്.

'ഉണരുവിൻ, അഖിലേശനെ സ്മരിപ്പിൻ,

ക്ഷണമെഴുന്നേല്പിൻ, അനീതിയോടെതിർക്കിൻ' എന്ന ശക്തമായ മുദ്രാവാക്യവുമായിട്ടായിരുന്നു ആത്മവിദ്യാ സംഘത്തിന്റെ കടന്നുവരവ്. അനീതിയോട് എതിർക്കുക എന്നത് അഖിലേശനെ സ്മരിപ്പിൻ എന്നതിനോട് ചേർത്തുവച്ചിരിക്കുന്നു എന്നതു ശ്രദ്ധിക്കുക. ആത്മവിദ്യയെ ലോകത്തെ മാറ്റാനുള്ള വിദ്യയുമായി ചേർത്തുവെച്ചു വാഗ്ഭടാനന്ദൻ എന്നതാണ് സത്യം.

ആ പുരോഗമന സ്വഭാവം വീട്ടുമുറ്റത്തെ തുളസിത്തറ തകർക്കുന്നിടത്തേക്കും മിശ്രഭോജനവും മിശ്രവിവാഹവും സംഘടിപ്പിക്കുന്നിടത്തേക്കും എത്തി. ദൈവികതയ്ക്കുമേലെ മാനുഷികതയെ സ്ഥാപിക്കുന്ന രീതിയാണ് വാഗ്ഭടാനന്ദൻ അനുവർത്തിച്ചത് എന്നർത്ഥം. യാഥാസ്ഥിതികർ അദ്ദേഹത്തെയും അദ്ദേഹത്തിന്റെ പ്രസ്ഥാനത്തെയും ബഹിഷ്കരിച്ചു. എന്നാൽ, കാലം സഞ്ചരിച്ചത് ആ ബഹിഷ്കരണങ്ങളെ തകർത്തുകൊണ്ട് വാഗ്ഭടാനന്ദൻ അനിതരസാധാരണമായ ധീരതയോടെ പതിറ്റാണ്ടുകൾക്കു മുമ്പ് വരച്ചിട്ട വഴികളിലൂടെയാണ്.

വിദ്വേഷത്തിന്റെ ശക്തികൾ വാഗ്ഭടാനന്ദനെതിരെ സംഘടിച്ചു തുടങ്ങി. അവർ ആക്രമിച്ചേക്കുമെന്നറിഞ്ഞ് ജ്യേഷ്ഠനായ വാഗ്ഭടാനന്ദന്റെ ഇളയ സഹോദരൻ ചാത്തുക്കുട്ടി പ്രസംഗസ്ഥലത്ത് സംരക്ഷണത്തിനായി നേരത്തേ എത്തി. അക്രമികൾ ചാത്തുക്കുട്ടിയെ മരത്തിൽ കെട്ടി മർദ്ദിച്ചു. ചാത്തുക്കുട്ടി മരിച്ചു. വിദ്വേഷത്തിന്റെയും അസഹിഷ്ണുതയുടെയും എതിരെയുള്ള നവോത്ഥാന പോരാട്ടത്തിന്റെ രക്തസാക്ഷിയാണ് ചാത്തുക്കുട്ടി. ഈ പുതിയ കാലത്ത് സംഘപരിവാറിന്റെ നേതൃത്വത്തിൽ മതവൈരവും സമുദായ സ്പർദ്ധയും വളർത്തിക്കൊണ്ട് അസഹിഷ്ണുതയും വിദ്വേഷവും കാട്ടുതീപോലെ പടരുകയാണ്. അതിനുമുമ്പിൽ നരേന്ദ്രധാബോൽക്കർ മുതൽ ഗോവിന്ദ പൻസാരെയും കൽബുർഗിയും വരെ പിടഞ്ഞുവീണു മരിക്കുകയാണ്. ഈ അവസ്ഥ മാറ്റിയെടുക്കാനുള്ള പോരാട്ടത്തിനു ശക്തി പകരേണ്ടതുണ്ട്. അതിനുള്ള നിത്യപ്രചോദനമാണ് ചാത്തുക്കുട്ടിയുടെ സ്മരണ.

ക്ഷേത്രങ്ങളിൽ കടന്നുചെന്ന് മൃഗബലി തടഞ്ഞിട്ടുണ്ട് വാഗ്ഭടാനന്ദൻ. മൃഗബലിയെ ഭാഗവതം അനുകൂലിക്കുന്നില്ല എന്ന് ഭാഗവതം വായിച്ച് വിശദീകരിച്ചുകൊടുത്തുകൊണ്ടാണ് അദ്ദേഹം സമർത്ഥിച്ചത്. പുരാണ ഇതിഹാസങ്ങൾ ഈ വിധത്തിൽ വ്യാഖ്യാനിച്ചുകൊടുത്ത് സംഘപരിവാർ നടത്തിക്കൊണ്ടിരിക്കുന്ന ദുർവ്യാഖ്യാനങ്ങളെ തകർക്കേണ്ടതുണ്ട്. ആ കാര്യത്തിനുള്ള വലിയ ഒരു മാതൃകയാണ് വാഗ്ഭടാനന്ദൻ അക്കാലത്ത് ഉയർത്തിക്കാട്ടിയത്.

ജാതീയമായ അസമത്വങ്ങൾ ഇല്ലാതാക്കാൻ അവർണ്ണർ എന്നു വ്യവഹരിക്കപ്പെട്ടവർ വേർതിരിഞ്ഞു സംഘടിക്കുകയല്ല, മറിച്ച് 'സവർണ്ണ'രും

'അവർണ്ണ'രും ഒരുമിച്ചുനിന്ന് പോരാടുകയാണ് വേണ്ടത് എന്ന കാര്യത്തിൽ വിട്ടുവീഴ്ചയില്ലായിരുന്നു അദ്ദേഹത്തിന്. മനുഷ്യത്വത്താൽ ഒരുമിക്കപ്പെടേണ്ടവരായ സകല മനുഷ്യരുടെയും കൂട്ടായ മുന്നേറ്റം എന്ന ആ മാതൃകയിൽ നിന്നും നമുക്ക് പുതിയകാലത്ത് പഠിക്കാൻ പാഠങ്ങൾ ഏറെയുണ്ട്.

ബഹുമുഖ വ്യക്തിത്വത്തിന്റെ ഉടമയായിരുന്നു വാഗ്ഭടാനന്ദൻ, കവി, വേദാന്തി, താർക്കികൻ, വൈയാകരണൻ, പത്രാധിപർ, സഹകാരി, സാമൂഹ്യ പരിഷ്കർത്താവ്, നവോത്ഥാന നായകൻ, പ്രഭാഷകൻ എന്നിങ്ങനെ പല തലത്തിലുള്ള വ്യക്തിത്വം. ഇങ്ങനെയുള്ള വ്യക്തിത്വങ്ങളുടെ ഏതെങ്കിലും ഒരു വ്യക്തിത്വത്തിന് മാത്രം മിഴിവു കിട്ടുകയും മറ്റു വ്യക്തിത്വങ്ങൾ അവന്റെ ശോഭകൊണ്ട് മങ്ങിപ്പോവുകയുമാണ് കാലം കടക്കുമ്പോൾ സംഭവിക്കുന്നത്. അത്തരമൊരു വിപര്യയം വാഗ്ഭടാനന്ദന്റെ കാര്യത്തിൽ ഉണ്ടാവാതിരിക്കുന്നതിന് പ്രയോജനകരമാവും അദ്ദേഹത്തിന്റെ മിക്കവാറും എല്ലാ മുഖങ്ങളെയും പരാമർശിക്കുന്ന ഈ ഗ്രന്ഥം.

മരണാനന്തരം ലഭിക്കുമെന്നു പറയപ്പെടുന്ന സ്വർഗ്ഗത്തെക്കുറിച്ചല്ലാതെ, ജീവിച്ചിരിക്കെ ഇവിടെ ലഭിക്കേണ്ട സാമൂഹ്യനീതിയെക്കുറിച്ച് ചിന്തിച്ചു വാഗ്ഭടാനന്ദൻ. മനുഷ്യരെക്കുറിച്ചു ചിന്തിച്ചു; നാടിനെക്കുറിച്ച് ചിന്തിച്ചു. അതുകൊണ്ടുതന്നെ മനുഷ്യമനസ്സുകളിൽ ആ സ്മരണ ജീവിക്കുന്നു. ആ സ്മരണയെ കൂടുതൽ ജ്വലിപ്പിച്ചെടുക്കാൻ സഹായിക്കുന്നുണ്ട്, സൂക്ഷ്മാംശങ്ങളിൽവരെ വെളിച്ചം വീശുന്ന ഈ കൃതി. പുതിയ കാലത്ത് ജനമനസ്സുകളുടെ ഒരുമ നേരിടുന്ന വെല്ലുവിളികളെ നേരിടാൻ വേണ്ട കരുത്തു പകരുന്നുണ്ട് ഈ കൃതി. വലിയതോതിൽ ഈ കൃതി വായിക്കപ്പെടട്ടെ എന്ന് ആശംസിക്കുന്നു.

“നാരായണഗുരു സ്വാമികളെപ്പോലെ അഖില കേരള പ്രസിദ്ധി കിട്ടിയില്ലെങ്കിലും സമുദായത്തിന്റെ വളർച്ചയെ സാരമായി സഹായിച്ച മറ്റൊരു വ്യക്തിയാണ് വാഗ്ഭടാനന്ദ ഗുരുദേവൻ. പാണ്ഡിത്യത്തിലും വാഗ്മിത്വത്തിലും നാരായണ ഗുരുവിനെപ്പോലും കവച്ചുവച്ചിരുന്ന അദ്ദേഹം ആദ്യം ബ്രഹ്മസമാജത്തിലും പിന്നീട് സ്വന്തമായി സ്ഥാപിച്ച ആത്മവിദ്യാസംഘം മുഖേനയും ജാതിവ്യത്യാസം, മദ്യപാനം മുതലായവക്കെതിരായി ശക്തിപൂർവ്വം പ്രവർത്തിക്കുകയും ഇതിൽ സവർണ്ണഹിന്ദുക്കളിൽ ചിലരെപ്പോലും തന്റെ ശിഷ്യന്മാരാക്കുകയും ചെയ്തു. വടക്കെ മലബാറിന്റെ സാമൂഹ്യവളർച്ചയിൽ വളരെ പ്രധാനമായ ഒരു പങ്ക് അദ്ദേഹം നിർവ്വഹിച്ചിട്ടുണ്ടെന്നതിൽ സംശയമില്ല.”

– ഇ എം എസ് നമ്പൂതിരിപ്പാട്

“ഞാൻ ആദികാലത്ത് പാനൂരിലും കുന്നോത്ത് പറമ്പിലും മറ്റും വെച്ച് എതിർത്ത് പ്രസംഗിച്ചിട്ടുണ്ടെങ്കിലും വാഗ്ഭടാനന്ദ ഗുരുദേവരാണ് എന്റെ ക്ഷേത്രവിശ്വാസത്തെയും പൂർവ്വാചാര പ്രതിപത്തിയെയും കലശലായി പിടിച്ച് മർദ്ദിച്ചത്. *മലയാളത്തിലും* കൊച്ചിയിലും തിരുവിതാംകൂറിലും അസംഖ്യം ശിഷ്യന്മാരെയും പതിനെട്ടിൽപ്പരം ആത്മവിദ്യാമന്ദിരങ്ങളെയും *ആത്മവിദ്യാകാഹള*മെന്നൊരു പത്രത്തെയും ഏർപ്പെടുത്തിയ വാഗ്ഭടാനന്ദൻ കാൽനൂറ്റാണ്ട് കാലം കേരളത്തിൽ ഒരു വിശ്വവിജയിയായിരുന്നു. അക്കാലം വാഗ്ഭടാനന്ദന്റെ പേര് കേട്ടാൽ യാഥാസ്ഥിതികലോകം ഉറക്കത്തിൽ ഞെട്ടിവിറച്ചിരുന്നു.

മൊയാരത്ത് ശങ്കരൻ

അനുഗമിക്കുക

ഇടശ്ശേരി ഗോവിന്ദൻ നായർ

നിത്യപ്രസന്നമായ് ജ്ഞാന-
സൗരഭം പ്രസരിപ്പതായ്
സ്മരിപ്പേൻ! വാങ്മയം മാധ്വി
യൂറും ശ്രീവാഗ്ഭടാനനം.

കരുണാമസൃണം ശിഷ്യ-
സ്നേഹാപൂർണ്ണം മനോഹരം
തല്ക്കടാക്ഷാഞ്ചലം ചൂടാൻ
താണൂ വിദ്യച്ഛിരസ്സുകൾ!

അനാചാരങ്ങളാൽ, നാനാ-
ദൈവതാരാധനങ്ങളാൽ
നശിക്കെ, നമ്മൾക്കാരേകീ
ബ്രഹ്മധ്യാനാനുശീലനം!

അദ്ദേവഗുരുസങ്കാശൻ
വാഗ്ഭടാനന്ദദേശികൻ
ജനിച്ച നാളിലിന്നാട്ടിൽ
ജനിച്ചേൻ, ഭാഗ്യശാലി ഞാൻ!

സവിശേഷതമുറ്റുന്നോ-
രക്കാലത്തെ സ്മരിപ്പൂ ഞാൻ!
ചരിത്രത്തിൽ ജീർണ്ണതമേൽ
കുരുത്ത പുലർവേളയെ!

ചുറ്റും കുമിഞ്ഞ നാശത്തിൽ
നിന്നുയിർക്കൊണ്ട ഭാവന,
ഒരുന്നത സ്വർഗ്ഗതല-
സൃഷ്ടിക്കായുള്ള കാമന.

കുതിച്ചുയർന്ന് മുന്നോട്ടാ-
ബൃഹത്താം സേന നീങ്ങവെ
അതിൽ മുന്നണിയിൽ കണ്ടേൻ
വാഗ്ഭടാനന്ദ ദേവനെ!

ആർഷജ്ഞാനത്തിലേ,യ്ക്കാത്യ-
ന്തിക ലക്ഷ്യത്തിലേക്കുമേ
വെളിച്ചം തൂകിടും ദീപ-
യഷ്ടി കാണായി കൈകളിൽ

തൽപ്രകാശാനുനീതന്മാർ-
ക്കുണ്ടായീലദ്ധ്വ വിഭ്രമം
ലക്ഷ്യനിർണ്ണയ സന്ദേഹം
വ്യവസായ വിഡംബനം

തൽക്കുഴൽത്താർ പതിഞ്ഞൊരു
പന്ഥാവില്ലേ സനാതനം
ആലക്ഷ്യമതിലേ പോക!
പോക നാം സഹജാതരേ.

വാഗ്ഭടാനന്ദന്റെ ചരിത്രഭൂമിക

ഭാരതീയ നവോത്ഥാനത്തിന്റെ ഭാഗമായാണ് കേരളത്തിലും നവോത്ഥാനപ്രസ്ഥാനങ്ങൾ ആരംഭിക്കുന്നത്. ഇംഗ്ലീഷ് ഭാഷയും അതുവഴി പാശ്ചാത്യ ദർശനങ്ങളും കടന്നുവന്ന കൊല്ക്കത്ത, മുംബൈ, മദ്രാസ് എന്നീ തുറമുഖപട്ടണങ്ങളിലാണ് നവോത്ഥാന ആശയങ്ങൾ ആദ്യമായി രൂപംകൊള്ളുന്നത്. ഭാരതീയ നവോത്ഥാനത്തിന്റെ തുടക്കം കൊല്ക്കത്തയിലും ബംഗാളിലുമായിരുന്നു.

> ബ്രിട്ടീഷ് ശക്തിയുടെ നിഴലിൽ ഇന്ത്യയുടെ മറ്റു ഭാഗങ്ങളിലേക്ക് പരന്നെത്തിയ ഇംഗ്ലീഷ് വിദ്യാഭ്യാസം സിദ്ധിച്ച ഇന്ത്യക്കാരുടെ ആദ്യ സംഘങ്ങളെ ഉല്പാദിപ്പിച്ചത് ബംഗാളാണ്. പത്തൊമ്പതാം നൂറ്റാണ്ടിൽ അസാമാന്യരായ അനേകം ആളുകൾ ബംഗാളിൽ ഉദയം കൊണ്ടു. അവർ സാംസ്കാരികവും രാഷ്ട്രീയവുമായ കാര്യങ്ങളിൽ ഇന്ത്യയുടെ ശേഷം ഭാഗങ്ങൾക്ക് നേതൃത്വം നല്കി. അവരുടെ യത്നങ്ങളിൽ നിന്നാണ് പുതിയ ദേശീയ പ്രസ്ഥാനം ആകൃതി പൂണ്ടതും.(ജവഹർലാൽ നെഹ്റു, *ഇന്ത്യയെ കണ്ടെത്തൽ*)

1828 ൽ ഇംഗ്ലീഷ് വിദ്യാഭ്യാസം ലഭിച്ച വരേണ്യവർഗ്ഗത്തിൽപ്പെട്ട രാജാറാം മോഹൻ റായി ബംഗാളിൽ ബ്രഹ്മസമാജം സ്ഥാപിച്ചു. ഹിന്ദുമതപരിഷ്കരണമായിരുന്നു ലക്ഷ്യം. കേശബ്ചന്ദ്രസേനന്റെയും, ദേവേന്ദ്രനാഥടാഗോറിന്റെയും കാലത്ത് ഈ മതനവീകരണ പ്രസ്ഥാനം കൂടുതൽ കരുത്താർജ്ജിച്ചു. കേശബ് ചന്ദ്രസെൻ ബ്രഹ്മസമാജത്തിന് കൂടുതൽ ക്രിസ്തീയമായ ഒരു വീക്ഷണഗതി ഉണ്ടാക്കി. ഒരു മതവിശ്വാസമെന്ന നിലയ്ക്ക് ബ്രഹ്മസമാജത്തിന്റെ വ്യാപ്തി വളരെ പരിമിതമായിരുന്നു.

പ്രശസ്തരായ ചില വ്യക്തികളും കുടുംബങ്ങളും ബ്രഹ്മസമാജത്തിൽ പ്രവർത്തിച്ചു. എന്നാൽ ഈ വ്യക്തികളും കുടുംബങ്ങളും സമുദായപരിഷ്കാരത്തിലും മതപരിഷ്കാരത്തിലും അത്യന്തം തൃഷ്ണയുള്ളവരെങ്കിലും പുരാതനേന്ത്യൻ തത്ത്വശാസ്ത്രങ്ങൾ ഉൾക്കൊള്ളുന്ന വേദാന്തത്തിലേക്ക് തിരിച്ചുചെല്ലാനുള്ള ഒരു വാസന പ്രകാശിപ്പിച്ചതായി ജവഹർലാൽ നെഹ്റു നിരീക്ഷിച്ചിട്ടുണ്ട്. ബംഗാളിൽ സതി, ശൈശവ വിവാഹം എന്നിവ നിർത്തലാക്കാനുള്ള പ്രധാന പ്രേരണാശക്തി ബ്രഹ്മസമാജമായിരുന്നു. ബംഗാളിൽത്തന്നെ ശ്രീരാമകൃഷ്ണ പരമഹംസർ, ശിഷ്യനായ സ്വാമി വിവേകാനന്ദൻ എന്നിവരും ഹിന്ദുമത നവീകരണത്തിനായി യത്നിച്ചു. ഈ മതനവീകരണപ്രസ്ഥാനങ്ങളെക്കുറിച്ച് കെ ദാമോദരൻ 'ഭാരതീയചിന്ത'യിൽ ഇങ്ങനെ എഴുതി.

> ബ്രിട്ടീഷ് ഭരണത്തിൻകീഴിൽ കൊല്ക്കത്ത, ബോംബെ, മദിരാശി എന്നീ കടൽത്തീരപട്ടണങ്ങളിൽ മുതലാളിത്ത വ്യവസായങ്ങൾ വളർന്ന് വരാൻ ആരംഭിച്ചപ്പോൾ മറ്റ് പ്രദേശങ്ങളിൽ നാടുവാഴിത്തമോ പ്രാചീനഗോത്രസമുദായങ്ങളോ നിലനിന്നുപോന്നു. ആധുനിക വിദ്യാഭ്യാസവും ശാസ്ത്രീയാശയങ്ങളും നേടിയ പട്ടണങ്ങളിൽപ്പോലും പ്രാങ് മുതലാളിത്ത സാമൂഹ്യ ബന്ധങ്ങളുടെയും പഴഞ്ചൻ ചിന്താഗതിയുടെയും അവശിഷ്ടങ്ങൾ നാമാവശേഷമാകാതെ തുടർന്നുപോന്നു. മതത്തിന്റെ സ്വാധീനം വിപുലമായിരുന്നു. ദേശീയ നവോത്ഥാനം മതപരമായ നവോത്ഥാനത്തിന്റെ പ്രതിഫലനമായാണ് പ്രത്യക്ഷപ്പെട്ടത്. സാമൂഹ്യവും രാഷ്ട്രീയവുമായ ആശയങ്ങൾ, ജനാധിപത്യപരവും ദേശാഭിമാനപരവുമായ അഭിലാഷങ്ങൾ, ഒരു നല്ല ജീവിതത്തിനായുള്ള പ്രതീക്ഷകൾ എല്ലാം മതപരമായ രൂപത്തിലാണ് പ്രകടിപ്പിക്കപ്പെട്ടത്. എങ്കിലും പത്തൊമ്പതാം നൂറ്റാണ്ടിലെ സാമൂഹ്യ പരിഷ്കർത്താക്കൾ ഉയർത്തിപ്പിടിച്ച ഹിന്ദുമതം മദ്ധ്യകാല ഹിന്ദു മതത്തിൽനിന്നും വ്യത്യസ്തമായിരുന്നു. ബ്രിട്ടീഷ് മുതലാളിമാരുമായി ബന്ധപ്പെട്ട് സമ്പത്തും ശക്തിയും നേടാൻ കൊതിച്ച ദുർബ്ബലങ്ങളായ ദേശീയ ബൂർഷ്വാവിഭാഗങ്ങളുടെ അഭിലാഷങ്ങളെ പ്രതിഫലിപ്പിച്ച ഒരു പുതിയ ഹിന്ദുമതമായിരുന്നു അത്.

ശ്രീരാമകൃഷ്ണപരമഹംസരെക്കുറിച്ച് ജവഹർലാൽ നെഹ്റു എഴുതി.

> ഏഷ്യയുടെയും യൂറോപ്പിന്റെയും അതീതകാല ചരിത്രത്തിന്റെ ഏടുകളിൽ ചില സിദ്ധന്മാരെക്കുറിച്ച് നാം വായിക്കാറുണ്ടല്ലോ. അവരെപ്പോലുള്ള ഒരാളാണ് ശ്രീരാമകൃഷ്ണപരമഹംസർ. സാരാംശത്തിൽ മതനിഷ്ഠനെങ്കിലും വിശാലമനസ്കനായ അദ്ദേഹം ആത്മസാക്ഷാൽക്കാരത്തിനായുള്ള അന്വേഷണത്തിൽ മുസ്ലീ

> ങ്ങളും ക്രിസ്ത്യാനികളുമായ ആത്മീയ രഹസ്യ ജ്ഞാനികളുടെ അടുക്കലേക്ക് പോവുകയും അവരുടെ കഠിനനിയമങ്ങൾ അനുസരിച്ച് അവരുടെ കൂടെ അനേകവർഷങ്ങൾ പാർക്കുകയും ചെയ്തു. പിന്നീട് കൊല്ക്കത്തയ്ക്കടുത്ത് ദക്ഷിണേശ്വരത്തിൽ പാർപ്പുറപ്പിച്ചു."

ഒരു കൊടുങ്കാറ്റ് കണക്കെ ഇന്ത്യ മുഴുവൻ ചുറ്റിസഞ്ചരിച്ച സാമൂഹ്യ പരിഷ്കർത്താവായിരുന്നു ശ്രീരാമകൃഷ്ണ പരമഹംസരുടെ ശിഷ്യനായ വിവേകാനന്ദൻ. ദാരിദ്ര്യത്തിന്റെ പ്രശ്നം പരിഹരിക്കാതെ, ജനങ്ങളെ ധാർമ്മികമായും ബൗദ്ധികമായും ശക്തിപ്പെടുത്താതെ, സ്വന്തം കാലിൽ നില്ക്കാൻ കെല്പ് നല്കാതെ മതങ്ങൾക്ക് സജീവമായി നിലനില്ക്കാൻ കഴിയില്ലെന്ന് വിവേകാനന്ദൻ മനസ്സിലാക്കി.

> ഭക്ഷണം ഭക്ഷണം. ഇവിടെ ലോകത്തിന് ഭക്ഷണം നല്കാതെ സ്വർഗ്ഗത്തിൽ ശാശ്വതാനന്ദം നല്കുന്ന ദൈവത്തിൽ എനിക്ക് വിശ്വാസമില്ല. ഇന്ത്യയെ ഉയർത്തണം. പാവങ്ങൾക്ക് ഭക്ഷണം നല്കണം. വിദ്യാഭ്യാസം പരത്തണം. പൗരോഹിത്യമെന്ന ദോഷം നീക്കം ചെയ്യണം. സ്വർഗ്ഗമോ നരകമോ ഉണ്ടെങ്കിലെന്ത്, ഇല്ലെങ്കിലെന്ത്? ആർക്കാണിതിൽ താല്പര്യം. ആത്മാവുണ്ടെങ്കിലെന്ത്, ഇല്ലെങ്കിലെന്ത്? മാറ്റമില്ലാത്തതെന്തെങ്കിലുമൊന്നുണ്ടോ ഇല്ലയോ എന്നതിൽ ആർക്കാണ് താല്പര്യം. ഇവിടെ ഇതാ ലോകം. ബുദ്ധൻ ചെയ്തതുപോലെ ആ ലോകത്തിലേക്ക് ഇറങ്ങിച്ചെല്ലുക, ദുരിതങ്ങൾ കുറയ്ക്കാൻ പാടുപെടൂ. അല്ലെങ്കിൽ ആ ശ്രമത്തിൽ മരണം വരിക്കൂ.

വിവേകാനന്ദൻ പറഞ്ഞു.

വിവേകാനന്ദനും സഹപ്രവർത്തകരും ചേർന്ന് രാമകൃഷ്ണമിഷൻ സ്ഥാപിച്ചു. ഭൂതകാലത്തിൽ അടിയുറച്ച് നില്ക്കുകയും ഇന്ത്യയുടെ പാരമ്പര്യത്തിൽ അഭിമാനം തുളുമ്പുകയും ചെയ്യുന്നുവെങ്കിലും വിവേകാനന്ദൻ ജീവിതപ്രശ്നങ്ങളെ സമീപിക്കുന്നേടത്ത് ഒരാധുനികനും ഇന്ത്യയുടെ ഭൂതകാലവർത്തമാനങ്ങളെ ഇണക്കി നിർത്തുന്ന പാലവുമായി വർത്തിച്ചു. 1893 ൽ ചിക്കാഗോവിൽ ചേർന്ന മതങ്ങളുടെ പാർലമെന്റിൽ ചരിത്ര പ്രസിദ്ധമായ പ്രസംഗം നടത്തി. യൂറോപ്പിലെങ്ങും പര്യടനം നടത്തി വേദാന്തത്തിലെ അദ്വൈതദർശനം പ്രചരിപ്പിച്ചു. "ഈ പ്രപഞ്ചം പ്രപഞ്ചബാഹ്യനായ ഒരു ഈശ്വരനാൽ സൃഷ്ടിക്കപ്പെട്ടതല്ല; പുറമെ നില്ക്കുന്ന ഒരതിമേധാവിയുടെ കർമ്മവുമല്ല. അത് സ്വയം സൃഷ്ടിക്കുകയും സ്വയം വിലയം പ്രാപിക്കുകയും സ്വയം ആവിഷ്കരിക്കുകയും ചെയ്യുന്ന ഏകകേവലസത്തയാണ്. ബ്രഹ്മമാണ്." വിവേകാനന്ദൻ പറഞ്ഞു. 1896 ൽ ഗുരു ശ്രീരാമകൃഷ്ണപരമഹംസരുടെ നിര്യാണത്തിന് ശേഷം അദ്ദേഹത്തിന്റെ ആശയ

പ്രചാരണത്തിനായി വിവേകാനന്ദൻ അഞ്ചുവർഷം കാൽനടയായി ഇന്ത്യാപര്യടനം നടത്തി.

മഹാരാഷ്ട്രയിലുണ്ടായ നവോത്ഥാന പ്രസ്ഥാനമായിരുന്നു പ്രാർത്ഥനാസമാജം. താഴ്ന്ന ജാതിക്കാരുടെ ഉന്നമനത്തിനായി ജ്യോതിബാഗോവിന്ദ ഫുലെ സത്യ-ശോധക സമാജം സ്ഥാപിച്ചു. ഗുജറാത്തിൽ ഹിന്ദുമതനവീകരണത്തിനായി സ്വാമി ദയാനന്ദസരസ്വതി ആര്യസമാജം സ്ഥാപിക്കുന്നതും ഇക്കാലത്താണ്. മദ്രാസിൽ ഇ വി രാമസ്വാമി നായ്ക്കർ ബ്രാഹ്മണ മേധാവിത്വത്തിനെതിരെ ദ്രാവിഡകഴകം രൂപീകരിച്ചു. പത്തൊമ്പതാം നൂറ്റാണ്ടിൽ ഇന്ത്യയുടെ വിവിധ ഭാഗങ്ങളിൽ ആരംഭിച്ച ഈ നവോത്ഥാന പ്രസ്ഥാനങ്ങൾ കേരള സമൂഹത്തെയും സ്വാധീനിച്ചു. 1898 ൽ കോഴിക്കോട് ആസ്ഥാനമായി കേരളത്തിൽ ബ്രഹ്മസമാജം പ്രവർത്തനം ആരംഭിച്ചു. ഡോ. അയ്യത്താൻ ഗോപാലൻ, കല്ലിങ്കൽ രാരിച്ചൻ, കല്യാട്ട് രാഘവൻ എന്നിവരുടെ നേതൃത്വത്തിലാണ് ബ്രഹ്മസമാജം കോഴിക്കോട് ശാഖ ആരംഭിച്ചത്. 1921 ലാണ് ആര്യസമാജം കേരളത്തിൽ എത്തുന്നത്. മറ്റ് മതങ്ങളോട് ആര്യസമാജം കാണിച്ച വിദ്വേഷവും മതപരിവർത്തനശ്രമങ്ങളും കാരണം ആര്യസമാജത്തിന് കേരളത്തിൽ അധികകാലം പ്രവർത്തിക്കാൻ കഴിഞ്ഞില്ല. 1912 ൽ ഹരിപ്പാട്ടും തുടർന്ന് കേരളത്തിന്റെ മറ്റു ഭാഗങ്ങളിലും ശ്രീരാമകൃഷ്ണമിഷൻ ആശ്രമങ്ങൾ സ്ഥാപിക്കുന്നുണ്ട്. 1882 ൽ ബ്രഹ്മവിദ്യാസംഘവും പാലക്കാട് കേന്ദ്രമായി കേരളത്തിൽ പ്രവർത്തനം ആരംഭിച്ചു. അന്യ സംസ്ഥാനങ്ങളിൽനിന്നും എത്തിയ മതനവീകരണ പ്രസ്ഥാനങ്ങൾക്കൊന്നും കേരളത്തിൽ ദീർഘകാലം പ്രവർത്തിക്കാൻ കഴിഞ്ഞില്ല. എന്നാൽ ഈ മതനവീകരണസമിതികൾ ആരംഭിച്ച നവോത്ഥാന സംരംഭങ്ങളുടെ അവബോധം കേരളീയരായ നവോത്ഥാന നായകരെ സൃഷ്ടിച്ചു. ബ്രഹ്മാനന്ദ സ്വാമി ശിവയോഗിയും, ചട്ടമ്പിസ്വാമികളും, നാരായണഗുരുവും, വാഗ്ഭടാനന്ദനും സ്വാമി ശിവാനന്ദ പരമഹംസരും ഇവരിൽ പ്രമുഖരാണ്.

കേരളത്തിലെ സാമൂഹ്യ പരിഷ്കരണപ്രസ്ഥാനങ്ങൾക്ക് മുഖ്യമായും നാല് ധാരകളുണ്ട്. അടിമത്തത്തിനും ജാതീയമായ അടിച്ചമർത്തലിനുമെതിരായ കീഴാളരുടെ പ്രസ്ഥാനങ്ങൾ, സ്വന്തം ജാതിക്കുള്ളിലെ പരിഷ്കരണത്തിനായി പ്രവർത്തിച്ച സവർണ്ണരുടെ പ്രസ്ഥാനങ്ങൾ, ദേശീയ പ്രസ്ഥാനത്തിന്റെ ഭാഗമായുള്ള നവീകരണം, കർഷക-തൊഴിലാളി പ്രസ്ഥാനങ്ങളുടെ ഭാഗമായുള്ള നവീകരണം. ഇവ പലപ്പോഴും ഇടകലർന്നാണ് കാണുന്നതെങ്കിലും ഊന്നലുകൾ വ്യത്യസ്തമാണ്. ഈ വ്യത്യസ്തതകൾ തമ്മിൽ യോജിപ്പും വിയോജിപ്പുമുണ്ട്. ഐക്യവും സമരവുമുണ്ട്.

ഇംഗ്ലീഷ് വിദ്യാഭ്യാസം സൃഷ്ടിച്ച പുതിയ മൂല്യങ്ങളുടെ വെളിച്ചത്തിൽ പഴയതിനെ പലതും തള്ളിപ്പറയാനും പുതിയതിനെ ആവേശപൂർവ്വം കെട്ടിപ്പുണരാനും കേരളത്തിലെ ജനത ആഗ്രഹിച്ചു. പത്തൊമ്പതാം നൂറ്റാണ്ടിന്റെ ആദ്യദശകങ്ങളിൽ മാറുമറയ്ക്കാനായി തിരുവിതാംകൂറിലെ ചാന്നാർ സ്ത്രീകൾ നടത്തിയ സമരങ്ങൾ ശ്രദ്ധേയമാണ്. 1828 ലും 1950 ലും

കലാപങ്ങൾ നടന്നു. തെക്കൻ തിരുവിതാംകൂറിൽ കീഴ് ജാതിയിൽ ജനിച്ച വൈകുണ്ഠസ്വാമിയുടെ നേതൃത്വത്തിൽ 1829 ൽ ജാതിക്കെതിരായ പ്രസ്ഥാനം ആരംഭിക്കുന്നുണ്ട്. 1898 ൽ കോഴിക്കോട് ആരംഭിച്ച ബ്രഹ്മസമാജത്തിനുവേണ്ടി ഏകദൈവവിശ്വാസത്തിലധിഷ്ഠിതമായ പ്രാർത്ഥനകൾ രചിച്ചു കൊടുത്തത് സംസ്കൃതപണ്ഡിതനും യോഗ്യവര്യനുമായ കാരാട്ട് ഗോവിന്ദ മേനോൻ ആയിരുന്നു. ഈ കീർത്തനകൃതികളുടെ ബലത്തിലാണ് അയ്യത്താൻ ഗോപാലൻ ഗോവിന്ദമേനോനെ ബ്രഹ്മാനന്ദ സ്വാമി എന്ന പേര് നല്കി ആദരിച്ചത്.

അയിത്താചരണം രൂക്ഷമായിരുന്നു കേരളത്തിൽ. സവർണ്ണർ, അവർണ്ണർ എന്നിങ്ങനെ സമൂഹം രണ്ടുതരത്തിൽ വിഭജിക്കപ്പെട്ടിരുന്നു. ഓരോ ജാതിക്കാരനും അവന്റെ മേൽ ജാതിക്കാരനിൽനിന്ന് നിർദ്ദിഷ്ട ദൂരം മാറിനില്ക്കണമായിരുന്നു. നായർ ബ്രാഹ്മണനിൽനിന്ന് പതിനാറടി ദൂരെ മാറി നില്ക്കണം. ഈഴവൻ മുപ്പത്തിരണ്ടടിയും, പുലയർ അറുപത്തിനാലടിയും മാറിനില്ക്കണം. ഈഴവൻ നായരിൽനിന്ന് പതിനാറടി മാറി നില്ക്കണം. അടുക്കാൻ പാടില്ലാത്ത ജാതിക്കാർ അടുക്കുന്നതിനെ തീണ്ടുക എന്ന് പറയും. തൊടാൻ പാടില്ലാത്തവർ തൊട്ടാലും അശുദ്ധിയുണ്ടാകും. ഉയർന്ന ജാതിക്കാർക്ക് ഭൂമിയിൽ ജന്മം തുടങ്ങിയ ഒന്നാംതരം ഉടമാകാശം ഉണ്ടായിരിക്കുമ്പോൾ തീയർ തുടങ്ങിയ അശുദ്ധജാതിക്കാർക്ക് വെറുമ്പാട്ടം, കുഴിക്കാണം തുടങ്ങിയ താഴ്ന്നതരം നടപ്പവകാശവും ഹരിജനങ്ങളായ കാർഷികതൊഴിലാളികൾക്ക് വെറും കുടികിടപ്പവകാശവും മാത്രമാണുണ്ടായിരുന്നത്. കർഷകനായ കുടിയാന് ജന്മിയുമായി സംസാരിക്കുമ്പോൾ പ്രത്യേകതരം ആചാരഭാഷയാണ് ഉപയോഗിക്കേണ്ടത്. അടിയൻ, റാൻ, ചെമ്പുകാശ്, കരിക്കാടി തുടങ്ങിയ വാക്കുകൾ. കുടിയാന് മുട്ടുമറയാത്ത മുണ്ടുമാത്രമാണ് അനുവദനീയം. തലയിൽ കെട്ടും ചെരിപ്പും നിഷിദ്ധം. ജന്മിമാർക്കും സവർണ്ണർക്കും മുമ്പിൽ താഴ്ന്ന ജാതിക്കാരായ സ്ത്രീകൾക്ക് മാറ് മറയ്ക്കുവാൻ അവകാശമുണ്ടായിരുന്നില്ല.

തിരുവിതാംകൂറും കൊച്ചിയും നാട്ടുരാജാക്കന്മാരുടെ ഭരണത്തിൻ കീഴിലായിരുന്നു. മലബാർ ബ്രിട്ടീഷ് ഭരണത്തിൻ കീഴിലും. സവർണ്ണ മേധാവിത്വത്തിന് വിധേയമായ ഭരണം കാരണം തിരുവിതാംകൂറിലും കൊച്ചിയിലും ജാതിഭേദം കർക്കശമായിരുന്നു. അധഃകൃതരോടുള്ള അവഗണനയ്ക്കും ക്രൂരതയ്ക്കും ഒട്ടും കുറവുണ്ടായില്ലെങ്കിലും ജാതിഭേദം അത്രമാത്രം ശക്തമായിരുന്നില്ല മലബാറിൽ. എന്നാൽ ജാത്യാധിഷ്ഠിത സമൂഹത്തിന്റെ നിലനില്പിനായി നിഷ്കർഷിക്കപ്പെട്ട അനാചാരങ്ങളും അന്ധവിശ്വാസങ്ങളും ഏറെയായിരുന്നു. വണ്ണാത്തി അലക്കിക്കൊണ്ടുവരുന്ന വസ്ത്രം പരിശുദ്ധിയുടെ പര്യായമായി കണക്കാക്കിയിരുന്നു. ഈ വസ്ത്രത്തിന് വണ്ണാത്തി മാറ്റ് എന്ന് പറയും. ഹിന്ദുക്കളുടെ വീട്ടിൽ മരിച്ചാലും, പ്രസവിച്ചാലും പെൺകുട്ടികൾ ഋതുമതിയായാലും അശുദ്ധിയുണ്ടാകും. അശുദ്ധി നീങ്ങണമെങ്കിൽ വണ്ണാത്തി മാറ്റ് ധരിക്കണം. പെൺകുട്ടി

കൾ ഋതുമതിയായാൽ തിരണ്ട് കല്യാണം ആർഭാടപൂർവ്വം നടത്തണം. മരിച്ചാലുള്ള അശുദ്ധിമാറ്റാൻ പുണ്യാഹം തളിക്കണം. നായരുടെ വീട്ടിൽ മാരാരും, തീയരുടെ വീട്ടിൽ കാവുതീയനുമാണ് തളിക്കുക. മലബാറിലെ മറ്റൊരു അനാചാരമായിരുന്നു താലികെട്ട്. പെൺകുട്ടികൾ ഋതുവാകുന്നതിന് മുൻപ് അവരുടെ കഴുത്തിൽ താലികെട്ടണമെന്നായിരുന്നു സാമൂഹ്യനിയമം. ഒരാൾ തന്നെ ഒരു പന്തലിൽ ഒന്നിലധികം കുട്ടികൾക്ക് താലികെട്ടുന്ന സമ്പ്രദായമായിരുന്നു മലബാറിൽ. താലികെട്ടിയ പുരുഷൻ പെൺകുട്ടിയുടെ ഭർത്താവാകുന്നില്ല; ഒരു ചടങ്ങ് മാത്രം. ആർഭാടപൂർവ്വമുള്ള താലികെട്ട് കല്യാണം നടത്തി സാമ്പത്തികമായി തകർന്ന ഏറെ വീടുകളുണ്ടായിരുന്നു അന്ന് മലബാറിൽ. ഇങ്ങനെ മതത്തിന്റെയും ജാതിയുടെയും പേരിൽ നിരവധി അന്ധവിശ്വാസങ്ങളും അനാചാരങ്ങളും നടമാടിയിരുന്ന ഒരു കാലഘട്ടത്തിലാണ് വാഗ്ഭടാനന്ദ ഗുരുദേവൻ ജനിക്കുന്നത്.

ബാല്യകാലജീവിതം

ഉത്തരകേരളത്തിലെ പാട്യം എന്ന ഗ്രാമത്തിൽ തേനങ്കണ്ടിയിൽ വാഴവളപ്പിൽ കോരൻ ഗുരുക്കളുടെയും വയലേരി ചീരു അമ്മയുടെയും മകനായി 1884 ൽ ആണ് വാഗ്ഭടാനന്ദന്റെ ജനനം. കുഞ്ഞിക്കണ്ണൻ എന്നായിരുന്നു മാതാപിതാക്കൾ നല്കിയ പേര്. സംസ്കൃതത്തിലും വൈദ്യശാസ്ത്രത്തിലും അസാമാന്യ പണ്ഡിതനായ പിതാവ് കോരൻ ഗുരുക്കൾ നാട്ടുകാർക്ക് പ്രിയങ്കരനും ആരാദ്ധ്യനുമായിരുന്നു. പുരോഗമന ചിന്താഗതിക്കാരനായ കോരൻ ഗുരുക്കൾ അനേക ദൈവവിശ്വാസത്തെ വെറുക്കുകയും ഏകേശ്വര വിശ്വാസത്തെ പ്രോത്സാഹിപ്പിക്കുകയും ചെയ്തു. നാട്ടുകാരിൽ സംസ്കൃത ഭാഷാ പ്രതിപത്തിയും ഏകദൈവവിശ്വാസവും വളർത്തുവാൻ അദ്ദേഹം യത്നിച്ചു. സംസ്കൃത ഭാഷാഭിവൃദ്ധിക്കായി കോരൻ ഗുരുക്കൾ കൈതേരി, പൂക്കോട്ട്, പാട്യം, പാനൂർ എന്നിവിടങ്ങളിൽ സംസ്കൃത പള്ളിക്കൂടങ്ങൾ സ്ഥാപിച്ചു നടത്തിവന്നു. സഞ്ചരിക്കുന്ന ഒരു വിശ്വ വിജ്ഞാനകോശമായിരുന്നു കോരൻ ഗുരുക്കളെന്ന് വാഗ്ഭടാനന്ദന്റെ പ്രമുഖ ശിഷ്യൻ എം ടി കുമാരൻ ഓർമ്മിക്കുന്നുണ്ട്. “കാവ്യനാടകങ്ങളിലോ, വ്യാകരണാലങ്കാരങ്ങളിലോ അദ്ദേഹത്തിന് വല്ല സംശയവും നേരിട്ടാൽ ആ നിമിഷം മുപ്പത്തി അഞ്ച് നാഴികയിലധികം അകലെയുള്ള കൊയിലാണ്ടിയിൽ നടന്നെത്തി തന്റെ ഗുരുപാദരായ ഇമ്പിച്ചൻ ഗുരുക്കളുടെ സന്നിധിയിൽ സന്ദേഹനിവൃത്തി വരുത്തിയേ അദ്ദേഹത്തിന് മറ്റ് കാര്യങ്ങളുണ്ടായിരുന്നുള്ളൂ.”വെന്നും എം ടി കുമാരൻ പറയുന്നുണ്ട്.

സംസ്കൃതപണ്ഡിതനായ കോരൻ ഗുരുക്കൾ ജനങ്ങളിൽ ഉണ്ടായിരുന്ന അന്ധവിശ്വാസങ്ങളെ ഉന്മൂലനം ചെയ്യാനും പ്രവർത്തിച്ചു. ഏകേശ്വര വിശ്വാസത്തെ പ്രകീർത്തിച്ചും അനേകദൈവവിശ്വാസത്തെ ആക്ഷേപിച്ചും അദ്ദേഹം നിരവധി ശ്ലോകങ്ങൾ എഴുതി ശിഷ്യന്മാർ മുഖേന പ്രചരി

പ്പിച്ചു. എണ്ണ വാങ്ങി തേക്കാൻ പോലും ഗതിയില്ലാത്ത ദരിദ്രവിദ്യാർത്ഥികൾ നാട്ടിൽ നടക്കുന്ന തിറയടിയന്തിരങ്ങൾക്ക് എണ്ണയും മറ്റും നേർച്ചയായി കൊണ്ടുപോകുന്നത് അന്ന് പതിവായിരുന്നു. തിറയടിയന്തിരത്തിന് പോകേണ്ടതിനാൽ അന്ന് പള്ളിക്കൂടത്തിൽ വരികയുമില്ല. തിറയുടെ നിരർത്ഥകത സൂചിപ്പിക്കുന്ന ശ്ലോകങ്ങൾ എഴുതി കോരൻ ഗുരുക്കൾ വിദ്യാർത്ഥികൾക്ക് നല്കും.

“തെയ്യത്തിന് വിളക്കുവെക്കണമഹോ
കല്പിന്മെലെല്ലാടവും
നെയ്യില്ലങ്ങതു വാങ്ങുവാൻ ഗതിയുമി-
ല്ലെന്തോന്നു ചെയ്യേണ്ടു ഹാ!
തെയ്യം നല്ല ഗുണം വരും വരുമിതെ-
ന്നോതുന്നു പൂനുള്ളിയി-
ട്ടയ്യോ കള്ളുകുടിപ്പതെന്നിയെ ഫലം
കണ്ടീലൊരെള്ളോളവും.”

ഇത്തരം ശ്ലോകങ്ങൾ ശിഷ്യന്മാർ നാട്ടിലെങ്ങും പ്രചരിപ്പിക്കും.

കുഞ്ഞിക്കണ്ണന് ഗോവിന്ദൻ, കുഞ്ഞിരാമൻ, ചാത്തുക്കുട്ടി, കണാരി എന്നിങ്ങനെ നാല് സഹോദരന്മാരും കല്യാണിയെന്ന സഹോദരിയുമാണുണ്ടായിരുന്നത്. ഗോവിന്ദനും കുഞ്ഞിരാമനും അച്ഛനെപ്പോലെ ഗുരുക്കന്മാരായി. ചാത്തുക്കുട്ടി മികച്ച കളരി അഭ്യാസിയും കണാരിവൈദ്യനുമായി. കുഞ്ഞിക്കണ്ണന്റെ പ്രാഥമിക വിദ്യാഭ്യാസം അച്ഛന്റെ കീഴിൽ തന്നെയായിരുന്നു. പാരമ്പര്യരീതിയിൽ തന്നെയായിരുന്നു പഠനം. കാവ്യം, നാടകം, അലങ്കാരം തുടങ്ങിയ അടിസ്ഥാന കാര്യങ്ങൾ പിതാവിൽ നിന്നു തന്നെ ഗ്രഹിച്ചു. പാരമ്പര്യ സമ്പ്രദായത്തിൽ അദ്ധ്യയനം നടത്തുന്ന നിരവധി സംസ്കൃത പണ്ഡിതന്മാർ അന്ന് വടക്കെ മലബാറിൽ ഉണ്ടായിരുന്നു. കൊയിലാണ്ടിയിലെ ഇമ്പിച്ചൻ ഗുരുക്കൾ, മേലൂട്ട് കണ്ണൻ ഗുരുക്കൾ, പാരമ്പരത്ത് രൈരുനായർ, കടത്തനാട്ട് കൃഷ്ണവാര്യർ, തലശ്ശേരിയിലെ എം കെ ഗുരുക്കൾ എന്നിവർ അവരിൽ പ്രമുഖരാണ്. പിതാവിൽനിന്ന് അടിസ്ഥാന വിദ്യാഭ്യാസം നേടിയെങ്കിലും വ്യാകരണം പഠിക്കാൻ ദക്ഷിണ കൊടുത്തു സ്വീകരിക്കുന്ന ഒരു ഗുരു വേണമായിരുന്നു. അങ്ങനെ കുഞ്ഞിക്കണ്ണൻ ദക്ഷിണ കൊടുത്ത് സ്വീകരിച്ച ഗുരുവായിരുന്നു എം കെ ഗുരുക്കൾ എന്നറിയപ്പെട്ട കോരപ്പൻ ഗുരുക്കൾ.

എം കെ ഗുരുക്കളുടെ സ്വദേശം കോഴിക്കോടായിരുന്നു. അപാര പണ്ഡിതനായ അദ്ദേഹം തലശ്ശേരി കോളേജ് അദ്ധ്യാപകനായി. അഗാധ പാണ്ഡിത്യവും ബുദ്ധിശക്തിയും കൊണ്ട് ചെറുപ്രായത്തിൽത്തന്നെ പാലക്കാട് വിക്ടോറിയ കോളേജ് അദ്ധ്യാപകനായിത്തീർന്ന പാരമ്പത്ത് രൈരുനായരും കുഞ്ഞിക്കണ്ണന്റെ ഗുരുവായിരുന്നു. തലശ്ശേരിക്കടുത്ത പാറാൽ സ്വദേശിയായിരുന്നു രൈരുനായർ. ഈ ആചാര്യന്മാരുടെ കീഴിലുള്ള അന്തേവാസിത്വത്തെക്കുറിച്ച് കുഞ്ഞിക്കണ്ണൻ ഓർക്കുന്നുണ്ട്.

“സർവ്വതന്ത്ര സ്വതന്ത്രനായ എം കെ ഗുരു നായകരുടെ അരികിൽ

വച്ച് ഞാൻ വ്യാകരണശാസ്ത്രത്തിൽ പ്രവേശിച്ചു. കേരളത്തിലെ അദ്വിതീയ വിദ്വാനെന്ന് പ്രസിദ്ധി നേടിയിരുന്ന അഖണ്ഡ പാണ്ഡിത്യ ഭണ്ഡാഗാരമായ രൈരുനായരുടെ അരുണചരണകമലം തലോടിയും കൊണ്ട് അദ്ദേഹം കോളേജ് പൂട്ടിയാൽ രാജ്യത്ത് വരുമ്പോൾ തർക്കവിദ്യയെ അഭിമുഖീകരിച്ചു." ഒരിക്കൽ പ്രശസ്ത നിയമജ്ഞനും സാഹിത്യ രസികനുമായിരുന്ന കെ ടി ചന്തുനമ്പ്യാർ എം കെ ഗുരുക്കളോട് ചോദിച്ചു. "ഗുരുക്കൾ ഒരു വ്യാകരണ ഗ്രന്ഥം എഴുതിയില്ലല്ലോ?" "എഴുതീട്ടുണ്ടല്ലോ. കണ്ടിട്ടില്ലേ?" എന്നായിരുന്നു ഗുരുക്കളുടെ മറുപടി. കണ്ടിട്ടില്ലെന്ന് ചന്തുനമ്പ്യാർ പറഞ്ഞപ്പോൾ ചിരിച്ചുകൊണ്ട് ഗുരുക്കൾ പറഞ്ഞു. "വാഗ്ഭടാനന്ദനെന്ന ഗ്രന്ഥമാണ്."

അഴീക്കോട് സ്വദേശിയായ വായത്ത സ്വാമികളും കുഞ്ഞിക്കണ്ണനെ സ്വാധീനിക്കുന്നുണ്ട്. അപാരമായ പാണ്ഡിത്യത്തിന്റെ ഉടമയായ പൊന്മഠത്തിൽ കൃഷ്ണസ്വാമിയാണ് വിശാഖാനന്ദൻ എന്നും അറിയപ്പെട്ട വായത്ത സ്വാമികൾ. ബ്രഹ്മസമാജവും ആര്യസമാജവും കേരളക്കരയിൽ പ്രവർത്തനം ആരംഭിക്കുന്നതിന് എത്രയോ മുമ്പുതന്നെ സ്വാമികൾ അന്ധവിശ്വാസങ്ങൾക്കും അനാചാരങ്ങൾക്കും എതിരായ സമരം ആരംഭിച്ചിരുന്നു. സാമൂഹികാനീതികളും പാവങ്ങൾ അനുഭവിക്കുന്ന അവശതകളും അദ്ദേഹം സഹിച്ചില്ല. 1893 ൽ വടക്കെ മലബാറിലെ ചെത്തുകാർ ഏകോപിച്ച് അബ്കാരി ആക്ടിനെതിരെ നടത്തിയ സമരത്തിന്റെ നേതൃത്വം അദ്ദേഹം ഏറ്റെടുത്തു. കേരളപത്രികയ്ക്ക് അദ്ദേഹം അയച്ച പ്രസ്താവന ശ്രദ്ധേയമായിരുന്നു.

"കഷ്ടം നിഷ്ഠുരസ്സമ്രാട്ടുകാർ വലയതിൽ
പെട്ടിങ്ങനെ ചെത്തുകാർ
കഷ്ടപ്പെട്ടുഴലേണ്ടതെത്രയിനിയും
കേട്ടീലയോ പത്രികേ."

വിഗ്രഹാരാധനയ്ക്കും ജാതിസമ്പ്രദായത്തിനുമെതിരെ പ്രവർത്തിച്ച അദ്ദേഹം 1895 ൽ *ഭാഷാഹൃദയം* എന്ന പ്രൗഢ ഗംഭീരമായ ഗ്രന്ഥം പ്രസിദ്ധീകരിച്ചു.

പതിമൂന്നാമത്തെ വയസ്സിൽ കുഞ്ഞിക്കണ്ണൻ ഗുരുക്കളായി. വൈദ്യവൃത്തിയുള്ള അച്ഛൻ കോരൻ ഗുരുക്കൾ പാനൂരിലെ സംസ്കൃത പാഠശാലയുടെ ഉത്തരവാദിത്വം മകനെ ഏല്പിച്ചു. അതോടെ കുഞ്ഞിക്കണ്ണനെ ചെറിയ ഗുരുക്കൾ എന്നും കോരൻ ഗുരുക്കളെ വലിയ ഗുരുക്കളെന്നും നാട്ടുകാർ വിളിച്ചു തുടങ്ങി. ചെറിയ ഗുരുക്കൾ പിന്നീട് വി കെ ഗുരുക്കൾ എന്നറിയപ്പെട്ടു. തർക്ക ശാസ്ത്രത്തിലും വ്യാകരണശാസ്ത്രത്തിലും കൂടുതൽ പരിജ്ഞാനം സമ്പാദിക്കുവാൻ വി കെ ഗുരുക്കൾ പരിശ്രമിച്ചു. കോട്ടയം കോവിലകത്ത് ഭർത്തൃഹരിയുടെ *വാക്യപദീയ*മെന്ന വ്യാകരണ ഗ്രന്ഥമുണ്ടെന്ന് കേട്ട വി കെ ഗുരുക്കൾ കോവിലകവുമായി പരിചയമുള്ള ദാരു ഗുരുക്കളെയും കൂട്ടി കോവിലകത്തെത്തി. മഹാപണ്ഡിതന്മാരുടെയും മഹാകവികളുടെയും ജന്മസ്ഥലമായിരുന്നു കോട്ടയം കോവിലകം.

ബ്രിട്ടീഷുകാർക്കെതിരെ നിരന്തരം പോരാടുമ്പോഴും ആട്ടക്കഥകൾ എഴുതി കൈരളിയെ സേവിച്ച പഴശ്ശി തമ്പുരാന്റെ ജന്മസ്ഥലം.വിശാല ഹൃദയനും വിദ്വാന്മാരെ പ്രോത്സാഹിപ്പിക്കുന്നയാളുമായ രാമവർമ്മയായിരുന്നു അന്ന് കോവിലകത്ത് തമ്പുരാൻ. ദാരുഗുരുക്കൾക്കും വി കെ ഗുരുക്കൾക്കും രാമവർമ്മത്തമ്പുരാനെ കാണാൻ അനുമതി ലഭിച്ചു. സന്ദർശ കാലയത്തിൽ രണ്ടുപേർക്കും ഇരിക്കാൻ പുല്പായ കൊടുത്തു. നൈഷധീയ കാവ്യത്തിലെ ഒന്നാമത്തെ ശ്ലോകം വ്യാഖ്യാനിക്കുവാൻ തമ്പുരാൻ കുഞ്ഞിക്കണ്ണനോട് ആവശ്യപ്പെട്ടു. വിവിധ രീതിയിൽ ശ്ലോകം വ്യാഖ്യാനിച്ച പതിനാലുകാരനായ കുഞ്ഞിക്കണ്ണൻ തമ്പുരാനെ അത്ഭുതപ്പെടുത്തി. കോവിലകത്തുള്ള എല്ലാ ഗ്രന്ഥങ്ങളും നോക്കാൻ തമ്പുരാൻ കുഞ്ഞിക്കണ്ണന് അനുവാദം നല്കി. ഒടുവിൽ അതുവരെ ആരും പൂരിപ്പിക്കാത്തതും നിരവധി പണ്ഡിതന്മാരെ കുഴക്കിയതുമായ ഒരു സമസ്യ പൂരിപ്പിക്കാനായി കുഞ്ഞിക്കണ്ണന് നല്കി.

"ക്ഷീരാംഭോധിയിലാന മുട്ടയിൽ മുയൽ
കുട്ടിക്ക് കൊമ്പായിരം"

എന്ന് അവസാനിക്കുന്ന സമസ്യ പ്രത്യക്ഷത്തിൽ പരസ്പരം അന്വയമില്ലാത്ത പദങ്ങളുടെ സമാഹാരമാണ്. ഒന്ന് രണ്ട് തവണ സമസ്യ വായിച്ച കുഞ്ഞിക്കണ്ണൻ ഇങ്ങനെ പൂരിപ്പിച്ചു.

"ശ്രീനാരായണനെങ്ങു ശുണ്ഠി കലരും
വൻജീവിയേതേതിലോ
കോഴിക്കുഞ്ഞു വസിച്ചിടുന്നു ശശമെ-
ന്താർക്കോ ബലം രോദനം
ശൃംഗത്തിൽ മലയാളമെന്തുതലയ
ശ്ശേഷന് കേളെത്രയാം
ക്ഷീരാംഭോധിയിലാന മുട്ടയിൽ മുയൽ
കുട്ടിക്ക് കൊമ്പായിരം

കുഞ്ഞിക്കണ്ണന്റെ സമസ്യാപൂരണം തമ്പുരാനെ ആശ്ചര്യപരതന്ത്രനും സന്തോഷഭരിതനുമാക്കി. *വാക്യപദീയ*മടക്കം ഒട്ടേറെ ഗ്രന്ഥങ്ങളും മറ്റ് സമ്മാനങ്ങളും കുഞ്ഞിക്കണ്ണന് നല്കി.

ആദ്ധ്യാത്മിക വിഷയങ്ങളിൽ തല്പരനായ കുഞ്ഞിക്കണ്ണൻ തന്റെ യുക്തിക്ക് നിരക്കുന്ന തത്ത്വമായി അദ്വൈതത്തെ കണ്ടെത്തി. അദ്ധ്യാപനത്തിനിടയിൽ തന്നെ വി കെ ഗുരുക്കൾ അന്ധവിശ്വാസങ്ങളെയും അനാചാരങ്ങളെയും നിശിതമായി വിമർശിച്ചുകൊണ്ടിരുന്നു; പതിനാറാമത്തെ വയസ്സു മുതൽ ഗുരുക്കൾ മറ്റൊരു വിജ്ഞാനസരണിയിൽ പ്രവേശിച്ചു. ആർജ്ജിച്ച ശാസ്ത്രജ്ഞാനം നിഷ്കൃഷ്ടമാണോയെന്ന് പരീക്ഷിക്കാൻ ഗുരുക്കൾ വടക്കെ മലബാറിലെ പ്രസിദ്ധരായ വിദ്വാന്മാരെയും ഗുരുക്കന്മാരെയും സമീപിച്ച് ചർച്ചകളിലും വാദപ്രതിവാദങ്ങളിലും ഏർപ്പെട്ടു. ജനനംകൊണ്ട് തമിഴ് ബ്രാഹ്മണനെങ്കിലും ജീവിതംകൊണ്ട് മലയാളിയായിരുന്നു സംസ്കൃതപണ്ഡിതനായ ഗണപതി ശാസ്ത്രികൾ. തിരുവന

ന്തപുരം സംസ്കൃത മഹാപാഠശാലയിൽ പ്രധാന അദ്ധ്യാപകനായിരുന്നു. അദ്ദേഹം പ്രാചീന ഗ്രന്ഥങ്ങൾ പരിശോധിച്ച് പ്രസിദ്ധീകരിക്കാൻ തിരുവിതാംകൂർ ഗവൺമെന്റ് ആരംഭിച്ച ഡിപ്പാർട്ട്മെന്റിന്റെ തലവനായും പ്രവർത്തിച്ചു. ഭാസനാടകങ്ങൾ കണ്ടെടുത്ത് ഗംഭീരമായ അവതാരികയോടെ പ്രകാശനംചെയ്ത ഗണപതി ശാസ്ത്രികൾ ഭാരതത്തിൽ മാത്രമല്ല യൂറോപ്പിലും പ്രശസ്തനായിരുന്നു. ശാസ്ത്രികളെ കണ്ട് സംസാരിക്കുക എന്നത് വി കെ ഗുരുക്കളുടെ വലിയ ആഗ്രഹമായിരുന്നു. യാത്രാസൗകര്യങ്ങൾ വളരെ കുറവായ അക്കാലത്ത് ഏറെ യാത്രാക്ലേശം സഹിച്ച് ഗുരുക്കൾ തിരുവനന്തപുരത്തെത്തി ഗണപതി ശാസ്ത്രികളെ പാഠശാലയിൽ ചെന്നു കണ്ടു. മണിക്കൂറുകൾ നീണ്ട സംഭാഷണത്തിനും ചർച്ചയ്ക്കും ശേഷം കൈകൂപ്പി പുറത്തിറങ്ങിയ ഗുരുക്കളോട് ശാസ്ത്രികൾ ചോദിച്ചു. “വയസ്സെത്രയായി?” “ഇരുപത്തൊന്ന്” എന്ന് ഗുരുക്കൾ മറുപടി പറഞ്ഞു. “അഗാധമായ പാണ്ഡിത്യം! ദൈവം അനുഗ്രഹിക്കട്ടെ.” ശാസ്ത്രികൾ അനുഗ്രഹിച്ചു. മടക്കയാത്രയിൽ മഹാവൈദ്യനായിരുന്ന ആലപ്പുഴ തയ്യിൽ കൃഷ്ണൻ വൈദ്യരെ സന്ദർശിക്കുന്നുണ്ട് ഗുരുക്കൾ. കേരളത്തിൽ മാത്രമല്ല വടക്കെ ഇന്ത്യയിലും പ്രസിദ്ധനായിരുന്നു വൈദ്യർ. സംസ്കൃത ഭാഷയിലെ വൈദ്യകോശഗ്രന്ഥമായ *രാജനിഘണ്ടു* അദ്ദേഹം പ്രസിദ്ധീകരിച്ചു. പതിനാലു കൊല്ലത്തെ പ്രയത്നത്തിന്റെ ഫലമായിരുന്നു ആ ഗ്രന്ഥം. കൃഷ്ണൻ വൈദ്യർ ഗുരുക്കളെ നിർബ്ബന്ധിച്ച് മൂന്ന് ദിവസം സ്വഭവനത്തിൽ താമസിപ്പിച്ചു.

വാദപ്രതിവാദങ്ങൾക്കായുള്ള മകന്റെ യാത്രകൾ കോരൻഗുരുക്കളെ അസ്വസ്ഥനാക്കിയിരുന്നു. അസൂയാലുക്കളായ പണ്ഡിതന്മാരും ദ്രോഹികളായ യാഥാസ്ഥിതികരും ഏറെയുണ്ടെന്ന് കോരൻ ഗുരുക്കൾക്ക് അറിയാമായിരുന്നു. വിദ്വാന്മാരുമായി വാദപ്രതിവാദത്തിൽ ഏർപ്പെട്ടാൽ മണിക്കൂറുകളും ദിവസങ്ങളും കഴിഞ്ഞുപോകുന്നത് കുഞ്ഞിക്കണ്ണനറിയില്ല. ഒടുവിൽ കോരൻ ഗുരുക്കൾ ഒരു ഉപായം കണ്ടെത്തി. മകനെ വിവാഹിതനാക്കുക. പലരെക്കൊണ്ടും പറയിപ്പിച്ചെങ്കിലും ജ്ഞാനതൃഷ്ണ നിമിത്തം മറ്റു കാര്യങ്ങളിൽ അശ്രദ്ധനായ കുഞ്ഞിക്കണ്ണൻ സമ്മതം നല്കിയില്ല. ഒടുവിൽ പിതാവിന്റെ നിർബ്ബന്ധത്തിന് വഴങ്ങി പാനൂരിനടുത്തുള്ള അക്കാനശ്ശേരിയിലെ ശ്രീദേവിക്കുട്ടിയെന്ന ബാലികയെ 22-ാമത്തെ വയസ്സിൽ വി കെ ഗുരുക്കൾ വിവാഹം ചെയ്തു. വിവാഹ ജീവിതം സൗഖ്യമോ സമാധാനമോ നല്കിയില്ല. അദ്ദേഹം സ്വദേശം വിട്ടു.

വി കെ ഗുരുക്കൾ വാഗ്ഭടാനന്ദനാകുന്നു

വി കെ ഗുരുക്കൾ തന്റെ *തർക്കസംഗ്രഹം* എന്ന ഗ്രന്ഥവുമായി 1905 ൽ കോഴിക്കോട്ടെത്തി. അവിടെ ഒരു സ്നേഹിതനെ കിട്ടി. വി സാമിക്കുട്ടിയെ. അന്ന് കോഴിക്കോട് സാമൂഹികവും രാഷ്ട്രീയവും മതപരവുമായ നവപ്രബുദ്ധതയുടെ മഴച്ചാറ്റൽകൊണ്ട് മണ്ണ് കുളിർത്ത് കിടക്കുകയായിരുന്നു. കേരളത്തിലെ മതപരിഷ്കരണ ചരിത്രത്തിൽ ആദ്യമായി ഓർക്കേണ്ട ഡോ. അയ്യത്താൻ ഗോപാലൻ ബ്രഹ്മസമാജത്തിന്റെ ഒരു ശാഖ കോഴിക്കോട് സ്ഥാപിച്ച് പ്രവർത്തനം ആരംഭിച്ചിരുന്നു. ആനി ബസന്റിന്റെ ബ്രഹ്മവിദ്യാസംഘവും ആര്യസമാജവും ശ്രീരാമകൃഷ്ണ മിഷനുമെല്ലാം ഇതിന് പിറകെയെത്തി. ഉല്ക്കടമായ ഈ ചിന്താ വിപ്ലവങ്ങളുടെ പശ്ചാത്തലത്തിൽ വി കെ ഗുരുക്കൾ കോഴിക്കോട് എത്തിയപ്പോൾ അദ്ദേഹത്തെ ആദ്യമായി വശീകരിച്ചത് ഡോ. അയ്യത്താൻ ഗോപാലനായിരുന്നു. അനേകദൈവവിശ്വാസം, ബഹുദൈവോപാസന തുടങ്ങിയവയെ യുക്തിയുക്തം ഖണ്ഡിച്ച് ഏകേശ്വര വിശ്വാസത്തെയും ബ്രഹ്മോപാസനയെയും സമർത്ഥിക്കുകയും പ്രചരിപ്പിക്കുകയും ചെയ്യുന്നതിന് വേദശാസ്ത്രങ്ങളിൽ അഗാധപാണ്ഡിത്യവും വാഗ്മിത്വവും ആത്മധീരതയുമുള്ള ഒരാളെ ബ്രഹ്മസമാജം അന്വേഷിക്കുകയായിരുന്നു. അതിന് സർവ്വഥാ അർഹനായ ഒരു വ്യക്തിയെ അവർക്ക് കിട്ടി, വി കെ ഗുരുക്കളെ. ഗുരുക്കൾ നിയമപ്രകാരം ബ്രഹ്മസമാജത്തിൽ അംഗമായിരുന്നില്ല. എങ്കിലും ബ്രഹ്മസമാജത്തിന്റെ പ്രവർത്തനങ്ങളെ സഹായിക്കാമെന്ന് വാക്ക് കൊടുത്തു. ബ്രഹ്മസമാജത്തിലെ പ്രമുഖ അംഗങ്ങളായിരുന്ന മദിരാശി സർവ്വേ ഡയറക്ടറും കണ്ണൂർ സ്വദേശിയുമായ എം രാമൻ, ഫിഷറീസ് ഡയറക്ടറും കോഴിക്കോട് സ്വദേശിയുമായ വി വി ഗോവിന്ദൻ എന്നിവർ ഗുരുക്കളുടെ സംസ്കൃത ഭാഷാപോഷണത്തെയും ആദ്ധ്യാത്മിക പ്രവർത്തനങ്ങളെയും സന്തോഷപൂർവ്വം സഹായിച്ചു.

ഹിന്ദുമതത്തിലെ ദുരാചാരങ്ങളുടെ ദൂരീകരണത്തിനായി ഉഗ്രവ്രതമെടുത്ത് കഴിഞ്ഞിരുന്ന ബ്രഹ്മാനന്ദസ്വാമികൾ 1905 ൽ *മോക്ഷപ്രദീപം* എന്ന ഗ്രന്ഥം പ്രസിദ്ധീകരിച്ചു. സവർണ്ണാധിപത്യത്തിലുള്ള ഹിന്ദുസമുദായത്തിന് നേരെ സവർണ്ണരിൽനിന്നും തന്നെ എറിയപ്പെട്ട ആദ്യത്തെ സ്ഫോടകായുധമായിരുന്നു ആ ഗ്രന്ഥമെന്ന് സുകുമാർ അഴിക്കോട് പറയുന്നുണ്ട്. ആ ഗ്രന്ഥം അന്ന് ചിന്താശീലർക്കിടയിൽ ഉയർത്തിയ കൊടുങ്കാറ്റിന്റെ ക്ഷോഭം വളരെക്കാലം നിലനിന്നു. ചട്ടമ്പിസ്വാമികൾ തൊട്ട് അനേകം പേർ *മോക്ഷപ്രദീപ*ത്തിന് ഖണ്ഡനങ്ങൾ എഴുതി. വി കെ ഗുരുക്കളെ ആ ഗ്രന്ഥം ഏറെ ആകർഷിക്കുകയും സ്വാധീനിക്കുകയും ചെയ്തു. ബ്രഹ്മസമാജത്തിന്റെ വേദികളിൽ സജീവ സാന്നിദ്ധ്യമായി മാറിയ ഗുരുക്കൾക്ക് ആരാധകരുടെ നിർബ്ബന്ധത്തിന് വഴങ്ങി കോഴിക്കോട് തന്നെ തങ്ങേണ്ടിവന്നു. സംസ്കൃത ഭാഷാപോഷണത്തിനും പ്രചാരണത്തിനുമായി 1906 ൽ കോഴിക്കോട് കാരപ്പറമ്പിൽ 'തത്ത്വപ്രകാശിക' എന്ന സംസ്കൃത വിദ്യാലയം ആരംഭിച്ചു. ഉത്തര കേരളത്തിന്റെ മാത്രമല്ല തിരുകൊച്ചി പ്രദേശങ്ങളുടെയും സംസ്കൃത വിദ്യാകേന്ദ്രമായി തത്ത്വപ്രകാശിക വളർന്നു. പാവറട്ടിയിൽ നിന്ന് ഉപരിപഠനത്തിന് കാരപ്പറമ്പിലെത്തിയ പി ടി കുര്യാക്കോസ് മാസ്റ്റർക്ക് പില്ക്കാലത്ത് പാവറട്ടിയിൽ ഒരു സംസ്കൃതവിദ്യാപീഠം ആരംഭിക്കാനുള്ള പ്രചോദനം ലഭിച്ചത് വി കെ ഗുരുക്കളിൽ നിന്നാണ്.

തത്ത്വപ്രകാശികയിൽ വിദ്യ അർത്ഥിക്കുന്നവനോട് വിവേചനം ഉണ്ടായിരുന്നില്ല. ഉള്ളവനും ഇല്ലാത്തവനും പഠനത്തിന് അവസരം നല്കി. ഇല്ലാത്തവന് സൗജന്യമായിരുന്നു വിദ്യാഭ്യാസം. അവശസമുദായ വിദ്യാർത്ഥികൾക്ക് പുസ്തകം മാത്രമല്ല, ഭക്ഷണവും താമസവും സൗജന്യമായി നല്കി. വൈദ്യം, ജ്യോതിഷം, വാസ്തുശില്പം, തർക്കം, വ്യാകരണം വേദാന്തം, സാഹിത്യം എന്നിവയൊക്കെ ഇവിടെ പഠന വിഷയങ്ങളായിരുന്നു. മദ്ധ്യതിരുവിതാംകൂറിലെ തോട്ടപ്പള്ളി, പല്ലന എന്നിവിടങ്ങളിൽ നിന്നുപോലും വിദ്യാലയത്തെക്കുറിച്ച് കേട്ടറിഞ്ഞ് വിദ്യാർത്ഥികൾ തത്ത്വപ്രകാശികയിലെത്തി. ഗുരുക്കളോട് അതിരറ്റ സ്നേഹബഹുമാനങ്ങൾ ഉണ്ടായിരുന്ന സ്വാതന്ത്ര്യസമരസേനാനികളായ മുഹമ്മദ് അബ്ദുറഹിമാൻ സാഹിബ്ബും ഇ മൊയ്തു മൗലവിയും വെളുപ്പിന് പലപ്പോഴും കാൽനടയായി തത്ത്വപ്രകാശികയിൽ എത്തുകയും മണിക്കൂറുകളോളം ഗുരുക്കളോട് ആശയവിനിയമം നടത്തുകയും ചെയ്തിരുന്നു. വാദപ്രതിവാദം അക്കാലത്ത് പണ്ഡിതന്മാരുടെ മുഖമുദ്രയായിരുന്നു. ശങ്കരാചാര്യർ സർവ്വജ്ഞപീഠം കയറിയതും ഒരു വാദപ്രതിവാദത്തിലൂടെയായിരുന്നുവല്ലോ. അനുയായികളുടെ നിർബ്ബന്ധത്തിന് വഴങ്ങി ഗുരുക്കൾക്ക് പലപ്പോഴും വാദപ്രതിവാദത്തിനും, പാണ്ഡിത്യ പ്രകടനങ്ങൾക്കും, പ്രസംഗങ്ങൾക്കും തയ്യാറാകേണ്ടി വന്നിട്ടുണ്ട്. ഇത്തരം പ്രസംഗങ്ങളിലൂടെ, തർക്കങ്ങളിലൂടെ, പാണ്ഡിത്യ പ്രകടനങ്ങളിലൂടെയാണ് ഗുരുക്കൾ പ്രശസ്തനാകുന്നത്. എന്നാൽ വാദപ്രതിവാദങ്ങളിൽ മാത്രം ഒതുങ്ങുന്ന

തായിരുന്നില്ല ഗുരുക്കളുടെ പാണ്ഡിത്യം. തന്റെ കാലഘട്ടത്തിലെ സാമൂഹിക പ്രശ്നങ്ങളെ യുക്തിചിന്തയുടെ വെളിച്ചത്തിൽ അദ്ദേഹം സമീപിച്ചു.

1910 ഡിസംബർ 31 ന് കോഴിക്കോട് ടൗൺഹാളിലാണ് ഗുരുക്കൾ ആദ്യമായി ബ്രഹ്മാനന്ദ സ്വാമിയുടെ പ്രസംഗം കേൾക്കുന്നത്. ഗുരുക്കൾ ബ്രഹ്മാനന്ദസ്വാമി ശിവയോഗിയുമായി അടുത്തു. ശിവയോഗിയുടെ ആലത്തൂരുള്ള ആശ്രമത്തിലെത്തി നേരിൽക്കണ്ട് സംസാരിച്ചു. ആ സന്ദർശനം ഒരു ഗുരുശിഷ്യബന്ധത്തിന് തുടക്കം കുറിച്ചു. ബ്രഹ്മാനന്ദ സ്വാമിയുടെ *മോക്ഷപ്രദീപ*ത്തിൽ സമർത്ഥിക്കുന്ന സിദ്ധാന്തങ്ങളെ പ്രശംസിച്ചുകൊണ്ട് വി കെ ഗുരുക്കൾ ഒരു യോഗത്തിൽ സംസാരിച്ചുകൊണ്ടിരിക്കെ യാഥാസ്ഥിതികർ ചില ചോദ്യങ്ങൾ ചോദിച്ച് *മോക്ഷപ്രദീപ*ത്തെയും ബ്രഹ്മാനന്ദ സ്വാമികളെയും തരംതാഴ്ത്താൻ ശ്രമിച്ചു. ചോദ്യങ്ങളെ സമർത്ഥമായി നേരിട്ട ഗുരുക്കൾ ബ്രഹ്മാനന്ദ സ്വാമിക്കു വേണ്ടി വാദിച്ചു. എതിർഭാഗത്തെ തർക്കിച്ച് മുട്ടുകുത്തിക്കാൻ ഗുരുക്കൾ കാണിച്ച പ്രത്യുല്പന്നമതിത്വം കേട്ടറിഞ്ഞ ബ്രഹ്മാനന്ദ സ്വാമി ശിവയോഗി അസാമാന്യ വാക്പാടവത്തെ പുകഴ്ത്തി. വാഗ്ഭടാനന്ദൻ എന്ന പേർ വിളിച്ചു.

"സരസ്വതീ സദ്ഭടനായി വാക്കിനാൽ
സദസ്സിലാനന്ദ മതീവ നല്കയാൽ
സു'വാഗ്ഭടാനന്ദ' വിശേഷ സംജ്ഞയെ
സുഖേന കൈക്കൊൾക ജയിക്ക മംഗളം."

എന്ന് അനുഗ്രഹിച്ചു. വാഗ്ഭടാനന്ദനെന്ന പേരിൽ പേരും പെരുമയും നേടിയ വി കെ ഗുരുക്കൾ ബ്രഹ്മാനന്ദ സ്വാമിയുമായി സുദൃഢബന്ധമാണ് പുലർത്തിയിരുന്നത്. ബ്രഹ്മാനന്ദ സ്വാമി ശിവയോഗിയെ മുൻനിർത്തി രാജയോഗസിദ്ധാന്തത്തെപ്പറ്റി വിപുലമായ ആശയ പ്രചാരണം നടത്താൻ വാഗ്ഭടാനന്ദൻ തയ്യാറായി. 1911 ൽ കോഴിക്കോട് കല്ലായിയിൽ 'രാജയോഗാനന്ദ കൗമുദിയോഗശാല' എന്ന പേരിൽ ഒരു സ്ഥാപനം വാഗ്ഭടാനന്ദന്റെ നേതൃത്വത്തിൽ ആരംഭിച്ചു. ഇവിടം കേന്ദ്രീകരിച്ച് വാഗ്ഭടാനന്ദൻ ചെയ്ത പ്രസംഗങ്ങൾ ആദ്ധ്യാത്മിക മേഖലയിൽ ഏറെ ചലനം സൃഷ്ടിച്ചു. നടക്കാവിൽ സ്ഥാപിച്ച മറ്റൊരു യോഗശാലയിൽ നടത്തിയ മൂന്ന് മാസം നീണ്ടു നിന്ന ഗീതായജ്ഞത്തിലൂടെ കേരളത്തിലെ ആദ്ധ്യാത്മിക പ്രഭാഷണരംഗത്ത് വാഗ്ഭടാനന്ദൻ നിറഞ്ഞു നിന്നു.

ശിവയോഗിയുമായുള്ള ബന്ധത്തെ തുടർന്ന് 1914 ൽ *ശിവയോഗിവിലാസം* മാസിക ആരംഭിച്ച വാഗ്ഭടാനന്ദൻ മാസികയുടെ കാര്യങ്ങൾക്കായി 1914 മാർച്ച്, ഏപ്രിൽ മാസങ്ങളിൽ മംഗലാപുരം മുതൽ മദിരാശി വരെ ഒരു പ്രസംഗപര്യടനം നടത്തി. മദിരാശിയിൽ അന്നത്തെ ഹൈക്കോടതി ജഡ്ജ് സർ. സി ശങ്കരൻ നായരുമായി ചർച്ച നടത്തി. വാഗ്ഭടൻ എന്ന പ്രശസ്തി ലഭിച്ചതോടെ അതുവരെ ഉത്തരകേരളം കേന്ദ്രമായി നടന്ന പ്രബോധനപരിപാടി കേരളം മുഴുവൻ വ്യാപിപ്പിക്കാൻ തിരുവിതാംകൂറിലും കൊച്ചിയിലും പ്രസംഗപര്യടനം നടത്തി 1914 ൽ. യാത്രയുടെ പ്രധാന ലക്ഷ്യം ശ്രീനാരായണഗുരുവായിരുന്നു. മലബാറിലെ ക്ഷേത്ര പ്രതിഷ്ഠാ

സംരംഭങ്ങളും ഗുരുദേവന്റെ സമുദായോദ്ധാരണ പരിശ്രമങ്ങളുമായിരുന്നു ശ്രീനാരായണ ഗുരുവിനെ കാണണമെന്നുള്ള ആഗ്രഹത്തിന് പിന്നിൽ. 1914 മെയ് 14 ന് ആയിരുന്നു വാഗ്ഭടാനന്ദനും നാരായണഗുരുവുമായുള്ള കൂടിക്കാഴ്ച. വാഗ്ഭടാനന്ദന്റെ വാഗ്മിത്വത്തെക്കുറിച്ച് കേട്ടറിഞ്ഞ നാരായണഗുരു വാക്ഭടാനന്ദനോട് ഒരു പ്രസംഗം ചെയ്യാൻ ആവശ്യപ്പെട്ടു. "അവിടുന്ന് അദ്ധ്യക്ഷനായിരിക്കാമെങ്കിൽ ഞാൻ പ്രസംഗിക്കാം." എന്ന് വാഗ്ഭടാനന്ദൻ പറഞ്ഞു "നമുക്കത് ശീലമില്ലല്ലോ. എന്നാലും ഗുരുക്കളുടെ പ്രസംഗമല്ലേ. ആകാം" എന്ന് പറഞ്ഞ ശ്രീനാരായണഗുരു അദ്ധ്യക്ഷനായി. ശ്രീനാരായണഗുരുവിന്റെ അദ്ധ്യക്ഷതയിൽ ചേർന്ന മഹായോഗത്തിൽ അദ്വൈതത്തെയും രാജയോഗത്തെയും സ്ഥാപിച്ചും ജാതിയെയും വിഗ്രഹാരാധനയെയും നിഷേധിച്ചും വാഗ്ഭടാനന്ദൻ സുദീർഘമായി സംസാരിച്ചു. പ്രസംഗം അവസാനിച്ചപ്പോൾ ഗുരുദേവൻ പറഞ്ഞു. "കുഞ്ഞിക്കണ്ണൻ (വാഗ്ഭടാനന്ദൻ) പറഞ്ഞത് ശരിയാണ്." വലിയ കോലാഹലമായി. വാഗ്ഭടാനന്ദന്റെ പ്രസംഗത്തെ ഖണ്ഡിച്ചുകൊണ്ടും ക്ഷേത്രമാഹാത്മ്യത്തേയും ക്ഷേത്രാരാധനയേയും സാധൂകരിച്ചുകൊണ്ടും സ്വാമി ശിവപ്രസാദൻ ശക്തിയുക്തം സംസാരിച്ചു. പ്രസംഗം കഴിഞ്ഞപ്പോൾ ഗുരുദേവൻ പറഞ്ഞു. "ശിവപ്രസാദൻ പറഞ്ഞത് ശരിയാണ്?" സദസ്സിന് സംശയം. എങ്ങനെ രണ്ടും ശരിയാകും? ഗുരുദേവൻ വിശദീകരിച്ചു. "വിജ്ഞന്മാർക്ക് കുഞ്ഞിക്കണ്ണൻ പറഞ്ഞത് ശരി. അജ്ഞന്മാർക്ക് ശിവപ്രസാദൻ പറഞ്ഞത് ശരി." നാരായണഗുരു തന്റെ നർമ്മബോധത്തോട് കൂടിയ യുക്തിചിന്തയിൽ സദസ്സിനെ സമാധാനിപ്പിച്ചു. നാരായണഗുരു സ്വാമികളുടെ ശിഷ്യനായിരുന്ന സാധു ശിവപ്രസാദ സ്വാമികൾ പിന്നീട് കൊല്ക്കത്തയിൽപോയി ബ്രഹ്മസമാജത്തിൽ അംഗമായി. വാഗ്ഭടാനന്ദനൊപ്പം കേരളത്തിൽ പ്രസംഗപര്യടനം നടത്തി, വാഗ്ഭടാനന്ദന്റെ പ്രസംഗം കേട്ട് ശ്രീനാരായണഗുരു അഭിപ്രായപ്പെട്ടത് ഇങ്ങനെയാണ്. "വാഗ്ഭടാനന്ദൻ അങ്ങ് നിന്ന് എല്ലാം പഠിച്ചശേഷം അവ ഓർമ്മിക്കാൻ വേണ്ടി ഇങ്ങോട്ടു വന്ന ആളാണ്."

വാഗ്ഭടാനന്ദനും ശ്രീനാരായണഗുരുവും തമ്മിൽ നടന്ന സുദീർഘമായ സംഭാഷണം മുഴുവൻ *ശിവയോഗി വിലാസം* മാസികയിൽ പ്രസിദ്ധീകരിച്ചിരുന്നു. വാഗ്ഭടാനന്ദൻ ശ്രീനാരായണഗുരുവിനോട് ചോദിച്ചു "സ്വാമി അദ്വൈതിയാണല്ലോ. അതുകൊണ്ടാണ് അങ്ങയെ സന്ദർശിക്കണമെന്ന് കുറച്ചു കാലമായി ആഗ്രഹിക്കുന്നത്. അതിനുള്ള ഭാഗ്യം ഇപ്പോഴാണ് ഉണ്ടായത്."

ശ്രീനാരായണഗുരു: അതെ. നാം അദ്വൈതി തന്നെ. ഗുരുക്കളും അദ്വൈതിയല്ലേ. അപ്പോൾ നാം ഒന്നാണ്.

വാഗ്ഭടാനന്ദൻ: അങ്ങ് ക്ഷേത്രങ്ങൾ സ്ഥാപിക്കുകയും പ്രതിഷ്ഠ നടത്തുകയും ചെയ്യുന്നുണ്ടല്ലോ. അദ്വൈതവും അതും തമ്മിൽ എങ്ങനെ പൊരുത്തപ്പെടും?

ശ്രീനാരായണഗുരു: ജനങ്ങൾ സ്വൈരം തരണ്ടേ. അവർക്ക് ക്ഷേത്രം

വേണം. പിന്നെ കുറച്ച് ശുചിത്വമെങ്കിലുമുണ്ടാകുമല്ലോ എന്ന് നാമും വിചാരിച്ചു.

വാഗ്ഭടാനന്ദൻ: അങ്ങ് ഒരു ആചാര്യനാണ്. അങ്ങയുടെ സിദ്ധാന്തത്തിന് ജനങ്ങളെ വഴക്കി എടുക്കേണ്ടതല്ലേ.

ശ്രീനാരായണഗുരു: നാം ആദ്യകാലത്ത് അവരെ വിളിച്ചു. വിളികേട്ട് ആരും വന്നില്ല.

വാഗ്ഭടാനന്ദൻ: അദ്വൈത തത്ത്വവും യോഗസിദ്ധാന്തവും ക്ഷേത്ര വിശ്വാസവും തമ്മിലൊരു ബന്ധവുമില്ലാത്തതുകൊണ്ട് ഞങ്ങൾ വിഗ്രഹാരാധനയെ ശക്തിപൂർവ്വം എതിർക്കുന്നവരാണ്.

ശ്രീനാരായണഗുരു: നല്ലതാണല്ലോ. നാമും നിങ്ങളുടെ പക്ഷത്താണ്.

വാഗ്ഭടാനന്ദൻ ക്ഷേത്ര വിശ്വാസത്തെക്കുറിച്ച് ചോദിച്ച ചോദ്യങ്ങൾ നാരായണഗുരുവിന് കൂടുതൽ ആലോചിക്കാൻ പ്രേരണയായിട്ടുണ്ടാവും. 1917 ലാണല്ലോ ക്ഷേത്ര നിർമ്മാണം ഇനി അരുത് എന്ന് ശ്രീനാരായണ ഗുരു പറയുന്നത്.

സ്വന്തമായി ഒരു ക്ഷേത്രം നിർമ്മിക്കണമെന്നുള്ളത് കോഴിക്കോട്ടെ തീയരുടെ ചിരകാല അഭിലാഷമായിരുന്നു. സവർണ്ണക്ഷേത്രങ്ങളിൽനിന്നും അവർ അനുഭവിച്ചുകൊണ്ടിരുന്ന ദുരിതങ്ങളും അപമാനങ്ങളും പറഞ്ഞറിയിക്കാൻ കഴിയുമായിരുന്നില്ല. കോഴിക്കോട്ടു പ്രശസ്തനായ കല്ലിങ്ങൽ മഠത്തിൽ രാരിച്ചൻ മൂപ്പന്റെ നേതൃത്വത്തിൽ ഒരു ക്ഷേത്ര നിർമ്മാണ കമ്മിറ്റി രൂപീകരിച്ച് പ്രവർത്തനം ആരംഭിച്ചു. 1910 മെയ് 11 ന് ശ്രീനാരായണഗുരു ശിവപ്രതിഷ്ഠ നിർവ്വഹിച്ച് ക്ഷേത്രത്തിന് ശ്രീകണ്ഠേശ്വര ക്ഷേത്രമെന്ന് നാമകരണം ചെയ്തു. അതിരാവിലെ നാല് മണിക്കായിരുന്നു പ്രതിഷ്ഠാ കർമ്മത്തിന്റെ മുഹൂർത്തം. ശ്രീനാരായണഗുരുവിന്റെ മലബാർ പര്യടനമറിഞ്ഞ ആയിരക്കണക്കിന് ആളുകൾ നാടിന്റെ നാനാഭാഗങ്ങളിൽനിന്നും തലേദിവസം തന്നെ ക്ഷേത്രപരിസരത്ത് എത്തിച്ചേർന്നിരുന്നു. ഉറക്കമിളയ്ക്കുന്ന ഭക്തജനങ്ങൾക്കായി *നാരായണീയം* വായിക്കാൻ സാമൂതിരി കോളേജിലെ ഒരു സവർണ്ണപണ്ഡിതനെ ക്ഷേത്രഭാരവാഹികൾ ഏർപ്പാട് ചെയ്തു. അവിചാരിതമായുണ്ടായ അസൗകര്യം കാരണം അദ്ദേഹത്തിന് വരാൻ കഴിയില്ലെന്നറിയിച്ചപ്പോൾ ക്ഷേത്രഭാരവാഹികൾ പകരം കണ്ടെത്തിയത് വി കെ ഗുരുക്കളെ ആയിരുന്നു. വിവരം രാരിച്ചൻ മൂപ്പനെ അറിയിച്ചപ്പോൾ ക്ഷേത്ര വിരോധിയായ ഗുരുക്കളെ ക്ഷേത്രവളപ്പിൽ കാല് കുത്താൻ അനുവദിക്കില്ലെന്ന് രാരിച്ചൻ മൂപ്പൻ പറഞ്ഞു.

കോഴിക്കോട്ടെ തീയരുടെ ഇടയിൽ ഐശ്വര്യസമൃദ്ധികൊണ്ട് കേൾവി കേട്ടതായിരുന്നു കല്ലിങ്ങൽ മഠം. മഠത്തിലെ കുടുംബത്തലവനെ മൂപ്പൻ എന്ന് ജാതി മതഭേദം കൂടാതെ എല്ലാവരും വിളിച്ചിരുന്നു. മൂപ്പൻ സ്ഥാനപ്പേര് ടിപ്പുസുൽത്താൻ നല്കിയതാണെന്ന് മുസ്ലീങ്ങളും സാമൂതിരിരാജാവ് നല്കിയതാണെന്ന് ഹിന്ദുക്കളും വിശ്വസിച്ചിരുന്നു. കല്ലിങ്ങൽ മഠത്തിലെ മൂപ്പർ മരിച്ചാൽ മുഖത്തിടാനുള്ള പട്ടുവസ്ത്രം സാമൂതിരി ക്കോവിലകത്ത് നിന്നാണ് കൊണ്ടുവരിക. മഠത്തിലെ മൂപ്പന്മാരിൽ ഏറ്റവും

പ്രശസ്തനും ശക്തനുമായിരുന്നു രാരിച്ചൻ മൂപ്പൻ. വെള്ളക്കാരനായ മലബാർ കലക്ടർ പല കാര്യങ്ങളെപ്പറ്റിയും ആലോചിക്കുന്നതിന് രാരിച്ചൻ മൂപ്പനെ സന്ദർശിക്കുക സാധാരണമായിരുന്നു. കോഴിക്കോട്ടെ പല സാമൂഹിക കാര്യങ്ങളിലും സ്വസമുദായത്തിന്റെ ഉദ്ധാരണവിഷയങ്ങളിലും മൂപ്പൻ മുന്നിട്ടിറങ്ങിയിരുന്നു. പ്രതിഷ്ഠാകർമ്മത്തിന് ശേഷം കോഴിക്കോട്ടെ ക്ഷേത്രവിശ്വാസികളിൽ പുതിയ ഉണർവ്വ് ഉണ്ടായെങ്കിലും വിഗ്രഹാരാധനയെ നിശിതമായി എതിർക്കുന്ന വി കെ ഗുരുക്കൾ അവർക്ക് പേടിസ്വപ്നമായി അവശേഷിച്ചു. രാരിച്ചൻ മൂപ്പനുമായി ആലോചിച്ച് സർവ്വശാസ്ത്രങ്ങളിലും അപാരപാണ്ഡിത്യമുള്ള ഒരു പണ്ഡിതനുമായി വാദപ്രതിവാദം നടത്താൻ ക്ഷേത്രവിശ്വാസികൾ ഗുരുക്കളെ ക്ഷണിച്ചു. ഗുരുക്കളെ നേരിടാൻ മഹാപണ്ഡിതനായ ഒരു ശാസ്ത്രികളെയാണ് ക്ഷേത്രവിശ്വാസികൾക്ക് ലഭിച്ചത്.

ഗുരുക്കളുടെയും ശാസ്ത്രികളുടെയും വാദപ്രതിവാദം കാണാനും കേൾക്കാനും കോഴിക്കോട് ടൗൺഹാളിൽ ജനങ്ങൾ തിങ്ങിക്കൂടി. യോഗം തുടങ്ങുന്നതിന് മുമ്പ് ഗുരുക്കളും ശാസ്ത്രികളും വൈരാഗി മഠത്തിൽ വെച്ച് പരിചയപ്പെട്ടിരുന്നു. അല്പനേരത്തെ സംഭാഷണംകൊണ്ട് ഗുരുക്കളുടെ ജ്ഞാനത്തിന്റെ ആഴവും പരപ്പും ശാസ്ത്രികൾക്ക് ബോദ്ധ്യപ്പെട്ടു. ടൗൺഹാളിൽ വിഗ്രഹാരാധനയെ എതിർത്ത് രണ്ടര മണിക്കൂർ നേരം ഗുരുക്കൾ സംസാരിച്ചു. ഗുരുക്കൾ പറഞ്ഞതൊന്നും ഖണ്ഡിക്കാൻ ശാസ്ത്രികൾക്ക് കഴിഞ്ഞില്ല. “ഗുരുക്കൾ ഇവിടെ പറഞ്ഞ കാര്യങ്ങൾ യുക്തിയുക്തവും ശാസ്ത്രീയവുമാണ്. അതിനെ ഖണ്ഡിക്കുവാൻ എനിക്ക് സാദ്ധ്യമല്ല.” എന്ന് പറഞ്ഞ് ശാസ്ത്രികൾ ടൗൺ ഹാൾ വിട്ടു. ഗുരുക്കളുടെ എതിരാളികൾ നിരാശരായി. രാരിച്ചൻ മൂപ്പൻ സഭ പിരിയുന്നതിന് മുമ്പ് തന്നെ ടൗൺ ഹാൾ വിട്ട് പോയിരുന്നു. വാഗ്ഭടാനന്ദനും ശാസ്ത്രികളുമായുള്ള വാദം രാരിച്ചൻ മൂപ്പനിൽ വലിയ മാറ്റമുണ്ടാക്കി, വിഗ്രഹാരാധന, ജാതി വ്യത്യാസം മുതലായവ ഹിന്ദുമതത്തെ ദുഷിപ്പിക്കുന്നതാണെന്ന് അദ്ദേഹത്തിന് ബോദ്ധ്യപ്പെട്ടു. തുടർന്ന് ഡോ. അയ്യത്താൻ ഗോപാലൻ, വി കെ ഗുരുക്കൾ തുടങ്ങിയവരെ മൂപ്പൻ കല്ലിങ്ങൽ മഠത്തിലേക്ക് ക്ഷണിക്കുകയും ബ്രഹ്മസമാജത്തിൽ അംഗമാവുകയും ചെയ്തു.

രാരിച്ചൻ മൂപ്പൻ അവർണ്ണരായ ജനങ്ങളുടെ കൂടെ കഴിയുകയും അവരെ ഉദ്ധരിക്കാൻ മുന്നിട്ടിറങ്ങുകയും ചെയ്തു. പാവപ്പെട്ട പുലയ വിദ്യാർത്ഥികൾക്ക് ധനസഹായവും ഭക്ഷണവും നല്കി പഠനത്തെ പ്രോത്സാഹിപ്പിച്ചു. ക്രിസ്ത്യൻ കോളേജിൽ ഇന്റർമീഡിയറ്റിന് പഠിച്ചിരുന്ന ഒരു പുലയ വിദ്യാർത്ഥിക്ക് ഉച്ചഭക്ഷണം തന്റെ മക്കളുടെ കൂടെ ഒരേ മേശയിൽ നല്കി, കോഴിക്കോട്ടെ തീയരുടെ ഇടയിൽ ‘നെയ്യിത്തുകാർ’ എന്നൊരു വിഭാഗം ഉണ്ടായിരുന്നു. ഇവരെ ‘സാക്ഷാൽ തീയന്മാർ’ വിവാഹച്ചടങ്ങുകളിൽ പങ്കെടുപ്പിക്കുകയോ, പന്തിയിൽ പ്രവേശിപ്പിക്കുകയോ ചെയ്തിരുന്നില്ല. രാരിച്ചൻ മൂപ്പൻ സമുദായത്തിലെ ഈ അസമത്വം അവസാനിപ്പിക്കാൻ തീരുമാനിച്ചു. നെയ്യിത്തുകാർക്കൊപ്പം ഭക്ഷണം കഴി

ക്കാനും വിവാഹം നടത്താനും അദ്ദേഹം തീയരെ പ്രേരിപ്പിച്ചു. നെയ്ത്തുകാരെ തന്റെ വീട്ടിൽ നടത്താറുള്ള സദ്യകളിലേക്ക് ക്ഷണിച്ചു. യാഥാസ്ഥിതികർക്ക് അസ്സഹനീയമായിരുന്നു രാരിച്ചൻ മൂപ്പന്റെ സമുദായ പരിഷ്കരണപ്രവർത്തനങ്ങൾ. മൂപ്പന് ചില പ്രമാണികൾ ചേർന്ന് ഭ്രഷ്ട് കല്പിച്ചെങ്കിലും അദ്ദേഹം അതെല്ലാം അവഗണിച്ചു. ബ്രഹ്മസമാജവും വാഗ്ഭടാനന്ദനും മൂപ്പനിൽ വരുത്തിയ മാറ്റം ആശ്ചര്യകരമാണ്. അദ്ദേഹം കോഴിക്കോട് ബ്രഹ്മസമാജത്തിന്റെ അദ്ധ്യക്ഷനായി. ബ്രഹ്മസമാജം പ്രവർത്തകർക്കൊപ്പം കേരളം മുഴുവൻ സഞ്ചരിച്ചു. സമുദായപരിഷ്കരണത്തിന് ധാരാളം പണം ചെലവ് ചെയ്തു.

സങ്കീർണ്ണമായ ഒട്ടേറെ വൈരുദ്ധ്യങ്ങൾകൊണ്ട് നിറഞ്ഞ ഹിന്ദുമതത്തെ പരിഷ്കരിക്കാൻ സംസ്കൃതഭാഷ അനിവാര്യമാണെന്ന് മനസ്സിലാക്കിയതിനെത്തുടർന്നാണ് വി കെ ഗുരുക്കൾ കാരപ്പറമ്പിൽ സംസ്കൃത പാഠശാല സ്ഥാപിക്കുന്നത്. വേദോപനിഷത്തുക്കളും ഇതിഹാസങ്ങളും ശാസ്ത്രങ്ങളുമെല്ലാം സംസ്കൃതഭാഷയിലാണ്. വേദോപനിഷത്തുക്കളിൽ ബോധവാന്മാരാകാതെ മതാന്ധതയിൽ നിന്ന് ജനങ്ങളെ മോചിപ്പിക്കാൻ കഴിയില്ല. ഇതിൽ സംസ്കൃതഭാഷാപഠനം അത്യാവശ്യമാണ്. ബ്രിട്ടീഷ് ഭരണകാലത്ത് കേരളത്തിലും ഇന്ത്യയുടെ മറ്റ് ഭാഗങ്ങളിലുമുള്ള രാജകൊട്ടാരങ്ങൾ സംസ്കൃത ഭാഷയിലെ അമൂല്യഗ്രന്ഥങ്ങൾ കൊണ്ട് നിറഞ്ഞിരുന്നു. താഴ്ന്ന ജാതിക്കാർ സംസ്കൃതം പഠിക്കുന്നത് വേദനിഷേധവും പാപവുമാണെന്നാണ് യാഥാസ്ഥിതികരായ സവർണ്ണപണ്ഡിതന്മാർ പറഞ്ഞിരുന്നത്. എന്നാൽ ചില തമ്പുരാക്കന്മാരും നമ്പൂതിരിമാരും വിജ്ഞാനദാഹികളായ അവർണ്ണരെ കാവ്യങ്ങളും ശാസ്ത്രങ്ങളും പഠിപ്പിച്ചിട്ടുണ്ട്. അനന്തപുരത്ത് രാജരാജവർമ്മ, കോഴിക്കോട്ട് കോവിലകത്ത് നാലാം ഏട്ടൻ തമ്പുരാൻ, കോട്ടയം രാമവർമ്മത്തമ്പുരാൻ, പുന്നശ്ശേരി നീലകണ്ഠശർമ്മ, ആലഞ്ചേരി നമ്പൂതിരികൾ തുടങ്ങിയവർ അക്കൂട്ടത്തിൽപെടുന്നു.

സംസ്കൃതഭാഷയിൽ അഗാധപാണ്ഡിത്യമുള്ള വി കെ ഗുരുക്കൾ തത്ത്വപ്രകാശികയിലെ ആത്മപ്രകാശികാപാഠശാലയുടെ നിർമ്മാണത്തിനായി ഒട്ടേറെ മഹാത്മാരെ സമീപിക്കുകയുണ്ടായി. ആലഞ്ചേരി വാസുദേവൻ നമ്പൂതിരിപ്പാട് ഗുരുക്കളെ ഇല്ലത്ത് ക്ഷണിച്ചു വരുത്തി പാഠശാലയ്ക്കാവശ്യമായ മുഴുവൻ മരങ്ങളും മുറിച്ചു കൊള്ളാൻ അനുവാദം നല്കുകയും സാമ്പത്തികമായി സഹായിക്കുകയും ചെയ്തു. കാരപ്പറമ്പിൽ തട്ടാരക്കൽ രാരുവിന്റെയും കുടുംബത്തിന്റെയും സഹായത്തോടെ അവരുടെ സ്ഥലത്താണ് സംസ്കൃത പാഠശാല ആരംഭിക്കുന്നത്. ഗുരുക്കൾക്ക് തട്ടാരക്കൽ കുടുംബം നല്കിവന്ന സഹായങ്ങൾ എതിരാളികളെ കുപിതരാക്കി. തട്ടാരക്കൽ പറമ്പിലെ തെങ്ങിൻ തൈകൾ മുഴുവൻ പിഴുതെറിഞ്ഞു. ഗുരുക്കൾക്ക് സഹായമൊന്നും ചെയ്യരുതെന്നും ചെയ്താൽ ആപത്ത് അനുഭവിക്കേണ്ടിവരുമെന്നും രാരുവിനെയും ഭാര്യ മാണിക്ക അമ്മയെയും ഭീഷണിപ്പെടുത്തി. ഗുരുക്കൾക്കുള്ള ഭക്ഷണത്തിൽ വിഷം കലർത്തി. തെറ്റി

ദ്ധാരണ പരത്തി ഒരു വിഭാഗം നാട്ടുകാരെക്കൊണ്ട് ഗുരുക്കളെ ശാരീരികമായി ആക്രമിക്കാനും ശ്രമിച്ചു. എതിരാളികൾ തട്ടാരക്കൽ കുടുംബത്തിന് ഭ്രഷ്ട് കല്പിച്ചിട്ടും അവർ വഴങ്ങിയില്ല.

തത്ത്വപ്രകാശികയിലെ ആത്മപ്രകാശികാപാഠശാല കേരളത്തിലെ പ്രശസ്തമായ സംസ്കൃത കേന്ദ്രമായി വളർന്നു. അമൂല്യങ്ങളും അപൂർവ്വങ്ങളുമായ ആയിരക്കണക്കിന് സംസ്കൃത ഗ്രന്ഥങ്ങൾ അവിടെയുണ്ടായിരുന്നു. കേരളത്തിന്റെ നാനാഭാഗങ്ങളിൽനിന്നുള്ള വിദ്യാർത്ഥികൾ അവിടെ പഠിച്ചു. മദ്ധ്യതിരുവിതാംകൂറിലെ കരുവാറ്റയിൽ സംസ്കൃത അദ്ധ്യാപകനായിരുന്ന സി കെ കൊച്ചു കേശവനാശാൻ, വ്യാകരണ ശാസ്ത്രത്തിൽ പുന്നശ്ശേരി നീലകണ്ഠശർമ്മയുടെ പ്രശംസ നേടിയ പി മാധവൻ ഗുരുക്കൾ, പാവറട്ടി സംസ്കൃത വിദ്യാപീഠം സ്ഥാപകനായ കുര്യാക്കോസ് മാസ്റ്റർ, പടന്നയിൽ നാണുവൈദ്യർ, കുറ്റിക്കൽ പരമനാശാൻ എന്നിവർ ആത്മപ്രകാശികാപാഠശാലയിൽ പഠിച്ചവരാണ്. ഇതിൽ സി കെ കൊച്ചു കേശവനാശാൻ വാഗ്ഭടാനന്ദന്റെ ശിഷ്യനായി സ്വാമി സമന്തഭദ്രൻ എന്ന പേർ സ്വീകരിച്ചു. കാവ്യം, വ്യാകരണം, തർക്കം, അലങ്കാരം എന്നിവ കൂടാതെ വൈദ്യം, ജ്യോതിഷം എന്നിവയും ആത്മപ്രകാശികയിൽ പഠിപ്പിച്ചിരുന്ന ഗുരുക്കൾ തന്നെയാണ് ശാസ്ത്രങ്ങളിലെ ഉപരി ഗ്രന്ഥങ്ങൾ പഠിപ്പിച്ചിരുന്നത്. ആയുർവ്വേദമടക്കം എല്ലാ ശാസ്ത്രങ്ങളും ഗുരുക്കൾ തന്നെയാണ് കൈകാര്യം ചെയ്തിരുന്നത്. ആയുർവ്വേദ പണ്ഡിതനായ എം കെ അപ്പുക്കുട്ടൻ വൈദ്യർ ഗുരുദേവരും ആയുർവ്വേദ വിജ്ഞാനവും എന്ന ലേഖനത്തിൽ ഗുരുക്കളുടെ ആയുർവ്വേദ പാണ്ഡിത്യത്തെ മുക്തകണ്ഠം പ്രശംസിച്ചിട്ടുണ്ട്. നമ്പ്യാര് പറമ്പത്ത് കൃഷ്ണൻ വൈദ്യൻ, പരക്കൽ ചന്തുവൈദ്യൻ, വിദ്വാൻ ഉണ്ണിക്കുട്ടിവൈദ്യൻ, ഇമ്പിച്ചുട്ടി പണിക്കർ, വരദൂർ രാമൻ വൈദ്യൻ, കാരപ്പറമ്പത്ത് ചെറുണ്ണിക്കുട്ടി വൈദ്യൻ, ആയുർവ്വേദരത്നം പത്രാധിപർ കെ ടി മാധവൻ വൈദ്യൻ, പി പപ്പു വൈദ്യൻ, എ കെ പള്ളത്ത്, കാരപ്പറമ്പ് ശങ്കരൻ വൈദ്യൻ, കക്കോടി എ കെ കൃഷ്ണൻവൈദ്യൻ തുടങ്ങിയവർ ഗുരുദേവ സന്നിധിയിൽനിന്ന് വൈദ്യം പഠിച്ചവരാണ്.

കാരപ്പറമ്പിൽ സംസ്കൃത പാഠശാല സ്ഥാപിക്കാൻ സൗകര്യം നല്കിയതിന്റെ പേരിൽ തട്ടാരക്കൽ കുടുംബത്തിനുണ്ടായ കഷ്ടപ്പാടുകൾ ഏറെയാണ്. സത്യത്തിനും ധർമ്മത്തിനും വേണ്ടി പോരാടാൻ തീരുമാനിച്ച തട്ടാരക്കൽ കുടുംബം വാഗ്ഭടാനന്ദനെ ഒരിക്കലും കൈവെടിഞ്ഞില്ല. ദാരുവിന്റെ മകൾ വാഗ്ദേവിക്ക് പ്രായപൂർത്തിയായപ്പോൾ വന്ന വിവാഹാലോചനകൾ തകർക്കാനും അപവാദ പ്രചാരണം നടത്താനും എതിരാളികൾ മടിച്ചില്ല. തട്ടാരക്കൽ കുടുംബത്തെ രക്ഷപ്പെടുത്തേണ്ടത് തന്റെ കർത്തവ്യമാണെന്ന് കോരൻ ഗുരുക്കൾ തീരുമാനിച്ചു. കാരപ്പറമ്പിലെത്തിയ കോരൻ ഗുരുക്കൾ രാരുവിനെക്കണ്ട് മകൾ വാഗ്ദേവിയെ പുത്രന് വിവാഹം ചെയ്ത് കൊടുക്കണമെന്നഭ്യർത്ഥിച്ചു. അങ്ങനെ 1922 ഏപ്രിൽ 23 ന് വാഗ്ഭടാനന്ദൻ ഗൃഹസ്ഥാശ്രമത്തിൽ പ്രവേശിച്ചു.

അനാചാരങ്ങൾക്കെതിരായ പോരാട്ടം

ഹിന്ദുമതത്തിലെ അന്ധവിശ്വാസങ്ങൾക്കും അനാചാരങ്ങൾക്കുമെതിരെ കച്ചകെട്ടിയിറങ്ങിയ വാഗ്ഭടാനന്ദൻ കൊട്ടിയൂർ, കൊടുങ്ങല്ലൂർ, പഴനി എന്നിവിടങ്ങളിലേക്കുള്ള തീർത്ഥയാത്രയെ അതിനിശിതമായി വിമർശിച്ചു. ക്ഷേത്രങ്ങൾക്കും വിഗ്രഹാരാധനയ്ക്കുമെതിരെ വാഗ്ഭടാനന്ദൻ പ്രഭാഷണങ്ങൾ നടത്തിയത് ക്ഷേത്രപരിസരത്ത് തന്നെയായിരുന്നു. ക്ഷേത്രപരിസരത്ത് എത്തി ഭക്തജനങ്ങളോട് സംവദിക്കുക എന്നതായിരുന്നു അദ്ദേഹത്തിന്റെ ശൈലി. 1912 മെയ് അവസാനം വാഗ്ഭടാനന്ദനും അനുയായികളും കൊട്ടിയൂരെത്തി പ്രഭാഷണം നടത്തി. അന്ന് കൊട്ടിയൂരിൽ തീർത്ഥാടകനായി ചെന്ന സത്യാനന്ദസ്വാമികൾ 'എന്റെ മാനസാന്തരം' എന്ന ലേഖനത്തിൽ ഇങ്ങനെ എഴുതി.

> 1912 ലാണെന്ന് തോന്നുന്നു ഞാനും എന്റെ ഒരു സ്നേഹിതനും കൊട്ടിയൂർ ദർശനത്തിന് പോയത്. ബാവലിപ്പുഴയുടെ കരയിൽ എത്തിയപ്പോൾ അവിടെവച്ച് വൈകുന്നേരം ഒരു സന്ന്യാസിയുടെ പ്രസംഗമുണ്ടെന്ന് കേട്ടു സ്നേഹിതന്റെ നിർബ്ബന്ധത്തിന് വഴങ്ങി പ്രസംഗം കേൾക്കാൻ ഞാനും സന്നദ്ധനായി. മൂന്ന് മണിക്ക് അനവധി ജനങ്ങൾ തടിച്ചുകൂടി. അതാ അവിടെ കാവി വസ്ത്രം ധരിച്ച് ഒരു യുവ സന്ന്യാസി വന്നുനില്ക്കുന്നു. ആ സുന്ദരരൂപം എന്നെ ആകർഷിച്ചു. അദ്ധ്യാത്മരാമായണത്തെക്കുറിച്ചായിരുന്നു പ്രസംഗം. അദ്ദേഹം നാനാശാസ്ത്രങ്ങൾ ഉദ്ധരിച്ച് പ്രമാണങ്ങൾ വർഷിച്ച ശ്രീരാമൻ, ശിവൻ തുടങ്ങിയവർ സാകാരാത്മരാണ്. അവരാരും ഈശ്വരന്മാരല്ല. അവരൊക്കെ ജനനമരണങ്ങൾക്ക് വിധേയരാണ് എന്ന് തെളിയിച്ചു. അക്കൂട്ടത്തിൽ കൊട്ടിയൂർ പെരുമാളിന്റെ ചരിത്രത്തെയും വിവരിക്കാൻ വിട്ടില്ല. ആരെ ദർശിക്കുന്നതിനും ആരാ

ധിക്കുന്നതിനും ആയിരുന്നുവോ ഭക്തസമൂഹം വിവിധങ്ങളായ കഷ്ടപ്പാടുകളും മറ്റും സഹിച്ച് അവിടെ എത്തിച്ചേർന്നിരിക്കുന്നത്, ആ മഹാദേവൻ മൃതിയടഞ്ഞ ഒരു മനുഷ്യനായിരുന്നു. എന്ന പ്രസംഗം എങ്ങനെയാണ് ഭക്തന്മാർ കേട്ട് സഹിക്കുക. പക്ഷേ, ഒരനിഷ്ട സംഭവവും ഉണ്ടായിരുന്നില്ലെന്നത് ആശ്ചര്യകരമാണ്. അത്രയും അതൃപ്തിയും അമർഷവും ഭക്തർക്കുണ്ടായിരുന്നു. ബാവലിപ്പുഴയുടെ പ്രവാഹത്തെ അതിശയിപ്പിക്കുന്ന പ്രസംഗശക്തിയോ ആ യുവസന്ന്യാസിയുടെ അഗാധമായ പാണ്ഡിത്യമോ ഏതാണ് ധീരനായ ആ മതപ്രബോധകനെ രക്ഷിച്ചതെന്ന് പറഞ്ഞുകൂടാ. അദ്ദേഹത്തിന്റെ പ്രസംഗം എന്നെ ആകർഷിക്കുകയും എന്റെ ജീവിതാദ്ധ്യായത്തിന് മാറ്റം കുറിക്കുകയും ചെയ്തു.

കൊടുങ്ങല്ലൂരിൽ കോഴികളെ അറുത്ത്, മദ്യം കുടിച്ച് തെറിപ്പാട്ടു പാടിയാണ് ഭക്തജനങ്ങൾ ഉത്സവം ആഘോഷിക്കുന്നത്. വാഗ്ഭടാനന്ദനും സംഘവും കൊടുങ്ങല്ലൂരിലുമെത്തി. ദുരാചാരങ്ങൾക്കെതിരെ പ്രസംഗങ്ങൾ നടത്തി. ദൃക്സാക്ഷിയായ സത്യാനന്ദസ്വാമികൾ എഴുതി.

കൊടുങ്ങല്ലൂരിൽ ഗുരുദേവരുടെ പ്രസംഗമുണ്ടെന്നറിഞ്ഞ് ഞാൻ അവിടെ എത്തിച്ചേർന്നു. ഹിന്ദുമതത്തെക്കുറിച്ചായിരുന്നു പ്രസംഗം. സവർണ്ണപണ്ഡിതന്മാർ ധാരാളം സദസ്സിലുണ്ടായിരുന്നു. വിഗ്രഹാരാധനയെയും കൊടുങ്ങല്ലൂർ ഭഗവതിയെയുംകുറിച്ചുള്ള പ്രസംഗഭാഗം അവർക്ക് തീരെ പിടിച്ചില്ല. അഭിപ്രായഭേദമുള്ളവർക്ക് എതിർത്ത് സംസാരിക്കാമെന്ന് പറഞ്ഞിട്ടും ആരും മുന്നോട്ട് വന്നില്ല. കൊടുങ്ങല്ലൂരിലെ ഒരു തമ്പുരാൻ പറഞ്ഞത്. “അഗാധമായ പാണ്ഡിത്യം. പക്ഷേ, വഴിപിഴച്ചുപോയി.” എന്നാണ്.

അന്ധവിശ്വാസങ്ങൾക്കെതിരായ വാഗ്ഭടാനന്ദന്റെ പോരാട്ടത്തെക്കുറിച്ച് എം ടി കുമാരൻ ഇങ്ങനെ എഴുതി:

ഒരു കൊടുങ്കാറ്റിനെപ്പോലെ വാഗ്ഭടാനന്ദൻ കേരളം ഒട്ടാകെ തന്റെ മതപ്രഭാഷണങ്ങൾകൊണ്ട് ഇളക്കി മറിച്ചു. കൊട്ടിയൂരപ്പന്റെയും കൊടുങ്ങല്ലൂരമ്മയുടെയും പഴനീശ്വരന്റെയും നഗ്നചരിത്രങ്ങൾ അദ്ദേഹം മറനീക്കി ജനങ്ങളെ കാണിച്ചു. ഏറ് കൊണ്ട് കൂട്ടിൽ നിന്ന് ഇളകി പുറപ്പെട്ട കടന്നലുകളെപ്പോലെ വിശ്വാസം തകർന്ന് രോഷാകുലരായ അന്ധഭക്തന്മാർ അദ്ദേഹത്തെ വളഞ്ഞ് ശല്യപ്പെടുത്തി. പക്ഷേ, അദ്ദേഹം ഉയർത്തിപ്പിടിച്ച ജ്ഞാനച്ചെന്തീയിൽ വെന്തെരിയുവാനേ അവർക്ക് ശക്തിയുണ്ടായിരുന്നുള്ളൂ. മതപ്രബോധനം ചെയ്യുന്ന പണ്ഡിതന്മാരും സന്ന്യാസിമാരും കേരളത്തിൽ അപൂർവ്വമല്ല. പക്ഷേ, അവരിൽ പലരും ഹിന്ദുക്കളുടെ ബഹുദൈവാരാധനയ്ക്കു നേരെ ഉദാസീനരാണ്. യാഥാസ്ഥിതികരായ

മതപണ്ഡിതന്മാരുടെ എതിർപ്പിനെ നേരിടാനുള്ള ആദ്ധ്യാത്മിക ജ്ഞാനത്തിന്റെ കുറവ്, പരമ്പരയായി അനുഷ്ഠിച്ചു വന്നിരുന്ന വിശ്വാസാചാരങ്ങളെ എതിർക്കുമ്പോൾ ഇളകി അടുക്കുന്നവരെ നേരിടുവാനുള്ള അധൈര്യം, ബഹുജനങ്ങളിൽനിന്ന് ഒറ്റപ്പെട്ടു പോകുമോ എന്ന ആത്മവിശ്വാസരാഹിത്യം, സാമൂഹിക പരിഷ്കാരത്തിന് അസത്യാരാധനകളെ സാധനമാക്കുവാനുള്ള ഉപായ ചിന്ത തുടങ്ങിയവയാണ് ഈ ഉദാസീനതയ്ക്ക് കാരണം. ഒരു യഥാർത്ഥ മതപ്രബോധകന് ജനങ്ങളുടെ സ്തുതിയോ, നിന്ദയോ സ്ഥാനമാനങ്ങളുടെ വിലോപമോ നോട്ടമുണ്ടാകയില്ല. മനശ്ചാഞ്ചല്യമുണ്ടാകയില്ല. അദ്ദേഹത്തിന്റെ ലക്ഷ്യം ലോകക്ഷേമം മാത്രമാണ്. തന്റെ അദ്വൈതമംഗളം എന്ന കവിതയിൽ വാഗ്ഭടാനന്ദൻ ഇങ്ങനെ പ്രാർത്ഥിച്ചു.

"ഭോഷനാണിവനെന്ന് നാട്ടുകാരനുപദം
ദൂഷണം പറഞ്ഞാലും ദ്രോഹിപ്പാനടുത്താലും
രോഷമേലാതെ ലോകക്ഷേമത്തെയോർത്ത് ശാന്തി
ഭൂഷണമണിയുക മനമേ ജയിക്കുക."

വാഗ്ഭടാനന്ദന്റെ പ്രവർത്തനശൈലി വ്യക്തമാക്കുന്നതാണ് എം ടി കുമാരന്റെ ഈ വരികൾ.

വാഗ്ഭടാനന്ദന്റെ ഉജ്ജ്വലപ്രസംഗങ്ങൾ കേട്ട് കോഴിക്കോട്ടും പരിസരങ്ങളിലുമുള്ളവർ ഗാഢനിദ്രയിൽനിന്ന് ഞെട്ടിയുണർന്നു. ചിലർ അദ്ദേഹത്തെ സമുദായദ്രോഹിയും ഹിന്ദുമതവിരോധിയുമായി കണ്ടു. മറ്റ് ചിലർ അന്ധവിശ്വാസങ്ങൾ വലിച്ചെറിഞ്ഞ് അദ്ദേഹത്തിന്റെ അനുയായികളായി. പനക്കൽ രാഘവൻ എന്ന തൊഴിലാളിയുടെ നേതൃത്വത്തിൽ ഫറോക്കിൽ ചില ചെറുപ്പക്കാർ സംഘടിച്ച് മതപരിഷ്കരണപ്രവർത്തനങ്ങൾ ആരംഭിച്ചു. ഫറോക്ക് മിഷൻ സ്കൂളിൽ വാഗ്ഭടാനന്ദനെ പ്രസംഗിക്കാൻ ക്ഷണിച്ചു. ഹിന്ദുസമുദായത്തിലെ പ്രബലരും ധനാഢ്യരുമായ യാഥാസ്ഥിതികർ ഒത്തുചേർന്ന് പ്രസംഗവേദി നിഷേധിച്ചു. രാഘവനും കൂട്ടുകാരും നിരാശരായില്ല. അടുത്ത സ്ഥലത്ത് വച്ചു തന്നെ വാഗ്ഭടാനന്ദൻ പ്രസംഗിക്കുമെന്ന് നാട്ടുകാരെ അറിയിച്ചു. അക്രമികളെ ഇറക്കി യോഗം കൈയേറാനായി പിന്നീട് ശ്രമം. അനിഷ്ട സംഭവമുണ്ടാകുമെന്ന് പറഞ്ഞ് വാഗ്ഭടാനന്ദനെ തിരിച്ചയക്കാൻ ചിലർ ശ്രമിച്ചു. "ഏതെങ്കിലും മരച്ചുവട്ടിൽ വച്ചെങ്കിൽ എനിക്ക് ലോകത്തോട് പറയാനുള്ളത് പറഞ്ഞേ ഞാൻ മടങ്ങിപ്പോവുകയുള്ളൂ" എന്ന് വാഗ്ഭടാനന്ദൻ നിർഭയം പറഞ്ഞു. ഉള്ളാട്ട് തൊടി ചോയി തന്റെ ഓട്ടുകമ്പനിയുടെ മുമ്പിൽ വച്ച് പ്രസംഗിക്കുന്നതിന് സർവ്വ സഹായങ്ങളും നല്കി. യോഗപ്രവർത്തകരെ സഹായിച്ചു. അനുയായികളും എതിരാളികളുമായി വലിയൊരു ജനാവലി പ്രസംഗം കേൾക്കാനെത്തി. "ആരാണ് യഥാർത്ഥ ഹിന്ദു" എന്ന വിഷയത്തിലായിരുന്നു വാഗ്ഭടാനന്ദന്റെ പ്രസംഗം. പ്രമാണങ്ങളും യുക്തികളും വർഷിച്ചുകൊണ്ടുള്ള

പ്രസംഗം കേട്ട് എതിരാളികൾ പോലും മാനസാന്തരപ്പെട്ടു. പൂണൂൽ ധരിച്ച് ഓലക്കുടയും ചൂടി പ്രസംഗം കേട്ടിരുന്ന ഒരു ബ്രാഹ്മണൻ വേദിയിൽ ഓടിക്കയറി വാഗ്ഭടാനന്ദനെ നമസ്കരിച്ചു. "ഹിന്ദുവായി ജനിച്ച എന്റെ രണ്ട് കാതുകളും ഹിന്ദുമതം എന്താണെന്ന് കേൾക്കുന്നത് ഇന്നാണ്" അദ്ദേഹം പറഞ്ഞു. ചെലവൂർ അംശത്തിലെ നയനമ്പ്രനാരായണ ശർമ്മ യായിരുന്നു ആ ബ്രാഹ്മണൻ. നയനമ്പ്രയെപ്പോലെ വാഗ്ഭടാനന്ദന്റെ പ്രഭാഷണങ്ങൾ കേട്ട് മാനസാന്തരപ്പെട്ട മറ്റ് രണ്ട് പണ്ഡിതരായിരുന്നു പാലത്തംശം കീത്താട്ടില്ലത്ത് ശങ്കരശർമ്മയും പന്തലായനിയിലെ അരിയിൽ വിഷ്ണുനമ്പിയും. നാരായണശർമ്മയെപ്പോലെ ഈ രണ്ട് ബ്രാഹ്മണരും 1914 ൽ വാഗ്ഭടാനന്ദന്റെ ശിഷ്യത്വം സ്വീകരിച്ചു.

വാഗ്ഭടാനന്ദനും ശിഷ്യരും ജന്മദേശമായ പാട്യത്ത് എത്തി അനാചാരധ്വംസനവും ആദ്ധ്യാത്മികപ്രവർത്തനവും തുടങ്ങുന്നതിനെക്കുറിച്ച് ആലോചിച്ചു. ഏറ്റുമാറ്റുപോലുള്ള അനാചാരങ്ങൾ ബഹിഷ്കരിക്കാൻ തീരുമാനിച്ചു. പണ്ഡിത ശിഷ്യനായ പ്രിയ സുഹൃത്ത് സി കുഞ്ഞിരാമൻ ഗുരുക്കൾ വൈദ്യഭൂഷണം കേളുനായർ എന്നിവരായിരുന്നു പ്രധാന പ്രവർത്തകർ. ഏറ്റ്, മാറ്റ്, പുല തുടങ്ങിയ അനാചാരങ്ങൾ അന്ന് മലബാറിൽ ശക്തമായിരുന്നു. മൂർക്കോത്ത് കുഞ്ഞപ്പ *മൂർക്കോത്ത് കുമാരൻ* എന്ന പുസ്തകത്തിൽ ഇങ്ങനെ എഴുതി.

> നായന്മാർക്കും മറ്റും പ്രത്യേക ക്ഷുരകൻ ഉള്ളതുപോലെ തീയർക്കും പ്രത്യേക ക്ഷുരകൻ ഉണ്ട്. അവന് കാവുതിയൻ എന്നാണ് പറയുന്നത്. തളിപ്പറമ്പിലും മറ്റും ശൂദ്രകാവുതിയനും, തീയകാവുതിയനും എന്ന് പ്രത്യേക രണ്ട് ജാതിയുണ്ട്. ശൂദ്രരുടെ ക്ഷുരകനാണ് ശൂദ്രകാവുതിയൻ. അവന് വളിഞ്ചിയൻ എന്നും നാവുതിയൻ എന്നും പേരുണ്ട്. തെക്കെ മലബാറിൽ ചിലേടത്ത് വെളുക്കത്രോൻ എന്ന് പറയുമത്രെ. തീയരുടെ വല്ല വീട്ടിലും പുലയുണ്ടായാൽ ശുദ്ധി ചെയ്യേണ്ടത് കാവുതിയനാണ്. വണ്ണാത്തി കൊണ്ടുവരുന്ന മാറ്റിൽ നിന്നുകൊണ്ട് കാവുതിയൻ പാലിൽ കറുക മുക്കി ഏറ്റിയാലേ വീട്ടുകാരുടെ പുല തീരുകയുള്ളൂ. മരിച്ചവരെ ഉദ്ദേശിച്ച് ബലി ഇടുവിക്കുന്നതും പിണ്ഡം വെപ്പിക്കുന്നതും കാവുതിയനാണ്. എന്താണ് വണ്ണാത്തിമാറ്റ്? മാറ്റ് മാറ്റാനുള്ള വസ്ത്രം തന്നെ. ചത്താലും പെറ്റാലുമുള്ള പുല തീർക്കാൻ വണ്ണാത്തി അലക്കിക്കൊണ്ടു വന്ന മാറ്റ് ഉടുക്കണം. വണ്ണാത്തി മാറ്റിൽ നിന്നുകൊണ്ടു വേണം കാവുതിയനെക്കൊണ്ട് 'കുടയിക്കാൻ'. ഇങ്ങനെ കുടയിക്കുന്നതിനാണ് ഏറ്റ് എന്ന് പറയുന്നത്. സ്ത്രീകൾ ഋതുവായാൽ നാലാം ദിവസം കുളിക്കുന്നത് മാറ്റ് ഉടുത്തിട്ട് വേണം. തീയർക്കും തീയർക്ക് മീതെയുള്ള ജാതിക്കാർക്കും മറ്റും മാറ്റ് കൊടുക്കാനുള്ള അധികാരം വണ്ണാത്തിക്കാണ്. വണ്ണാത്തി തീയ്യരുടെ അധികാരത്തിലാണ് താനും. തീയരുടെ തറയിൽ കാരണ

വർ വല്ലവർക്കും മാറ്റ് കൊടുക്കരുതെന്ന് കല്പിച്ചാൽ വണ്ണാത്തി ആ കല്പന അനുസരിക്കണം. വണ്ണാത്തി മാറ്റ് മുടക്കുകയെന്നത് വലിയ ശിക്ഷയാണ്.

പാട്യത്ത് നടന്ന മഹാസമ്മേളനത്തിൽ ഏറ്റ്, മാറ്റ്, പുല തുടങ്ങിയ അനാചാരങ്ങൾക്കെതിരെ വാഗ്ഭടാനന്ദൻ യുക്തിയുക്തം സംസാരിച്ചു. വാഗ്ഭടാനന്ദന്റെ പ്രഭാഷണങ്ങൾ കേൾക്കാൻ ചെന്ന ദിക്കിലെല്ലാം ജനങ്ങൾ തടിച്ചു കൂടി. കൂത്തുപറമ്പ്, മൊകേരി, പാന്നൂർ, കുന്നോത്ത് പറമ്പ്, മാഹി എന്നിവിടങ്ങളിൽ നിരവധി അനുയായികളുണ്ടായി. വടക്കെ മലബാറിലെ ഉഗ്രമൂർത്തികളിൽ ഒരാളായാണ് കുട്ടിച്ചാത്തനെ ജനങ്ങൾ കരുതിയത്. കുട്ടിച്ചാത്തന്റെ പ്രീതിക്കായി മദ്യം നിവേദിക്കുകയും ജന്തുക്കളെ കൊല്ലുകയും പതിവായിരുന്നു. മാഹിക്കടുത്ത അഴിയൂരിൽ നടന്ന പ്രഭാഷണത്തിനിടെ കുട്ടിച്ചാത്തൻ ഒരു കല്പിത മൂർത്തിയാണെന്നും, ചാത്തന്റെ ഉപദ്രവമാണെന്നത് ഒരു മാനസിക രോഗിയുടെ വിക്രിയകളാണെന്നും, മനുഷ്യന്റെ ഒരു രോമം പോലും ഇളക്കാനുള്ള ശക്തി കുട്ടിച്ചാത്തനില്ലെന്നും വാഗ്ഭടാനന്ദൻ വ്യക്തമാക്കി. സദസ്സിലുണ്ടായിരുന്ന ചാത്തന്റെ ഭക്തരിൽ ചിലർ മയ്യഴി പുത്തലത്ത് കുട്ടിച്ചാത്തൻ തറയിൽ കയറി പ്രസംഗിക്കാൻ ധൈര്യമുണ്ടോയെന്ന് വാഗ്ഭടാനന്ദനെ വെല്ലുവിളിച്ചു. വെല്ലുവിളി വാഗ്ഭടാനന്ദൻ സ്വീകരിച്ചു. മയ്യഴി പുത്തലത്ത് ക്ഷേത്രത്തിൽ വാഗ്ഭടാനന്ദനുമായി വാദിക്കാനെത്തിയത് മണത്തല നീലകണ്ഠൻ മൂസത് ആയിരുന്നു. ആയിരക്കണക്കിന് ജനങ്ങൾ ക്ഷേത്രത്തിലെത്തി. സംഘർഷം ഉണ്ടാകുമെന്ന് കരുതി വാഗ്ഭടാനന്ദനും ഡോ. അയ്യത്താൻ ഗോപാലനും ചേർന്ന് മാഹി അഡ്മിനിസ്ട്രേറ്ററെ കണ്ട് പ്രസംഗിക്കാനുള്ള അനുമതിപത്രം വാങ്ങിയാണ് സംഭവസ്ഥലത്തെത്തിയത്. കുഞ്ഞേക്കു ഗുരുക്കൾ, കറുപ്പയിൽ കണാരൻമാസ്റ്റർ, ആയാടത്തിൽ കേളപ്പൻ റൈട്ടർ, കോളിയാട്ട് പാച്ചു എന്നിവരുടെ നേതൃത്വത്തിൽ വലിയൊരു സംഘം വാഗ്ഭടാനന്ദ അനുയായികളും ക്ഷേത്രത്തിൽ എത്തിയിരുന്നു. നാല് മണിക്ക് ആരംഭിച്ച വാദപ്രതിവാദത്തിൽ അദ്ധ്യക്ഷൻ കെ ടി ചന്തു നമ്പ്യാർ ആയിരുന്നു. വാദപ്രതിവാദങ്ങൾക്ക് ഒടുവിൽ വാഗ്ഭടാനന്ദൻ കുട്ടിച്ചാത്തനെ തന്നെ വെല്ലുവിളിച്ചു.

> ഈ ക്ഷേത്രം ചാത്തന്റെ ശക്തികേന്ദ്രമാണെന്ന് വിശ്വസിക്കുന്നു. അവനുണ്ടെങ്കിൽ മേശമേലുള്ള ഈ കടലാസ് തുണ്ടത്തിന് തീവെക്കട്ടെ. രണ്ട് മാതള നാരങ്ങകൾ ഇവിടെ വന്നു വീഴട്ടെ. ഇല്ല. ഒന്നും സംഭവിച്ചില്ല. ഒരു പുല്ലു കൂടി മുറിക്കാൻ ചാത്തന് കഴിയുകയില്ല. കാരണം ചാത്തൻ എന്ന് പറയുന്ന ഒരു മൂർത്തിയില്ല. അങ്ങനെയിരിക്കെ അവനെ വിശ്വസിക്കുകയും ആരാധിക്കുകയും ചെയ്യുന്നത് മൂഢതയല്ലേ?

മാഹി പുത്തലത്ത് കുട്ടിച്ചാത്തൻ ക്ഷേത്രത്തിൽ വാഗ്ഭടാനന്ദന്റെ

പ്രസംഗം കേട്ട് കറുപ്പയിൽ കണാരൻ മാസ്റ്ററും കുന്നോത്ത് കുഞ്ഞേരു ഗുരുക്കളും ചേർന്ന് അദ്ദേഹത്തെ കാരക്കാട്ടേക്ക് ക്ഷണിച്ചു. ഏറ്റ്, മാറ്റ് പോലുള്ള അനാചാരങ്ങളും വിഗ്രഹാരാധനയും ഉപേക്ഷിച്ച് നിരവധി കുടുംബങ്ങൾ വാഗ്ഭടാനന്ദന്റെ അനുയായികളായി. കറുപ്പയിൽ കണാരൻ മാസ്റ്റർ, കുന്നോത്ത് കുഞ്ഞ്യേക്കു ഗുരുക്കൾ, ധർമ്മധീരൻ കയ്യാല ച്ചെക്കു, വല്ലത്ത് അമ്പുമേസ്ത്രി, അക്കാരാൽ ഗോവിന്ദൻ, അഴിക്കകത്ത് ചെക്കോട്ടി, വണ്ണാത്തിക്കണ്ടി കണ്ണൻ, പാലേരിചന്തമ്മൻ, പാലേരി കുഞ്ഞി രാമൻ, കാട്ടിൽ രാമൻ, തെക്കയിൽ കണ്ണൻ, പി സി രാമൻഗുരുക്കൾ, പൊക്കായി ഗുരുക്കൾ, ചെറിയ പറമ്പത്ത് കണ്ണൻ, കോയന്റെ വളപ്പിൽ ആണ്ടി, മുതിരയിൽ പൊക്കായി, തെക്കെ വണ്ണാത്തിക്കണ്ടി കണ്ണൻ, മണി യോത്ത് ചോയിക്കുട്ടി മാസ്റ്റർ, മാര്യത്ത് ബാപ്പു മാസ്റ്റർ, കയ്യാല കണാ രൻ, മീത്തൽ ചോയിക്കുട്ടി മാസ്റ്റർ, സ്രാങ്കിന്റവിട കണ്ണൻ, പോന്തയിൽ കണ്ണൻ, മുതിരയിൽ ചന്തമ്മൻ, അഴിക്കകത്ത് ആണ്ടി, അഴിക്കകത്ത് ബാപ്പു മീത്തൽ കണാരൻ എന്നിവരും കുടുംബാംഗങ്ങളും ഇതിൽ ഉൾപ്പെടുന്നു. പാലേരി തറവാട്ടുകാർ വാഗ്ഭടാനന്ദ ശിഷ്യരായതോടെ പറമ്പത്ത് ക്ഷേത്ര ത്തിലെ ഉത്സവം മുടങ്ങി. യാഥാസ്ഥിതികർ ഉത്സവം നടത്തുമെന്ന് പ്രഖ്യാ പിച്ചു. പാലേരി ചന്തമ്മനും ചാപ്പയിൽ കുഞ്ഞ്യേക്കു ഗുരുക്കളും ചേർന്ന് ക്ഷേത്രത്തിലെ വിഗ്രഹവും ഒപ്പമുള്ള ശൂലവും വാളും അടുത്ത പൊട്ട ക്കിണറ്റിലിട്ടു. സ്വന്തം വിഗ്രഹം പോലും രക്ഷിക്കാൻ കഴിയാത്ത കുട്ടി ച്ചാത്തന് ഭക്തരെ രക്ഷിക്കാൻ കഴിയില്ലെന്ന് വാഗ്ഭടാനന്ദ അനുയായി കൾ പ്രഖ്യാപിച്ചു. യാഥാസ്ഥിതികരുടെ എതിർപ്പ് കാരണം വാഗ്ഭടാന ന്ദന്റെ അനുയായികൾ അനുഭവിച്ച ക്ലേശങ്ങൾ ഏറെയായിരുന്നു. അനു യായികൾക്ക് ക്ഷൗരാദി കർമ്മങ്ങൾ ചെയ്തിരുന്ന കാവുതിയന്മാരെ കാര ണവന്മാർ വിലക്കി. പക്ഷേ, ഫലമുണ്ടായില്ല. കുഞ്ഞ്യേക്കുഗുരുക്കൾ, ധർമ്മ ധീരൻ തുടങ്ങിയവർ പരസ്പരം ക്ഷൗരകർമ്മം ആചരിച്ചു. കയ്യാല ചെക്കു വിന്റെ മരുമകൾ മരിച്ചപ്പോൾ മൃതദേഹം മറവ് ചെയ്യാൻ ആരും പോകരു തെന്ന് പറഞ്ഞ് യാഥാസ്ഥിതികർ കുടുംബത്തെ ദുഃഖത്തിലാഴ്ത്തി. വടകര വെള്ളികുളങ്ങര എന്നിവിടങ്ങളിൽനിന്ന് ഗുരുദേവ ശിഷ്യന്മാരെത്തിയാണ് മൃതദേഹം സംസ്കരിച്ചത്. മരണത്തോടനുബന്ധിച്ചുള്ള പുലയും, ഏറ്റ് മാറ്റും, ബലികർമ്മവും ബഹിഷ്കരിച്ചു പകരം പ്രാർത്ഥന നടത്തി ഒരു പുതിയ മാർഗ്ഗം നാട്ടുകാർക്ക് കാണിച്ചു കൊടുത്തു.

കടത്തനാട്ടിൽ വടകര കേന്ദ്രീകരിച്ചായിരുന്നു അനാചാരങ്ങൾക്കും അന്ധവിശ്വാസങ്ങൾക്കുമെതിരെയുള്ള പോരാട്ടം വാഗ്ഭടാനന്ദൻ ആരം ഭിക്കുന്നത്. ഇരിങ്ങൽ, പുതുപ്പണം, മുട്ടുങ്ങൽ, വെള്ളികുളങ്ങര, മൊകേരി എന്നിവിടങ്ങളിലേക്ക് പ്രവർത്തനം വ്യാപിച്ചു.

ആത്മവിദ്യാസംഘം രൂപീകരണം

ആയിരത്തിത്തൊള്ളായിരത്തി പതിനേഴ് മുതൽ വാഗ്ഭടാനന്ദൻ ബ്രഹ്മാനന്ദ ശിവയോഗിയിൽനിന്നും അകലാൻ തുടങ്ങിയിരുന്നു. *ശിവയോഗി വിലാസം* മാസിക *ശിവയോഗവിലാസം* മാസികയെന്ന് നാമകരണം ചെയ്തത് ഈ സാഹചര്യത്തിലാണ്. അദ്വൈത സിദ്ധാന്തത്തെയും ഈശ്വരാസ്തിത്വത്തെയും അടിസ്ഥാനമാക്കിയുള്ള ഇരുവരുടെയും അഭിപ്രായ വ്യത്യാസങ്ങൾ അനുദിനം വർദ്ധിച്ചുവന്നു. ബുദ്ധൻ, യേശുക്രിസ്തു, ശങ്കരാചാര്യർ തുടങ്ങിയ മതാചാര്യന്മാരോട് ആദരവ് പുലർത്തിയ വാഗ്ഭടാനന്ദന് ഈ ആചാര്യന്മാർക്ക് നേരെ അനാദരവും അപഹാസ്യതയും കാണിക്കുന്ന ശിവയോഗിയുടെ ആക്ഷേപങ്ങൾക്ക് നേരെ മൗനം പാലിക്കാൻ കഴിഞ്ഞില്ല. 1925 ൽ വാഗ്ഭടാനന്ദൻ പ്രകാശനംചെയ്ത *ആത്മവിദ്യ* എന്ന ഗ്രന്ഥം അദ്വൈതസിദ്ധാന്തത്തെയും സേശ്വര സിദ്ധാന്തത്തെയും അറക്കിട്ടുറപ്പിക്കുന്നതായിരുന്നു. ബ്രഹ്മാനന്ദസ്വാമികൾ 1927 ൽ പ്രസിദ്ധീകരിച്ച *ആനന്ദാദർശം* എന്ന ഗ്രന്ഥം പരോക്ഷമായി ആത്മവിദ്യയുടെ ഒരു വിമർശനമായിരുന്നു. ബ്രഹ്മാനന്ദ ശിവയോഗിയിൽനിന്ന് അകന്ന് വാഗ്ഭടാനന്ദൻ തന്റെ മതപരിഷ്കരണ പ്രവർത്തനങ്ങൾക്കായി ആത്മവിദ്യാസംഘം സ്ഥാപിച്ചു.

1905 ൽ തന്നെ വാഗ്ഭടാനന്ദൻ മതപരിഷ്കരണ പരിശ്രമം ആരംഭിച്ചുവെങ്കിലും ആത്മവിദ്യാസംഘം സ്ഥാപിച്ചത് 1915 ലാണെന്ന് വാഗ്ഭടാനന്ദന്റെ പ്രധാനശിഷ്യൻ എം ടി കുമാരൻ പറയുന്നു. ശ്രീനാരായണഗുരുവിന്റെയും ബ്രഹ്മാനന്ദ സ്വാമി ശിവയോഗിയുടെയും പ്രസ്ഥാനങ്ങളെയും ബ്രഹ്മസമാജം, ബ്രഹ്മവിദ്യാസംഘം, ശ്രീരാമകൃഷ്ണമിഷൻ എന്നീ സംഘടനകളെയും അടുത്ത് മനസ്സിലാക്കിയശേഷമാണ് വാഗ്ഭടാനന്ദൻ ആത്മവിദ്യാസംഘം എന്ന തന്റെ പുതിയ ആത്മീയ സംഘടനയ്ക്ക് രൂപം നല്കുന്നത്.

രാഷ്ട്രീയവും സാമുദായികവുമായ മണ്ഡലങ്ങളിൽ അസമത്വം, അടിമത്തം, അക്രമം, അനീതി എന്നിവയെ ആത്മവിദ്യാസംഘം എതിർക്കുന്നത് അവ അനാത്മീയങ്ങളും മാനവ പുരോഗതിയെ തടയുന്നവയും ആയതുകൊണ്ടാണ്. മനുഷ്യന്റെ ബാഹ്യസ്വാതന്ത്ര്യത്തെ തടയുന്ന ജാതി വ്യത്യാസത്തെയും ആദ്ധ്യാത്മികസ്വാതന്ത്ര്യത്തെ തടയുന്ന അനേക ദൈവ വിശ്വാസത്തെയും ബിംബാരാധനയെയും സംഘം നിഷേധിച്ചു. 1915 ൽ തുടക്കം കുറിച്ചെങ്കിലും 1920 മുതലാണ് മലബാറിൽ സംഘം സംഘടനാ പ്രവർത്തനം ആരംഭിക്കുന്നത്. 1920 ഏപ്രിൽ 23 ന് വടകരയ്ക്കടുത്ത കാരക്കാട് ആത്മവിദ്യാസംഘം സ്ഥാപിച്ചതോടെയാണ് പ്രവർത്തനം ശക്തമാകുന്നത്. കറപ്പയിൽ കണാരൻ മാസ്റ്റർ, കുന്നോത്ത് കുഞ്ഞേക്കു ഗുരുക്കൾ, ധർമ്മധീരൻ കയ്യാലചെക്കു, വല്ലത്ത് അമ്പു മേസ്ത്രി, അക്കാരാൽ ഗോവിന്ദൻ, അഴിക്കകത്ത് ചെക്കോട്ടി, വണ്ണാത്തിക്കണ്ടി കണ്ണൻ, പാലേരി ചന്തമ്മൻ, പാലേരി കുഞ്ഞിരാമൻ, കാട്ടിൽ രാമൻ, തെക്കയിൽ കണ്ണൻ, പി സി രാമൻ ഗുരുക്കൾ, പൊക്കായി ഗുരുക്കൾ, ചെറിയ പറമ്പത്ത് കണ്ണൻ, കോയന്റ വളപ്പിൽ ആണ്ടി, മുതിരയിൽ പൊക്കായി, തെക്കെ വണ്ണാത്തിക്കണ്ടി കണ്ണൻ, മണിയോത്ത് ചോയിക്കുട്ടി മാസ്റ്റർ, മാര്യത്ത് ബാപ്പു മാസ്റ്റർ, കയ്യാല കണാരൻ, മീത്തൽ ചോയിക്കുട്ടി, മാസ്റ്റർ സ്രാങ്കിന്റവിട കണ്ണൻ, മുതിരയിൽ ചന്തമ്മൻ, അഴിക്കകത്ത് ആണ്ടി, അഴിക്കകത്ത് ബാപ്പു, മീത്തൽ കണാരൻ എന്നിവരായിരുന്നു സംഘത്തിന്റെ പിറവിക്ക് പിന്നിൽ. ഉണർത്തു പാട്ടുപോലെ പ്രവർത്തകരെ ആവേശഭരിതമാക്കുന്ന മുദ്രാവാക്യമായിരുന്നു ആത്മവിദ്യാസംഘത്തിന്റേത്.

‘ഉണരുവിൻ അഖിലേശനെ സ്മരിപ്പിൻ
ക്ഷണമെഴുന്നേല്പിൻ അനീതിയോടെതിർപ്പിൻ”

വിവേകാനന്ദൻ കഠോപനിഷത്തിൽനിന്ന് സ്വീകരിച്ച പ്രബോധന വാക്യം - ഉത്തിഷ്ഠത, ജാഗ്രത, പ്രാപ്യവരാന്നിബോധിത - പോലെ ശക്തമായിരുന്നു ഈ മുദ്രാവാക്യവും. ആത്മവിദ്യാസംഘത്തിന്റെ വലിയ ഒരു സമ്മേളനം കാരക്കാട് ആത്മവിദ്യാസംഘത്തിന്റെ നേതൃത്വത്തിൽ നാദാപുരം റോസ് റെയിൽവേ സ്റ്റേഷന് സമീപമുള്ള വയലിൽ നടത്തി. ഘോഷയാത്രയിൽ പ്രവർത്തകർ പാടിയ പ്രാർത്ഥനാഗാനം ഇതായിരുന്നു.

“നീതി തെറ്റാതാത്മാവിദ്യാസംഘമെന്നും ജയിക്കട്ടെ
ഭൂതിചേർന്ന് സുഖിക്കട്ടെ നാട്ടുകാരെല്ലാം
നീതികെട്ട കർമ്മകാണ്ഡ രാക്ഷസന്മാർ കുടികൊള്ളും
ജാതിഭേദക്കോട്ട പൊട്ടിത്തകർന്നീടട്ടെ.
അന്തരാത്മ ജ്ഞാനദീപം ജ്വലിക്കട്ടെ, നീചമായു-
ള്ളന്ധകാരമകലട്ടെ, ഭദ്രമേറട്ടെ.
ഹിന്ദുലോകമുണരട്ടെ, ഹിന്ദുധർമ്മം ജയസ്തംഭ-
മന്തരായം വിട്ടു നാട്ടിക്കൊടി പാറട്ടെ.”

സമ്മേളനം അലങ്കോലപ്പെടുത്താൻ സ്റ്റേഷൻ മാസ്റ്റർ ഗോവിന്ദൻ നായർ സമ്മേളനസ്ഥലത്തിന് തൊട്ടടുത്ത് ഒരു സർക്കസ് പ്രദർശനം

ഏർപ്പെടുത്തി. പലരും ഇടപെട്ടിട്ടും സർക്കസ് മാറ്റിവെക്കാൻ ഗോവിന്ദൻനായർ തയ്യാറല്ല. സമ്മേളനം ആരംഭിക്കുന്നതിന് മുമ്പ് സർക്കസ് സംഘം ഉച്ചത്തിൽ ചെണ്ട കൊട്ടി പ്രദർശനം ആരംഭിച്ചു. വാഗ്ഭടാനന്ദന്റെ പ്രസംഗം കേൾക്കുന്നതിന് തടസ്സം സൃഷ്ടിക്കുകയായിരുന്നു ലക്ഷ്യം. പ്രസംഗം കേൾക്കാനെത്തിയ ഒരു മുസ്ലീം ചെറുപ്പക്കാരൻ കത്തി നിവർത്തി ചെണ്ട കുത്തിക്കീറി. അഭ്യാസപ്രകടനത്തിനുള്ള കയർ അറുത്തിട്ടു. സർക്കസ് പ്രദർശനം മുടങ്ങി. സമ്മേളനം ഭംഗിയായി നടന്നു. കാരക്കാട്ടെ ആത്മവിദ്യാസംഘം പ്രവർത്തകർ വീട്ടുമുറ്റത്തെ തുളസിത്തറകൾ തകർത്തു. ഗുളികൻ തറകളും അരയാൽത്തറകളും ഇളക്കിമാറ്റി. 1920 കളിൽ സ്ത്രീകൾക്ക് ബ്ലൗസ് ധരിക്കാൻ പാടില്ലാതിരുന്ന കാലത്ത് പാലേരി കേളപ്പന്റെ വിവാഹത്തിൽ പങ്കെടുത്ത സ്ത്രീകളെല്ലാം ബ്ലൗസ് ധരിച്ചു. ഇരിങ്ങണ്ണൂരിലെ ഒണക്കൻ വൈദ്യരുടെ മകളായിരുന്നു വധു. ആത്മവിദ്യാചാരപ്രകാരമുള്ള പ്രാർത്ഥനകൾ ചൊല്ലിയായിരുന്നു വിവാഹകർമ്മം. കാരക്കാട് ആത്മവിദ്യാസംഘത്തിന്റെ നേതൃത്വത്തിൽ മിശ്രഭോജനവും മിശ്രവിവാഹവും സംഘടിപ്പിക്കുന്നുണ്ട്. മുകയ സമുദായത്തിൽ പെട്ട ഗോവിന്ദൻ വളഞ്ചിയർ സമുദായത്തിൽ പെട്ട മാധവിടീച്ചറെ വിവാഹം കഴിക്കാനാഗ്രഹിച്ചു. യാഥാസ്ഥിതികർ ശക്തമായി എതിർത്തു. ആത്മവിദ്യാസംഘം നേതൃത്വത്തിൽ വിവാഹം നടത്തുകയും മംഗള പത്രം നല്കുകയും ചെയ്തു.

ആത്മവിദ്യാസംഘം പ്രവർത്തകരെയും കുടുംബാംഗങ്ങളെയും യാഥാസ്ഥിതികർ സാമൂഹ്യമായി ബഹിഷ്കരിച്ചു. കുട്ടികൾക്ക് വിദ്യാലയങ്ങളിൽ പ്രവേശനം നിഷേധിച്ചു. അദ്ധ്വാനശീലരായ സംഘാംഗങ്ങൾക്ക് തൊഴിൽ നിഷേധിച്ചു. ബഹിഷ്കരണം നേരിടാൻ വാഗ്ഭടാനന്ദന്റെ നിർദ്ദേശപ്രകാരം വിദ്യാലയങ്ങളിൽ പ്രവേശനം നിഷേധിക്കപ്പെട്ട കുട്ടികൾക്കായി കാരക്കാട്ട് ആത്മവിദ്യാസംഘം എൽ പി സ്കൂൾ സ്ഥാപിച്ചു. 1924 ൽ ആയിരുന്നു ഇത്. പ്രവർത്തകരുടെ സാമ്പത്തികത്തകർച്ച നേരിടാൻ 1922 ൽ ഊരാളുങ്കൽ ഐക്യനാണയ സംഘം എന്ന സ്ഥാപനം ആരംഭിച്ചു. അത് വളർന്ന് ഇന്നത്തെ ഊരാളുങ്കൽ സർവ്വീസ് സഹകരണ ബാങ്ക് ആയി. തൊഴിൽ നിഷേധിക്കപ്പെട്ട പ്രവർത്തകർക്കായി ഊരാളുങ്കൽ കൂലിവേലക്കാരുടെ പരസ്പര സഹായ സഹകരണസംഘം 1924 ൽ രൂപീകരിച്ചു. ചാപ്പയിൽ കുഞ്ഞേൃക്കു ഗുരുക്കൾ മുതൽ 14 പേർ ഒരു രൂപ ഓഹരിയെടുത്ത് ആരംഭിച്ച സംഘം ഇന്ന് ഇന്ത്യയിലെ ഏറ്റവും വലിയ ലേബർ കോൺട്രാക്ട് സൊസൈറ്റിയായി വളർന്നിരിക്കുന്നു. 1500 തൊഴിലാളികൾക്ക് എല്ലാ ആനുകൂല്യങ്ങൾക്കുമൊപ്പം രണ്ടര ലക്ഷം തൊഴിൽ ദിനങ്ങൾ നല്കുന്ന ഈ സ്ഥാപനം വാഗ്ഭടാനന്ദന്റെ ദീർഘവീക്ഷണത്തിന് മകുടോദാഹരണമാണ്. കാരക്കാട് ആരംഭിച്ച ആത്മവിദ്യാസംഘത്തിന്റെ പ്രവർത്തനം ക്രമേണ വെള്ളികുളങ്ങര, മൊകേരി, പുതുപ്പണം, മുട്ടുങ്ങൽ, ഇരിങ്ങൽ എന്നിവിടങ്ങളിലേക്ക് വ്യാപിച്ചു. കടത്തനാട്ടെ ധർമ്മസമരത്തിന്റെ കേന്ദ്രം വടകരയായിരുന്നു. ആയാടത്തിൽ കടുങ്ങോൻ,

മണൽത്താഴരാമോട്ടി എന്നിവർ ആത്മവിദ്യാസംഘത്തിന്റെ പ്രവർത്തനങ്ങൾക്ക് നേതൃത്വം നല്കി. വാഗ്ഭടാനന്ദന്റെ ഉജ്ജ്വല പ്രഭാഷണങ്ങളിൽ ആവേശഭരിതനായ കടുങ്ങോൻ വീട്ടുപറമ്പിലെ വിരൽത്തറയും ഗുളികൻ തറയും കൊത്തിയിടിച്ചു. പുതുപ്പണത്തെ എല്ലാ ആദ്ധ്യാത്മിക പ്രവർത്തനങ്ങൾക്കും നേതൃത്വം നല്കിയ മണൽത്താഴരാമോട്ടി അവർണ്ണർക്ക് കുളിക്കാനായി പുതുപ്പണം റോഡരികിൽ മനോഹരമായ ഒരു കുളം കുഴിപ്പിച്ച് നല്കി.

ആത്മവിദ്യാസംഘം നേതൃത്വത്തിൽ വടകര പുത്തൂർ വയലിൽ ആത്മവിദ്യാമഹോത്സവം സംഘടിപ്പിച്ചു. കടത്തനാട്ടെ ആത്മവിദ്യാധർമ്മ സമരത്തിന്റെ വിജയോത്സവമായാണ് മഹോത്സവം സംഘടിപ്പിച്ചത്. സമ്മേളനത്തിൽ പങ്കെടുത്ത മട്ടന്നൂരില്ലത്ത് മധുസൂദനൻ തങ്ങൾ, കല്യാട്ട് യജമാനൻ, കൂടാളി യജമാനൻ, വാഗ്ഭടാനന്ദൻ, കാരായി അച്ചുതൻ, കാവിൽ പി രാമപ്പണിക്കർ എന്നിവർക്ക് ആതിഥ്യം നല്കിയത് കടത്തനാട്ട് ആത്മവിദ്യാസംഘം അദ്ധ്യക്ഷൻ തച്ചോളി കണ്ണക്കുറുപ്പിന്റെ വസതിയിലായിരുന്നു. ഇരിങ്ങണ്ണൂരിൽ അന്ധവിശ്വാസങ്ങൾക്കും അനാചാരങ്ങൾക്കുമെതിരെ സംഘം സംഘടിപ്പിച്ച പൊതുയോഗം അലങ്കോലപ്പെടുത്താൻ എതിരാളികൾ തീരുമാനിച്ചു. യാഥാസ്ഥിതികരുടെ ശക്തികേന്ദ്രമായിരുന്നു ഇരിങ്ങണ്ണൂർ. ആചാരങ്ങൾക്കും നാട്ടുനടപ്പുകൾക്കുമെതിരെ പ്രസംഗിച്ചാൽ വാഗ്ഭടാനന്ദനെ പാന്തം (തെങ്ങോലയുടെ നടുവിൽനിന്ന് കീറിയെടുക്കുന്നത്) ഉപയോഗിച്ച് കെട്ടിയിടുമെന്ന് എതിരാളികൾ പ്രഖ്യാപിച്ചു. മരക്കുളത്ത് ചാത്തൻ വൈദ്യന്റെ നേതൃത്വത്തിലായിരുന്നു യോഗം സംഘടിപ്പിച്ചത്. സംഘർഷം ഉണ്ടാകുമെന്നറിഞ്ഞ് വാഗ്ഭടാനന്ദന്റെ ഇളയ സഹോദരൻ ചാത്തുക്കുട്ടി നേരത്തെതന്നെ ഇരിങ്ങണ്ണൂരിലെത്തി. അക്കാലത്ത് വാഗ്ഭടാനന്ദൻ പ്രസംഗിക്കുന്ന മിക്ക സ്ഥലത്തും എതിരാളികൾ ബഹളമുണ്ടാക്കുമെന്നറിഞ്ഞാൽ മഹാശക്തനും അഭ്യാസിയുമായ ചാത്തുക്കുട്ടി ജ്യേഷ്ഠന്റെ സംരക്ഷണത്തിനായി എത്താറുണ്ടായിരുന്നു. ഒരു സംഘം അക്രമികൾ ചാത്തുക്കുട്ടിയെ തടഞ്ഞ് നിർത്തി ക്രൂരമായി മർദ്ദിച്ച് ഒരു മരത്തിൽ കെട്ടിയിട്ടു പ്രഭാഷണത്തിന് ശേഷമാണ് വാഗ്ഭടാനന്ദൻ സംഭവം അറിഞ്ഞത്. അക്രമികളോട് ക്ഷമിച്ച വാഗ്ഭടാനന്ദൻ സഹോദരന്റെ ശരീരം തലോടി സമാശ്വസിപ്പിച്ചു. മർദ്ദനത്തിന്റെ ഫലമായി ചാത്തുക്കുട്ടി മരണപ്പെട്ടു. കേരളീയ നവോത്ഥാനത്തിനായി രക്തസാക്ഷിയായ ധീരനായിരുന്ന ചാത്തുക്കുട്ടി.

ചെറുവണ്ണൂരിൽ പി രാഘവൻ, ഉള്ളാട്ട് തൊടി ഇമ്പിച്ചിക്കുട്ടൻ, കണ്ണാടത്ത് ചോയിക്കുട്ടി, അങ്ങാടിവീട്ടിൽ കുഞ്ഞിക്കോരു തുടങ്ങിയവരായിരുന്നു ആത്മവിദ്യാസംഘത്തിലെ ആദ്യ പഥികർ. പാട്യത്ത് വാഗ്ഭടാനന്ദന്റെ ചർച്ചാ ക്ലാസിൽ പങ്കെടുത്തു തിരിച്ചുവന്ന കുന്നത്തു പറമ്പിലെ കോച്ചേരി കുഞ്ഞിക്കുട്ടി ഗുരുക്കൾ എന്ന ഈഴവ പ്രമുഖൻ വാഗ്ഭടാനന്ദനെ കുന്നോത്ത് പറമ്പിലേക്ക് ക്ഷണിച്ചു. 1919 ഫെബ്രുവരി 12 ന് വാഗ്ഭടാനന്ദൻ കുന്നോത്ത് പറമ്പിലെത്തി ഉജ്ജ്വലമായൊരു പ്രഭാഷണം നടത്തി.

പറമ്പത്ത് ഗോവിന്ദൻ എന്ന മറ്റൊരു ഈഴവ പ്രമുഖന്റെ പറമ്പിൽ രണ്ട് ദിവസം നീണ്ട പൊതു സമ്മേളനം നടത്തി. കൊടുങ്ങല്ലൂരമ്മയെ കുടിയിരുത്തിയതായി സങ്കല്പിച്ചിരുന്ന ഒരു തറ നിലകൊള്ളുന്നതായിരുന്നു സമ്മേളന സ്ഥലം. ഈ തറ തട്ടി നിരത്തിയാണ് സമ്മേളനവേദിയൊരുക്കിയത്.

കോഴിക്കോട്ട് പല പ്രദേശങ്ങളിലും വാഗ്ഭടാനന്ദന് ശിഷ്യരും അനുയായികളും വർദ്ധിച്ചുവന്നു. യാഥാസ്ഥിതികരിൽ പലരും എതിർപ്പുമായി മുന്നോട്ടു വന്നു. അവരിൽ പലരും പില്ക്കാലത്ത് വാഗ്ഭടാനന്ദന്റെ ശിഷ്യരും അനുയായികളുമായി മാറി. തലകൊളുത്തൂരിലെ പ്രമാണിമാരായിരുന്നു വലിയ കണ്ടി ഉണ്ണീരിക്കുട്ടിയും, കെ പെരച്ചനും. ഉണ്ണീരിക്കുട്ടി പ്രസിദ്ധനായ വെളിച്ചപ്പാടും പെരച്ചൻ താടിയും മുടിയും വളർത്തിയ സന്ന്യാസിയുമായിരുന്നു. അന്നശ്ശേരിയിൽ വാഗ്ഭടാനന്ദൻ നടത്തിയ ഒരു പ്രഭാഷണത്തെ തടയാൻ ഉണ്ണീരിക്കുട്ടിയും പെരച്ചനും പോയി. ഈശ്വര ഭക്തിയെ അടിസ്ഥാനമാക്കി വാഗ്ഭടാനന്ദൻ ചെയ്ത പ്രസംഗം അവരെ മാനസാന്തരപ്പെടുത്തി. ഉണ്ണീരിക്കുട്ടി ശിഷ്യനായി. പെരച്ചൻ ശിഷ്യനായി താടിയും മുടിയും വടിച്ച് ബ്രഹ്മവാദി എന്ന പേര് സ്വീകരിച്ചു. 1923 മെയ് 5, 6 തീയതികളിൽ ഏലത്തൂരിൽ നടത്താൻ തീരുമാനിച്ച ആത്മവിദ്യാസംഘം സമ്മേളനം നടത്താൻ അനുവദിക്കില്ലെന്ന് യാഥാസ്ഥിതികർ ഭീഷണി മുഴക്കി. ഏലത്തൂരിലെ ധീരരായ ആത്മവിദ്യാസംഘം പ്രവർത്തകരായിരുന്നു സി എം ചെറിയക്കനും സഹോദരൻ സി എം കണാരനും. സമ്മേളനവും പ്രഭാഷണവും തടയുമെന്ന് പ്രഖ്യാപിച്ചവരെ അവർ താക്കീത് ചെയ്തു. “വാഗ്ഭടാനന്ദന്റെ ദേഹരക്ഷയ്ക്ക് എന്ത് ചെയ്യാനും ഞങ്ങൾ മടിക്കില്ല. പിന്നെ ഖേദിച്ചിട്ട് ഫലമില്ല” താക്കീത് ഫലിച്ചു. സമ്മേളനം ഭംഗിയായി നടന്നു. ആയുർവ്വേദാചാര്യനും സംസ്കൃത പണ്ഡിനുമായിരുന്ന ആന്ധ്രമോളി കുഞ്ഞിരാമൻ വൈദ്യരായിരുന്നു രണ്ട് ദിവസവും സമ്മേളന അദ്ധ്യക്ഷൻ. ഒരു സവർണ്ണ പ്രഭുവായ മോളിയുടെ പ്രഭാഷണം എതിരാളികളായ ഒരു വിഭാഗം സവർണ്ണരിൽ മാറ്റം ഉണ്ടാക്കുകയും അവർ വാഗ്ഭടാനന്ദന്റെ അനുയായികളാവുകയും ചെയ്തു. ആത്മവിദ്യാ പ്രവർത്തകനായി മാറിയ ഉണ്ണീരിക്കുട്ടി ശ്രീകുമാരാശ്രമം എന്ന പേരിൽ ഒരു വിദ്യാലയവും തലകൊളത്തൂർ കടവിന് കിഴക്കായി ‘ഗുരുദേവ വിലാസം’ എന്ന പേരിൽ മറ്റൊരു വിദ്യാലയവും സ്ഥാപിച്ചു. ശ്രീകുമാരാശ്രമം ഹാളിൽ ചേർന്ന ആത്മവിദ്യാസമ്മേളനത്തിൽ അദ്ധ്യക്ഷനായ അമ്പാഴപ്പുറത്ത് വലിയ മൂസത് തലക്കുളത്തൂർ ആത്മവിദ്യാസംഘത്തിന്റെ രക്ഷാധികാരിയായി.

ക്ഷേത്രങ്ങളിൽ ഉത്സവത്തോടനുബന്ധിച്ച് ദൈവ പ്രീതിക്കായി നടത്തുന്ന ബലിക്ക് ആയിരത്താണ്ടുകൾ വഴക്കമുണ്ട്. അഹിംസയുടെ പ്രവാചകനായി ഭാരതത്തിൽ അവതരിച്ച ഭഗവാൻ ബുദ്ധനു പോലും ബലിക്കെതിരായി പ്രവർത്തിക്കേണ്ടി വന്നിട്ടുണ്ട്. നിഷ്ഠൂരമായ ഇത്തരം ആചാരങ്ങൾക്കെതിരെ വാഗ്ഭടാനന്ദൻ സിംഹഗർജ്ജനം മുഴക്കി.

ആടുകളെയും കോഴികളെയും മാത്രമല്ല മാടുകളെയും കൂടി അറക്കുന്ന കശാപ്പുശാലകളേക്കാൾ ഭയങ്കരങ്ങളായ ക്ഷേത്രങ്ങളിൽ രക്തപാനം ചെയ്യുന്നതിനായി ഒന്നര മുഴം നീളമുള്ള നാക്കും നീട്ടി കണ്ണുരുട്ടി നില്ക്കുന്ന ദൈവങ്ങൾ എത്രയുണ്ട്. അവിലും മലരും മലർപ്പൊടിയും തവിടും കാടിയും പോരാ മാംസവും കാളകൂടത്തേക്കാൾ ഭയങ്കരമായ മദ്യവും കൂടി വേണമെന്ന് ഭാവിക്കുന്ന ദൈവങ്ങൾ എത്ര. ഇത്തരം ദുരീശ്വരന്മാരെ ആദരിക്കുകയും ആരാധിക്കുകയും ചെയ്തു പോരുന്നത് പാമരന്മാർ മാത്രമല്ല ഈദൃശ ദേവന്മാർക്കും ദേവിമാർക്കും വേണ്ടി തവിടിടിക്കുന്ന ഉലക്കപോലും സാഷ്ടാംഗം നമസ്കരിക്കുന്ന രാജാക്കന്മാർകൂടി നമ്മുടെ നാട്ടിൽ ജീവച്ഛവങ്ങളെന്നോണം ജീവിക്കുന്നുണ്ട്.

വാഗ്ഭടാനന്ദൻ പറഞ്ഞു.

കൊടുങ്ങല്ലൂരിലെ ആരാധന കോഴിവെട്ടും മദ്യസേവയും തെറിപ്പാട്ടുമായിരുന്നു. ഈ ക്ഷേത്രത്തെ മാതൃകയാക്കിയാണ് കേരളത്തിലെ ദേവീക്ഷേത്രങ്ങളിലെ ജന്തുബലി. ഫറോക്കിലെ പ്രസിദ്ധമായ പള്ളിത്തറ ക്ഷേത്രത്തിലെ ജന്തുബലി കേരളത്തിലെങ്ങും കുപ്രസിദ്ധമാണ്. അനേകായിരം കോഴികളെയും നൂറുകണക്കിന് ആടുകളെയും വെട്ടി രക്തതർപ്പണം ചെയ്തായിരുന്നു പള്ളിത്തറ ക്ഷേത്രത്തിലെ ആരാധന. ഉത്സവദിവസം ക്ഷേത്രമുറ്റത്തിനടുത്ത് കാല് കെട്ടിയ കോഴികളുടെ കൂമ്പാരം ക്ഷേത്രത്തേക്കാൾ ഉയരത്തിലായിരിക്കും. അറവ് നടത്താൻ നിരവധി പേരുണ്ടാകും. പ്രബലനും നാടുവാഴിയുമായിരുന്ന പൂതേരി നായരായിരുന്നു ക്ഷേത്രം ഉടമ. അദ്ദേഹത്തിന്റെ പ്രതാപം വെളിപ്പെടുത്തുന്നതാണ് പള്ളിത്തറ ക്ഷേത്രത്തിലെ ഉത്സവം. 1930 ൽ ക്ഷേത്ര ഉത്സവത്തിന് ഒരാഴ്ച മുമ്പ് ഫറോക്കിലും ചുറ്റുപാടും ഒരു വാർത്ത പരന്നു. “പള്ളിത്തറ ക്ഷേത്രത്തിലെ ജന്തുബലി നിർത്തുന്നതിന് വാഗ്ഭടാനന്ദനും സംഘവും വരുന്നു.” “എന്നാൽ കോഴികളെയും ആടുകളെയും അറുക്കേണ്ട. വരുന്നവരെ അറുക്കാമെന്ന്” മൂപ്പിൽ നായർ. വാഗ്ഭടാനന്ദന്റെ പ്രസംഗം കേൾക്കാനും മൂപ്പിൽ നായരുടെ പ്രതികരണം അറിയാനും ആയിരങ്ങൾ പള്ളിത്തറയിലെത്തി. ജനങ്ങൾ പ്രതീക്ഷിച്ചത് ഒന്നും നടന്നില്ല. വാഗ്ഭടാനന്ദനും പി രാഘവനും മൂപ്പിൽ നായരെ ചെന്ന് കണ്ടു. ബിംബിസാരന്റെ യാഗശാലയിൽ കടന്നു ചെന്ന് ആട്ടിൻകുട്ടിയെ രക്ഷിച്ച ബുദ്ധന്റെയും, ഹരിശ്ചന്ദ്രന്റെ യജ്ഞശാലയിൽ ചെന്ന് നരമേധം മുടക്കിയ വിശ്വാമിത്രന്റെയും കഥ വാഗ്ഭടാനന്ദൻ നായരോട് പറഞ്ഞു. വലിയ ഭാഗവത ഭക്തനായിരുന്നു നായർ. ഭാഗവതം ജന്തുബലിയെ അനുകൂലിക്കുന്നില്ലെന്ന് ഭാഗവതം വരുത്തി വായിച്ചു കൊടുത്തു വാഗ്ഭടാനന്ദൻ വിശദീകരിച്ചു. അടുത്ത വർഷം മുതൽ ജന്തുബലി നടത്തില്ലെന്ന് നായർ വാഗ്ഭടാനന്ദന് ഉറപ്പ് നല്കി.

മറ്റൊരു അറവു ശാലയായിരുന്നു വടകരയ്ക്കടുത്ത പുതുപ്പണം കളരിയുള്ളതിൽ ക്ഷേത്രം. വർഷംതോറും ഉത്സവത്തോടനുബന്ധിച്ച് അവിടെ

നടക്കുന്ന ജന്തുബലി അവസാനിപ്പിക്കാൻ പുതുപ്പണം ആത്മവിദ്യാസംഘം ശ്രമിച്ചു. 1931 ഫെബ്രുവരിയിൽ ജന്തുബലിക്കും മദ്യപാനത്തിനുമെതിരെ വാഗ്ഭടാനന്ദൻ പുതുപ്പണം കുളത്തിന് സമീപം ഒരു പ്രസംഗ പരമ്പര നടത്തി. ആത്മവിദ്യാസംഘം പ്രവർത്തകരെ കള്ളക്കേസിൽ കുടുക്കാൻ ക്ഷേത്രഭാരവാഹികൾ ക്ഷേത്രനടയിലെ കരിങ്കൽ പ്രതിമ മോഷ്ടിക്കുകയും ഭണ്ഡാരം കുത്തിപ്പൊളിക്കുകയും ചെയ്തു. കണ്ണൻ എന്ന ഒരു സാധുവിനെ മദ്യം നല്കി മയക്കി സംഘം പ്രവർത്തകർക്കെതിരെ പൊലീസിൽ മൊഴി നല്കാൻ പ്രേരിപ്പിച്ചു. ആരോപണം വ്യാജമാണെന്ന് മനസ്സിലാക്കിയ പൊലീസ് ക്ഷേത്രഭാരവാഹികളെ താക്കീത് ചെയ്തു. കളരിയുള്ളതിൽ അടക്കം കടത്തനാട്ടെ നിരവധി ക്ഷേത്രങ്ങളിൽ ജന്തുബലി അവസാനിച്ചത് ഇതോടെയാണ്.

തീണ്ടലിനും, തൊട്ടുകൂടായ്മയ്ക്കും ജാതിഭേദത്തിനും വളരാൻ പറ്റിയ വളക്കൂറുള്ള മണ്ണായിരുന്നു അന്ന് ക്ഷേത്രങ്ങൾ. ക്ഷേത്രങ്ങളിൽനിന്ന് ഈ തിന്മകൾ വ്യക്തിജീവിതത്തിലേക്കും, സാമൂഹിക ജീവിതത്തിലേക്കും പടരുന്നു. ബ്രാഹ്മണപൗരോഹിത്യത്തിന്റെ ചൂഷണകേന്ദ്രങ്ങൾ കൂടിയായിരുന്നു ക്ഷേത്രങ്ങൾ. ബ്രാഹ്മണപൗരോഹിത്യം നിലവിലുള്ള ക്ഷേത്രങ്ങളിലും കാവുകളിലും നടത്തുന്ന ജന്തുബലിയെ വാഗ്ഭടാനന്ദൻ ശക്തമായി എതിർത്തു. "അനർത്ഥം സൂചിപ്പിക്കുന്ന ചുകപ്പും ചുറ്റി വാളുമെടുത്തിളകി ഹിംസിക്കുവാൻ കണ്ണുരുട്ടി ഓടിവരുന്ന വെളിച്ചപ്പാടിനോട് ചോദിപ്പിൻ. ഒരു സാധു ജീവിയുടെ കഴുത്തറുപ്പാൻ പിള്ളേർക്കും കഴിയും. ആ മുറിവ് പൂട്ടാൻ നിനക്ക് കഴിയുമോ? കഴിയില്ലെങ്കിൽ നിനക്കതിനെ അറുക്കാൻ എന്തധികാരം?" വാഗ്ഭടാനന്ദൻ ചോദിച്ചു. കള്ള് കുടിക്കുന്ന ദൈവങ്ങളും, തുള്ളുന്ന ദൈവങ്ങളും കണ്ണുരുട്ടുന്ന ദൈവങ്ങളും, കോഴി മുതലായ ജന്തുക്കളെ കടിച്ചു പറിച്ച് ചോരകുടിക്കുന്ന ദൈവങ്ങളും, ക്രോധിക്കുന്ന ദൈവങ്ങളും, ആരാധനാ മൂർത്തികളായി മാറുന്ന പൈശാചികാചാരങ്ങൾ വീട്ടിനും നാട്ടിനും ഗുണകരമാവില്ലെന്ന് വാഗ്ഭടാനന്ദൻ വ്യക്തമാക്കി. ക്ഷേത്രകേന്ദ്രീകൃതമായ വിശ്വാസങ്ങൾ ജന്മിനാടുവാഴിത്ത്വത്തിന്റെ അടിസ്ഥാനമാണ്. ഈ വിശ്വാസങ്ങൾ തകർക്കുക വഴി നാടുവാഴിത്ത്വത്തിന്റെ വിശ്വാസപരമായ അടിത്തറ തോണ്ടുകയായിരുന്നു വാഗ്ഭടാനന്ദൻ.

ക്ഷേത്രവിശ്വാസത്തെക്കുറിച്ചും ആത്മവിദ്യാസംഘത്തിന്റെ ലക്ഷ്യങ്ങളെക്കുറിച്ചും വാഗ്ഭടാനന്ദൻ എഴുതി.

> പണ്ഡിതന്മാർ, പാമരന്മാർ, ദരിദ്രന്മാർ എന്നു വേണ്ട പലരും വാസ്തവമറിയാതെ ഈശ്വരനെ കാണാൻ വേണ്ടി പല പല ക്ഷേത്രങ്ങളിലും തീർത്ഥങ്ങളിലും ഓടിയോടി അലയുന്നു; വലയുന്നു. അനന്തപുണ്യത്താൽ ലഭിച്ച ഈ മനുഷ്യശരീരമാകുന്നു സാക്ഷാൽ ഈശ്വരക്ഷേത്രമെന്ന ബോധമോ വിശ്വാസമോ അവരിൽ തീരെ കാണപ്പെടുന്നില്ല. അതുകൊണ്ട് ബാഹ്യക്ഷേത്രങ്ങ

ളുടെ അനാവശ്യകതയെയും ഗാത്രക്ഷേത്രത്തിന്റെ മഹിമയെയും സവിസ്തരം പ്രതിപാദിച്ച് പൊതുവിൽ നല്ല വിവേകമുണ്ടാക്കി ത്തീർക്കുക. ശാന്തി, സന്തോഷം, സമഭാവന, തത്ത്വജ്ഞാനം എന്നി വയാകുന്നു ഗാത്രക്ഷേത്രത്തിലുള്ള ഈശ്വരനെ ആരാധിക്കാൻ ഉത കുന്ന പുഷ്പങ്ങളെന്ന് ബോദ്ധ്യപ്പെടുത്തി കേരളീയരെ സന്മാർഗ്ഗ ത്തിൽ നയിക്കുക. തീണ്ടിക്കുളി, തൊട്ടുകുളി മുതലായ അനാചാ രങ്ങളെ ഉച്ചാടനം ചെയ്യുക. ആത്മവിദ്യാമന്ദിരങ്ങൾ സ്ഥാപിക്കു കയും അതുകളിൽ വച്ച് വിവാഹം മുതലായ സംസ്കാരങ്ങളെ ഋഷിമതങ്ങൾ അനുസരിച്ച് വേണ്ടുവോളം പരിഷ്കാരത്തോടെ നട ത്തുകയും കൈത്തൊഴിൽ ശാലകളും മറ്റും ഏർപ്പെടുത്തി കഴി യുന്നത്ര ബാഹ്യമായ അഭ്യുദയമുണ്ടാക്കിത്തീർക്കുകയും ബാഹ്യ മായ പരിഷ്കാരത്തെ തീരെ ഉല്ലംഘിക്കാതെ ഐശ്വര്യമായ വിശ്വാ സത്തെയും ധർമ്മധീരതയെയും മേൽക്കുമേൽ വർദ്ധിപ്പിക്കുവാൻ ഉതകുന്ന വണ്ണം വിദ്യാഭ്യാസരീതിയെ വ്യവസ്ഥപ്പെടുത്തുകയും ചെയ്യുക തുടങ്ങിയ ഉദ്ദേശ്യങ്ങളാകുന്നു ആത്മവിദ്യാസംഘത്തി നുള്ളത്.

ആത്മവിദ്യാസംഘത്തിന്റെ ഉദ്ദേശലക്ഷ്യങ്ങൾക്കും പ്രവർത്തനപഥ ത്തിനും രണ്ട് തലങ്ങളുണ്ടെന്ന് ഡോ. കെ കെ എൻ കുറുപ്പും ഡോ. എം എസ് നായരും ചേർന്ന് എഴുതിയ *വാഗ്ഭടാനന്ദ ഗുരു ഒരു നവോത്ഥാന ശക്തി* എന്ന പുസ്തകത്തിൽ വിശദീകരിക്കുന്നുണ്ട്:

1. ആത്മീയം. 2 സാമൂഹികം. നിലവിലുണ്ടായിരുന്ന ദുഷിച്ച് നാറിയ വ്യവസ്ഥക്കെതിരെയുള്ള ഒരു പ്രതിഷേധ സ്വരമായിരുന്നു ഇത്ത രമൊരു പ്രസ്ഥാനത്തിന് തുടക്കം കുറിച്ചത്. അതുകൊണ്ടുതന്നെ സാമൂഹിക പ്രതിഷേധത്തിന്റെ സ്വരം വാഗ്ഭടാനന്ദന്റെ ദർശന ത്തിൽ പ്രതിധ്വനിക്കുന്നത് കാണാം. കുറെ കെട്ടുകഥകളുടെ പര്യാ യമായി മാറിയ മതവും മതം സൃഷ്ടിച്ച ബഹുദൈവങ്ങളും ജാതി ഭേദങ്ങളും നിരാകരിക്കാൻ ജനങ്ങളെ സജ്ജരാക്കുക എന്നതാണ് ആത്മവിദ്യാസംഘത്തിന്റെ പ്രധാന ദൗത്യം.

വാഗ്ഭടാനന്ദൻ അടിസ്ഥാനപരമായി ആത്മീയവാദിയാണ്. അദ്ദേഹ ത്തിന്റെ ദർശനം ശങ്കരന്റെ അദ്വൈതം തന്നെ. പക്ഷേ, അദ്വൈതത്തിന്റെ പ്രായോഗികവശം സാമൂഹിക നന്മയ്ക്കുതകുന്ന മേഖലകളിലാണ് അദ്ദേഹം ഉപയോഗിച്ചത്. ബ്രഹ്മമാണ് പരമമായ സത്യം എന്ന് പറയു മ്പോൾ ഭൗതിക ജീവിതത്തെയോ ലൗകിക സാഹചര്യങ്ങളെയോ അദ്ദേഹം നിഷേധിക്കുന്നില്ല. മതത്തിന്റെ പേരിലുള്ള ആഭാസങ്ങളെയും പൗരോഹിത്യം ഊട്ടിവളർത്തിയ ജാതിചിന്തകളെയും മതത്തിന്റെയും പ്രത്യയശാസ്ത്രം കൊണ്ടുതന്നെ നേരിടുകയായിരുന്നു, ആത്മവിദ്യാസം ഘത്തിന്റെ ലക്ഷ്യം. ഷോഡശ സംസ്കാരത്തിൽ പ്രധാനമായ വിവാഹ

ച്ചടങ്ങുകളും മരണാനന്തരക്രിയകളും അതുമായി ബന്ധപ്പെട്ട ഏറ്റുമാറ്റു സമ്പ്രദായങ്ങളും എല്ലാ സമുദായങ്ങൾക്കും ഒരുപോലെ ബാധകമായിരുന്നു. ഇവ യുക്തിഹീനമായ മാമൂലുകളായി അധഃപതിക്കുകയും നിരവധി പാവപ്പെട്ട കുടുംബങ്ങളെ കടബാദ്ധ്യതയിൽ പെടുത്തുകയും ചെയ്തു. ഈ ആചാരങ്ങളിൽ പലതിനെയും പരിഷ്കൃത സമൂഹത്തിനിണങ്ങും വിധം നവീകരിക്കുകയും ചിലത് നിർത്തലാക്കുകയും ചെയ്തു. താലികെട്ട് കല്യാണം, തിരണ്ടുകുളി തുടങ്ങിയവ പൂർണ്ണമായും തുടച്ചു മാറ്റാൻ ആത്മവിദ്യാസംഘത്തിന് കഴിഞ്ഞു. വിവാഹവേളയിലെ അനാവശ്യചടങ്ങുകൾ ഒഴിവാക്കി ചെലവു ചുരുക്കാൻ കഴിഞ്ഞു. മരണാനന്തര ക്രിയകളും രണ്ടാഴ്ചയോളം ആചരിച്ച പുലയെന്ന അശുദ്ധിയും അനാചാരങ്ങളാണെന്ന് ബോദ്ധ്യപ്പെടുത്തി ബന്ധപ്പെട്ട ക്രിയകളെ ലളിതമാക്കി പ്രാർത്ഥനകളിൽ ഒതുക്കി. ഏറ്റുമാറ്റ് സമ്പ്രദായം ചരിത്രത്തിലെ വിദൂരമായ ഒരു ഓർമ്മമാത്രമായി മാറ്റാൻ ആത്മവിദ്യാസംഘം പ്രവർത്തകർക്ക് കഴിഞ്ഞു.

തിരുവിതാംകൂർ സന്ദർശനം

മയ്യഴിയിലെ പ്രമുഖ തീയ കുടുംബത്തിലാണ് സാമൂഹിക പരിഷ്കർത്താവും ആദ്ധ്യാത്മിക പ്രവർത്തകനുമായിരുന്ന സാധു ശിവപ്രസാദ് സ്വാമികൾ ജനിച്ചത്. പൂർവ്വാശ്രമത്തിൽ കൃഷ്ണനെന്നായിരുന്നു പേര്. ഹൈസ്കൂൾ വിദ്യാഭ്യാസം കഴിഞ്ഞ ഉടനെ ശ്രീനാരായണഗുരുവിന്റെ ആരാധകനായിത്തീർന്ന അദ്ദേഹം ഗുരുദേവന്റെ അനുമതിയോടെ ഒരു ഭാരതപര്യടനം നടത്തി. കൊല്ക്കത്തയിലെത്തിയ അദ്ദേഹം ബ്രഹ്മസമാജത്തിന്റെ ആദർശങ്ങളിലും പ്രവർത്തനങ്ങളിലും ആകൃഷ്ടനായി, തിരിച്ചെത്തിയ ശിവപ്രസാദ് സ്വാമികൾ ആലപ്പുഴയിൽ ഒരു ആശ്രമം സ്ഥാപിച്ച് ബ്രഹ്മമതപ്രബോധനം ആരംഭിച്ചു. 1914 ൽ ബ്രഹ്മസമാജത്തിന്റെ നേതൃത്വത്തിൽ ആലപ്പുഴയിൽ രണ്ട് ദിവസം മതസമ്മേളനം നടത്താൻ സ്വാമികളും സഹപ്രവർത്തകരും തീരുമാനിച്ചു. കോഴിക്കോട് നിന്ന് ഡോ. അയ്യത്താൻ ഗോപാലൻ, രാരിച്ചൻ മൂപ്പൻ, ഇ രാമമേനോൻ, വാഗ്ഭടാനന്ദൻ എന്നിവർ സമ്മേളനത്തിൽ പങ്കെടുത്തു. ഹിന്ദുക്കളുടെ ഇടയിൽ നിലനിന്നിരുന്ന ജാതിയെയും അനാചാരങ്ങളെയും ആരാധനാസമ്പ്രദായങ്ങളെയും ഖണ്ഡിച്ച് വാഗ്ഭടാനന്ദൻ ചെയ്ത പ്രസംഗം സഭയിൽ വലിയ കോളിളക്കം സൃഷ്ടിച്ചു. രണ്ടാംദിവസം അവസാനത്തെ പ്രസംഗം ഇരുപതുകാരനായ പുത്തൻ തോപ്പിൽ പത്മനാഭപ്പണിക്കരുടേതായിരുന്നു. ഉജ്ജ്വലമായ ആ പ്രസംഗം സദസ്സിന്റെ മുക്തകണ്ഠമായ പ്രശംസയ്ക്ക് പാത്രമായി. വാഗ്ഭടാനന്ദനും, ഡോ. അയ്യത്താൻ ഗോപാലനും ആ യുവാവിന് പല സമ്മാനങ്ങളും നല്കി അഭിനന്ദിച്ചു. പാലക്കാട് പോലുള്ള സവർണ്ണകേന്ദ്രങ്ങളിൽ പ്രസംഗിക്കുന്നതിനായി ക്ഷണിച്ചു. ക്രമേണ പണിക്കർ വാഗ്ഭടാനന്ദശിഷ്യനായി ആര്യഭടനെന്ന പേര് സ്വീകരിച്ചു. വാഗ്ഭടാനന്ദനൊപ്പം മലബാറിലെത്തിയ പത്മനാഭപ്പണിക്കർ രാരിച്ചൻ മൂപ്പന്റെ പാലസിലും ഡോ. ഗോപാലന്റെ ബംഗ്ലാവിലും താമസിച്ച് തത്ത്വപ്രകാശികയിലെത്തി ഗുരു

സന്നിധിയിൽ സിദ്ധാന്തം, സാഹിത്യം തുടങ്ങിയവ പഠിച്ചു.

തന്റെ ഗുരുനാഥന്റെ സന്ദേശങ്ങൾ ബഹുജനങ്ങൾക്കിടയിൽ പ്രചരിപ്പിക്കാൻ പണിക്കർ രണ്ട് ദിവസത്തെ മഹാസമ്മേളനം ജന്മദേശമായ തൃക്കുന്നപ്പുഴയ്ക്കടുത്ത മംഗലത്ത് നടത്താൻ തീരുമാനിച്ചു. മഹാകവി കുമാരനാശാനായിരുന്നു സമ്മേളനത്തിലെ അദ്ധ്യക്ഷൻ. സി വി കുഞ്ഞിരാമൻ, സാധു ശിവപ്രസാദ് സ്വാമികൾ, സ്വാമി ബ്രഹ്മവ്രതൻ എന്നിവരായിരുന്നു പ്രാസംഗികന്മാർ. വാഗ്ഭടാനന്ദൻ വിശിഷ്ടാതിഥിയും. ജാതിയും വിഗ്രഹാരാധനയും ശരിയാണെന്ന് വാഗ്ഭടാനന്ദ ഗുരുവിനോട് വാദിച്ച് ജയിക്കുന്നവർക്ക് 350 രൂപയുടെ പണക്കിഴി കൊടുക്കുമെന്ന് പത്മനാഭപ്പണിക്കർ പത്രങ്ങളിലൂടെ പ്രഖ്യാപിച്ചു. പ്രശസ്തരായ പണ്ഡിതന്മാർ ആരും വാദപ്രതിവാദത്തിന് എത്തിയില്ല. വാഗ്ഭടാനന്ദന്റെ ഉജ്ജ്വലപ്രഭാഷണത്തിന് ശേഷം അദ്ധ്യക്ഷനായിരുന്ന മഹാകവി കുമാരനാശാൻ പറഞ്ഞു: “വാഗ്ഭടാനന്ദഗുരുദേവൻ പ്രസംഗിച്ചത് ഇന്ത്യയിലെ ഋഷികളുടെ മതമാണ്. അതിനെ എതിർക്കാൻ ആർക്കും കഴിയില്ല. അയ്യായിരം വർഷത്തെ എതിർപ്പുകളെ അതിജീവിച്ചുകൊണ്ട് ജ്ഞാനപ്രദാനമായ ആ അദ്വൈതാത്മവിദ്യയുടെ മതം അനശ്വരമായി വിജയിക്കുന്നു. ആധുനിക കാലത്തെ അതിന്റെ ആധികാരിക പ്രവാചകനത്രെ വാഗ്ഭടാനന്ദഗുരു.” 1921 ജനുവരിയിൽ കരുവാറ്റയിൽ നടന്ന ആത്മവിദ്യാസംഘം സമ്മേളനത്തിൽ വച്ചാണ് പുത്തൻ തോപ്പിൽ പത്മനാഭപ്പണിക്കരെ സ്വാമി ആര്യഭടൻ എന്നും മഹാവൈദ്യനായിരുന്ന സി കെ കൊച്ചുകേശവനാശാനെ സ്വാമി സമന്തഭദ്രൻ എന്നും നാമകരണം ചെയ്യുന്നത്. തിരുവിതാംകൂർ ആത്മവിദ്യാസംഘത്തിന്റെ ജനറൽ സെക്രട്ടറി എന്ന നിലയിൽ ആര്യഭട സ്വാമികൾ വളരെ വർഷം സേവനം അനുഷ്ഠിച്ചിട്ടുണ്ട്. വാഗ്ഭടാനന്ദന്റെ പ്രഭാഷണങ്ങൾ പലപണ്ഡിതന്മാരെയും സാമൂഹ്യപ്രവർത്തകരെയും അദ്ദേഹത്തോട് അടുപ്പിച്ചു. അവരിൽ പ്രമുഖനായിരുന്നു ബ്രഹ്മവിദ്യാഭൂഷണൻ എന്ന പേരിൽ പിന്നീട് പ്രസിദ്ധനായ പുതുപ്പള്ളിയിൽ പി കെ പണിക്കർ. കവിയും സംസ്കൃത പണ്ഡിതനുമായിരുന്നു പി കെ പണിക്കർ. മദ്ധ്യതിരുവിതാംകൂറിലെ ഈഴവ സ്ത്രീകൾക്ക് മാറ് മറച്ചും സ്വർണ്ണാഭരണങ്ങൾ അണിഞ്ഞും മുണ്ട് നീട്ടിയുടുത്തും നടക്കാനുള്ള അവകാശം സ്വന്തം കൈയൂക്ക് കൊണ്ട് സ്ഥാപിച്ച ആറാട്ടുപുഴ വേലായുധപ്പണിക്കരുടെ മകൻ കുഞ്ഞുകുഞ്ഞുപ്പണിക്കരുടെ മകനായിരുന്നു പി കെ പണിക്കർ.

മദ്ധ്യതിരുവിതാംകൂറിന്റെ വിവിധ ഭാഗങ്ങളിൽ വാഗ്ഭടാനന്ദൻ നടത്തിയ ഉജ്ജ്വല ഹിന്ദുമതനവീകരണപ്രസംഗങ്ങൾ ഹിന്ദുമതവിശ്വാസികൾക്കിടയിൽ വലിയ ഉണർവ്വ് സൃഷ്ടിച്ചു. വിഗ്രഹാരാധനയെ അനുകൂലിക്കുന്നവരെയും പ്രതികൂലിക്കുന്നവരെയും ഒരേവേദിയിൽ കൊണ്ടുവരാനുള്ള ശ്രമം ആരംഭിച്ചു. 1915 ഏപ്രിൽ 26, 27 തീയതികളിൽ കാർത്തികപ്പള്ളി താലൂക്കിലെ ഹരിപ്പാട് എഡ്വേർഡ് കോർനേഷൻ ഹാളിൽ ഒരു ഹൈന്ദവ സമ്മേളനം വിളിച്ചുകൂട്ടി. സമ്മേളനത്തിന്റെ വിജ്ഞാപനത്തിൽ ഇങ്ങനെ പ്രസ്താവിച്ചു.

> വാഗ്ഭടാനന്ദൻ ഹിന്ദുമതസാരത്തെ പ്രകാശിപ്പിക്കുന്ന ജ്ഞാനപ്രസംഗം ചെയ്യുന്നതാകുന്നു. പുരുഷാർത്ഥങ്ങളിൽ വച്ച് മോക്ഷപ്രധാനമാകുന്ന ശാശ്വതാനന്ദത്തെ പ്രാപിക്കുവാൻ രാജയോഗമെന്ന ആത്മവിദ്യ മാത്രമേയുള്ളൂ. ഹൃദയത്തിലിരിക്കുന്ന ഈശ്വരനെ ഉപേക്ഷിച്ച് പ്രതിമയെ ഏവൻ ഉപാസിക്കുന്നുവോ, കൈയിലിരിക്കുന്ന പായസത്തെ ഉപേക്ഷിച്ച് കൈമുട്ടിലിരിക്കുന്ന ജലത്തെ നക്കുന്നവനെപ്പോലെ അവൻ ബുദ്ധിശൂന്യനാകുന്നു.

വാഗ്ഭടാനന്ദന്റെ പ്രസംഗത്തിന് ശേഷം സംശയമുള്ളവർക്ക് സംശയം ചോദിക്കുവാൻ അവസരം നല്കുന്നതാണെന്നും സംഘാടകർ അറിയിച്ചിരുന്നു. വാദത്തിന് തീരുമാനിച്ച സമയം ഉച്ചയ്ക്ക് 12 ആയിരുന്നുവെങ്കിലും വാഗ്ഭടാനന്ദനോട് വാദിക്കാനായി എത്തിയ ചവറയിൽ ഗോവിന്ദക്കുറുപ്പും ഒ എൻ കൃഷ്ണക്കുറുപ്പും എത്തിയത് വൈകിട്ട് നാലിനായിരുന്നു. സാങ്കേതികകാരണങ്ങൾ പറഞ്ഞ് വാഗ്ഭടാനന്ദനോട് വാദിക്കാൻ എത്തിയവർ സമ്മേളന സ്ഥലത്തുനിന്നും ഇറങ്ങിപ്പോയി. സദസ്യരുടെ അപേക്ഷ മാനിച്ച് വാഗ്ഭടാനന്ദൻ പ്രസംഗിക്കുകയും നിരവധിപേർ അദ്ദേഹത്തിൽനിന്ന് ബ്രഹ്മവിദ്യ സ്വീകരിച്ച് അനുയായികളാവുകയും ചെയ്തു.

ഹരിപ്പാട്ടെ പ്രസംഗം കേട്ട കലവറ നാരായണപിള്ള പാട്യം ആത്മവിദ്യാസമ്മേളനത്തിൽ ഇങ്ങനെ പറഞ്ഞു:

> പതിനഞ്ച് കൊല്ലം മുമ്പാണെന്ന് തോന്നുന്നു ഈ പാട്യം ദേശത്തിലെ ഒരു യുവാവ് എന്റെ ജന്മദേശമായ തൃക്കുന്നപ്പുഴ വരികയുണ്ടായി. ദുർഗ്രഹവും സംശയഗ്രസ്തവുമായ ഒരു വ്യാകരണ നിയമത്തെക്കുറിച്ച് വാദപ്രതിവാദം ചെയ്യുന്നതിനാണ് ആ യുവാവ് അവിടെയെത്തിയത്. മദ്ധ്യതിരുവിതാംകൂറിലെ ഏതാനും വൈയാകരണ പ്രവീണന്മാരും മറ്റും ഉൾപ്പെട്ടിരുന്ന ആ ബഹുജനവ്യൂഹത്തിൽ വിദൂരത്തിൽനിന്നും വെറും ഏകനായി ഒരു ഗ്രന്ഥസഹായം പോലും കൂടാതെ പുറപ്പെട്ട് വന്ന് ആ മഹാരഥന്മാരോട് വാദയുദ്ധം ചെയ്ത് അത്ഭുതകരമായ വിജയം സമ്പാദിച്ച ആ യുവാവിനെക്കുറിച്ച് അക്കാലത്ത് പലരും പ്രശംസിക്കുന്നത് കേട്ടിരുന്നു. കുറേ നാളുകൾ കഴിഞ്ഞ് ഒരു ദിവസം ഞാൻ കാര്യവശാൽ ഹരിപ്പാട്ടുണ്ടായിരുന്നു. ഹരിപ്പാടെന്ന് പറയുന്നത് അഭിനവകാളിദാസൻ, അഭിനവപാണിനി മുതലായ പണ്ഡിതാഗ്രഗണ്യന്മാരായ കോയിത്തമ്പുരാന്മാരുടെ നിവാസംകൊണ്ട് വിശുദ്ധമായും പ്രസിദ്ധമായും തീർന്നിരിക്കുന്ന ഒരു സ്ഥലമാണെന്ന് നിങ്ങൾ അറിയുമല്ലോ. അന്ന് അവിടത്തെ വിശാല ടൗൺഹാളിൽ വിഗ്രഹാരാധനയെയും ജാതിയെയും ഖണ്ഡിച്ചും രാജയോഗത്തെയും സാഹോദര്യത്തെയും മണ്ഡിച്ചും ഒരു പ്രസംഗം നടക്കുന്നതാണെന്നും എതിരായി വാദിച്ച് ജയിക്കുന്നവർക്ക് അഞ്ഞൂറ് ഉറുപ്പിക സമ്മാനം കൊടുക്കുന്നതാ

ണെന്നും ഉള്ള ഒരു പരസ്യം കണ്ടു. കൊട്ടാരങ്ങളും അമ്പലങ്ങളും ബ്രാഹ്മണമഠങ്ങളും നായർ ഗൃഹങ്ങളും വേണ്ടുവോളം ചുറ്റിനുമുള്ള ഈ സ്ഥലത്ത് അന്ന് ഹിന്ദുക്കൾക്ക് അറപ്പും വെറുപ്പും തോന്നുന്ന പ്രസ്തുത വിഷയങ്ങളെക്കുറിച്ച് ഇത്ര നിസ്സങ്കോചം പ്രസംഗിക്കാനും വാദപ്രതിവാദം ചെയ്യാനും പുറപ്പെട്ടിരിക്കുന്ന ആ ധീരനായ പുരുഷസിംഹത്തെ ഒരു നോക്കു കാണണമെന്ന് വിചാരിച്ച് ഞാനും ടൗൺ ഹാളിൽ എത്തിച്ചേർന്നു.

ഇരുണ്ട് ചുരുണ്ട തലമുടി അധികം കുറുക്കി മുറിച്ചിട്ടില്ല. വിശാലവും പ്രോന്നതവുമായ ഫാലദേശാന്തരത്തിൽ ഒരു നീലക്കുറി തിളങ്ങുന്നതുപോലെ തോന്നി. കാതുകളിൽ രണ്ട് സ്വർണ്ണപൂക്കുടകൾ മനോഹരമായി അണിഞ്ഞിരുന്നു. ഒരു കാവി വസനം കൊണ്ട് ബംഗാളിക്കെട്ട് എന്ന് സാധാരണ പറയുന്നമാതിരിയിലുള്ള ഒരു വലിയ തലക്കെട്ടുണ്ടായിരുന്നു. പാദത്തോളം നീണ്ടുകിടക്കുന്ന ഒരു ദീർഘമായ കുപ്പായം ഇട്ടിരുന്നു. അതും പൂങ്കാവി മുക്കിയതായിരുന്നു. ഭാരതീയരുടെ വെള്ളിനിറത്തിലുള്ള ശരീരകാന്തി ദീപ്തിമത്തായിരുന്നു. ജാനുക്കളോളം വരുന്ന ബാഹുക്കളും ദളദളായമല്ലാത്ത ശരീരത്തിന്റെ മാംസദൃഢതയും അസ്ഥിക്കൊഴുപ്പും ആരോഗ്യമഹിമാവിനെ സങ്കീർത്തനം ചെയ്യുന്നുണ്ടായിരുന്നു. ഞാൻ കണ്ട സുന്ദരവിഗ്രഹം എന്റെ മനസ്സിൽനിന്ന് മാഞ്ഞുപോകാത്തവണ്ണം അത് സ്ഥിരപ്രതിഷ്ഠയെ അവലംബിച്ചു. പ്രസംഗപീഠത്തിൽ വച്ച് ആ യുവകോമള വിഗ്രഹത്തിൽനിന്നും പുറപ്പെട്ട പ്രസംഗ വാക് മധുവർഷം ആ സഭയിൽ ഉണ്ടായിരുന്ന എല്ലാവരെയും തണുക്കെ കുളിപ്പിക്കുകയും ആശ്വസിപ്പിക്കുകയും ചെയ്തു. ആഹാ! ഞാൻ കണ്ട ആ മഹാതേജോവിഗ്രഹം – അന്ന് പ്രസംഗ മധുവർഷം ചൊരിഞ്ഞ ആ വിജ്ഞാനഘനം ഏതാണെന്ന് ഇനി ഞാൻ നിങ്ങളോട് പറയേണമോ. അതാണ് ഇന്നലെ ഈ പ്ലാറ്റ്ഫോറത്തിൽനിന്ന് ആത്മവിദ്യയും സത്യവും എന്ന വിഷയത്തെ അധികരിച്ച് പ്രസംഗിച്ചത്; അതാണ് പാട്യം എന്ന ഈ പുണ്യദേശത്തിന്റെ കെടാവിളക്ക്; അതാണ് കാലാന്തരം കൊണ്ട് മലബാറും തിരുവിതാംകൂറുമായി അകന്ന് തുടങ്ങിയ നിലയെ വീണ്ടും ലംഘിച്ച് ബന്ധിക്കുവാൻ പുറപ്പെട്ടിരിക്കുന്ന ദേശബന്ധു. അതാണ് ആർഷാദർശരണങ്ങൾ ശേഖരിച്ചെടുത്ത് നിരത്തിവച്ച് ജനങ്ങളെ അണിയിക്കുന്നതിന് വേണ്ടി ബദ്ധശ്രദ്ധനായി കേരളം മുഴുവൻ സഞ്ചരിക്കുന്ന മഹാത്യാഗി. അതാണ് ആത്മവിദ്യാസംഘ സ്ഥാപകൻ. അതാണ് എന്റെ വാഗ്ഭടാനന്ദഗുരുദേവൻ.

ജാതിയെയും വിഗ്രാഹാരാധനയെയും ഖണ്ഡിച്ച് വാഗ്ഭടാനന്ദൻ പ്രസംഗിക്കുന്നതാണെന്നുള്ള വിജ്ഞാപനം അമ്പലപ്പുഴ താലൂക്കിന്റെ

വിവിധഭാഗങ്ങളിൽ പ്രത്യക്ഷപ്പെട്ടു. തോട്ടപ്പള്ളി ചേന്നങ്കരയിൽ വാഗ്ഭടാനന്ദന്റെ പ്രസംഗം. സമന്തഭദ്രസ്വാമികളുടെ അമ്മാവൻ മാവുന്നയിൽ കേളന്റെ നേതൃത്വത്തിലാണ് സംഘാടനം. യാഥാസ്ഥിതികർ സംഘടിച്ച് അമ്പലപ്പുഴയിലെ കിരീടം വയ്ക്കാത്ത രാജാവ് പുറക്കാട് അഴിക്കകത്ത് ആണ്ടി അരയനെക്കണ്ട് സങ്കടം ഉണർത്തിച്ചു. നിരീശ്വരവാദിയായ വാഗ്ഭടാനന്ദന്റെയും അനുയായികളുടെയും മതവിരുദ്ധ പ്രവർത്തനങ്ങളിൽനിന്ന് ഹിന്ദുമതത്തെ രക്ഷിക്കണമെന്ന് അഭ്യർത്ഥിച്ചു. പ്രതാപശാലിയും സവർണ്ണാവർണ്ണഭേദമില്ലാതെ എല്ലാവരാലും ആരാധിക്കുന്നയാളുമായ അരയൻ ചേന്നങ്കരയിലെ യോഗം തടയുമെന്ന് ഉറപ്പ് കൊടുത്തു. സമ്മേളനത്തിന്റെ ഒരു ദിവസം മുമ്പ് തെങ്ങിൻതോപ്പിൽ ഉയർത്തിയ പന്തൽ അരയൻ പൊളിച്ചു കളഞ്ഞു. സംഘാടകർ പരിഭ്രാന്തിയിലായി. പല്ലനയിൽ വിശ്രമിക്കുന്ന വാഗ്ഭടാനന്ദൻ പറഞ്ഞു. “സാരമില്ല. വിജ്ഞാപനമനുസരിച്ച് യോഗം നടക്കുന്നതാണെന്നും എതിർത്ത് സംസാരിക്കുവാൻ ആഗ്രഹിക്കുന്നവർക്ക് സൗകര്യം നല്കുന്നതാണെന്നും നാട്ടുകാരെ അറിയിക്കുക.” പ്രവർത്തകർ എല്ലായിടത്തും ചെണ്ടമുട്ടി വിവരം അറിയിച്ചു. സംഭവദിവസം യോഗസ്ഥലത്ത് ജനം തിങ്ങിക്കൂടി. പൊലീസും എത്തി. ഇത്രയും ശക്തമായ പ്രതിഷേധമുണ്ടായിട്ടും പ്രസംഗിക്കാൻ വരുന്ന വാഗ്ഭടാനന്ദനെ കേൾക്കാൻ ആണ്ടി അരയനും എത്തി. കുറച്ചകലെ ഒരു കസേരയിൽ ഇരുന്ന് പ്രസംഗം മുഴുവൻ കേട്ട ആണ്ടി അരയന് മാനസാന്തരമുണ്ടായി. വാഗ്ഭടാനന്ദന്റെ അടുത്ത് ചെന്ന് തന്നെ ശിഷ്യനായി സ്വീകരിക്കണമെന്ന് അഭ്യർത്ഥിച്ചു.

ആണ്ടി അരയൻ സവർണ്ണമേധാവിത്വത്തെ എതിർക്കുകയും ജാതികോട്ടകൾ തകർക്കാൻ ശ്രമിക്കുകയും ചെയ്തു. അമ്പലപ്പുഴ ക്ഷേത്രപരിസരത്ത് അവർണ്ണർക്ക് സഞ്ചരിക്കാൻ പാടില്ലാത്ത വഴിയിൽ വലിയൊരു വിഭാഗം അവർണ്ണരോടൊത്ത് അരയൻ സഞ്ചരിച്ചു. അരയനെ നേരിട്ടെതിർക്കാൻ കഴിയാത്ത സവർണ്ണമേധാവികൾ അദ്ദേഹത്തെ പ്രതിയാക്കി ആലപ്പുഴ കോടതിയിൽ ഒരു കേസ് കൊടുത്ത് തൃപ്തിപ്പെട്ടു. ആലപ്പുഴയിലെ സനാതന ധർമ്മവിദ്യാലയത്തിലെ ബസന്റ് ഹാളിൽ ആണ്ടി അരയന്റെ നേതൃത്വത്തിൽ നടന്ന മതസമ്മേളനത്തിൽ വാഗ്ഭടാനന്ദൻ പ്രഭാഷണം നടത്തി. ആലപ്പുഴ ജഡ്ജിയായിരുന്ന രാമസുബ്ബയ്യാ ശാസ്ത്രികളായിരുന്നു സമ്മേളനാദ്ധ്യക്ഷൻ. വളരെയധികം സവർണ്ണപണ്ഡിതന്മാർ സമ്മേളനത്തിൽ പങ്കെടുത്തിരുന്നു. വാഗ്ഭടാനന്ദൻ നടത്തിയ ദീർഘമായ പ്രസംഗപ്രവാഹം അദ്ധ്യക്ഷന്റെയും പണ്ഡിതസദസ്സിന്റെയും പ്രശംസയ്ക്ക് പാത്രമായി.

മദ്ധ്യതിരുവിതാംകൂറിൽ തൃക്കുന്നപ്പുഴ പകുതിയിൽ കിഴക്കേക്കരവടക്ക് പ്രശസ്തമായ കുടുംബമാണ് മീനത്തയിൽ. സമ്പൽസമൃദ്ധമായ കുടുംബത്തിന്റെ അന്നത്തെ കാരണവർ വെളുത്ത കുഞ്ഞ് ആയിരുന്നു. പതിയാങ്കരയിൽ നടന്ന ശ്രീരാമോദന്തവാദത്തിന് ശേഷം വെളുത്തകുഞ്ഞ് വാഗ്ഭടാനന്ദന്റെ അനുയായിയായിത്തീർന്നു. ഗുരുവിന്റെ ആദ്ധ്യാത്മിക

പ്രവർത്തനങ്ങൾക്ക് സമ്പത്തും സമയവും ചെലവഴിക്കുന്നതിൽ അദ്ദേഹത്തിനു ഒരു മടിയുമുണ്ടായിരുന്നില്ല. സംസ്കൃതഭാഷയോടും ഹൈന്ദവ സംസ്കാരത്തോടുമുള്ള അതിരറ്റ ഭക്തികാരണം തന്റെ അനന്തരവന്മാരിൽ ചിലരെ കോഴിക്കോട് തത്ത്വപ്രകാശികയിൽ സംസ്കൃതപഠനത്തിനയച്ചു. മദ്ധ്യതിരുവിതാംകൂർ യാത്രയിൽ വാഗ്ഭടാനന്ദൻ പലപ്പോഴും വിശ്രമിച്ചിരുന്നത് മീനത്തയിൽ വീട്ടിലായിരുന്നു. ടി കെ മാധവൻ, കാർത്തികപ്പള്ളി മാധവൻ വക്കീൽ, ശ്രീധരസ്വാമികൾ, രാമശാസ്ത്രി, ആത്മാനന്ദ സ്വാമി തുടങ്ങി അനേകം മഹാന്മാർ മീനത്തയിലെ മുറ്റത്ത് വാഗ്ഭടാനന്ദനുമായി ചർച്ചകളും വാദപ്രതിവാദങ്ങളും നടത്താറുണ്ടായിരുന്നു. ഈ വീട്ടിലാണ് 1920 സെപ്തംബറിൽ വാഗ്ഭടാനന്ദന്റെ സാന്നിദ്ധ്യത്തിൽ തിരുവിതാംകൂർ ആത്മവിദ്യാസംഘം രൂപീകരിക്കുന്നത്. തുടർന്ന് തൃക്കുന്നപ്പുഴ, മഹാദേവികാട്, മംഗലം, പല്ലന പാനൂർ, തോട്ടപ്പള്ളി, കുമാരപുരം, പുന്നപ്ര, റാന്നി, പത്തനംതിട്ട എന്നിവിടങ്ങളിലും ആത്മവിദ്യാസംഘം രൂപംകൊണ്ടു. ഒന്നാമത്തെ സംഘടനായോഗത്തിൽ വാഗ്ഭടാനന്ദൻ ചെയ്ത പ്രസംഗം എല്ലാ സഭകളിലും വായിച്ചു. പിന്നീട് പ്രസിദ്ധീകരിച്ചു.

> ആത്മവിദ്യാസംഘം ആവിർഭവിച്ചിരിക്കുന്നത് സർവ്വോപരി ജ്ഞാനാനന്ദമയവും അദ്വൈതവും നിത്യവും പരിപൂർണ്ണവുമായ ആത്മസ്വരൂപത്തെ കാണിച്ച് സകല സന്ദേഹങ്ങളും അകറ്റി നിർഭയരും സ്വതന്ത്രരുമാക്കി തീർക്കാനുമാകുന്നു. ഋഷീശ്വരന്മാരുടെ ധാർമ്മികങ്ങളായ മഹാസന്ദേശങ്ങളെ സർവ്വജനസമക്ഷം അവതരിപ്പിക്കുകയും തദ്വാരാ ജീവിതത്തെ അഭിനവീകരിക്കുകയും ചെയ്യുക. എന്നുള്ള മതപരിഷ്കരണ സംരംഭം കൊണ്ടു മാത്രമേ ഉല്പതിഷ്ണുക്കളാൽ അന്നും ഇന്നും എന്നും പ്രത്യാശിക്കപ്പെടുന്ന വ്യക്തിപരമോ രാഷ്ട്രീയമോ സാമുദായികമോ ആയ നിർവൃതിക്കും സമാധാനത്തിനും നിർവ്വാഹമുള്ളൂ. ഹിന്ദുക്കളുടെ ദൈവീകങ്ങളും ലൗകികങ്ങളുമായ ഇന്നത്തെ ആചാരപദ്ധതികളും ഋഷീശ്വരന്മാരുടെ ആദർശങ്ങളും വളരെ വ്യത്യസ്തങ്ങളായിരിക്കുന്നു. അതുകൊണ്ട് സംഘത്തിന്റെ മഹാപരിശ്രമങ്ങളുടെ പുരോഗതിയെ തടഞ്ഞു നിർത്താൻ എതിർശക്തികൾ വ്യാപരിച്ചുകൊണ്ടിരിക്കുമെന്നത് വാസ്തവമാണ്. എങ്കിലും നിർമ്മലമായ ധർമ്മധീരത്വം, അശ്രാന്തമായ ശക്തിപാതം, അസാമാന്യമായ ഉത്സാഹം, ആത്മാനന്ദാനുഭൂതി എന്നിവയോടു കൂടി വേണം ആത്മവിദ്യാസംഘം ലോകസേവനത്തിനിറങ്ങുക.

സവർണ്ണാവർണ്ണഭേദമില്ലാതെ ഹിന്ദുമത സ്നേഹികളായ നിരവധി പേർ വാഗ്ഭടാനന്ദന്റെ മതപരിഷ്കരണപ്രവർത്തനങ്ങളെ സഹായിക്കാൻ മുന്നോട്ട് വന്നു. സവർണ്ണമേധാവിത്വം കൊടികുത്തി വാഴുന്ന അക്കാലത്ത് കലവറ നാരായണപിള്ള, തോപ്പിൽ ശങ്കരപ്പിള്ള, ആലപ്പുഴയിലെ പ്രശസ്ത അഭിഭാഷകൻ എ വേലുമേനോൻ, സമുദായത്തിൽ കേശവക്കുറുപ്പ്, ഇട

മന വാസുദേവൻ പോറ്റി, പാണ്ടവത്ത് ശങ്കരപ്പിള്ള, കലവറകൃഷ്ണൻ നായർ തുടങ്ങിയ സവർണ്ണ നേതാക്കൾ വാഗ്ഭടാനന്ദന്റെ അനുയായികളായി. തിരുവിതാംകൂറിൽ വെള്ളപ്പൊക്ക ദുരിതംകൊണ്ട് ജനങ്ങൾ കഷ്ടപ്പെട്ടപ്പോൾ പാവപ്പെട്ടവർക്ക് ഭക്ഷണവും വസ്ത്രവും നല്കി സഹായിച്ചത് നാരായണപിള്ളയുടെ കുടുംബമായിരുന്നു. ഈ സൽകൃത്യത്തെ അനുമോദിച്ച് തിരുവിതാംകൂർ മഹാരാജാവ് കല്പിച്ച് കൊടുത്തതാണ് ആ കുടുംബത്തിന് 'കലവറ'യെന്ന നാമം. കലവറയെപ്പോലെതന്നെ സമുദായനേതാവും പൗരപ്രമാണിയുമായിരുന്നു തോപ്പിൽ ശങ്കരപ്പിള്ള. അദ്ദേഹം സമസ്ത തിരുവിതാംകൂർ ആത്മവിദ്യാസംഘം അദ്ധ്യക്ഷനായി.

ആത്മവിദ്യാസംഘവും ബ്രഹ്മസമാജവും പല കാര്യങ്ങളിലും ഒത്തൊരുമിച്ച് പ്രവർത്തിച്ചു. സാധു ശിവപ്രസാദ് സ്വാമികളായിരുന്നു കേരളത്തിലെ ബ്രഹ്മസമാജത്തിന്റെ പ്രധാന പ്രവർത്തകൻ. മറ്റൊരു പ്രധാന പ്രവർത്തകൻ തലശ്ശേരി സ്വദേശിയായ ബ്രഹ്മവാദി പി കുഞ്ഞിരാമൻ ആയിരുന്നു. സമസ്തകേരള ബ്രഹ്മസമാജത്തിന്റെ വാർഷിക മഹോത്സവം 1921 ഡിസംബർ 28, 29, 30 തീയതികളിൽ വർക്കലയിൽ നടന്നു. ദക്ഷിണകാശി എന്ന പേരിൽ പ്രസിദ്ധമായ വർക്കലയിൽ പുരാതനമായ ജനാർദ്ദനസ്വാമിക്ഷേത്രവും ശ്രീനാരായണഗുരുവിന്റെ ശാരദാമഠവും സ്ഥിതി ചെയ്തിരുന്നത് കൊണ്ടുതന്നെ ഏറെ പ്രശസ്തമായിരുന്നു. മതസമ്മേളനത്തിൽ വാഗ്ഭടാനന്ദൻ ആയിരുന്നു അദ്ധ്യക്ഷൻ. വിദ്യാർത്ഥി സമ്മേളനത്തിൽ എ പി പിള്ളയും അധഃകൃതവർഗ്ഗോദ്ധാരണ സമ്മേളനത്തിൽ പി വി ഗോവിന്ദനുമായിരുന്നു അദ്ധ്യക്ഷന്മാർ. ബ്രഹ്മവിദ്യാവിഭൂഷണൻ പി കെ പണിക്കർ പുത്തൻതോപ്പിൽ പത്മനാഭപ്പണിക്കർ (ആര്യഭടൻ) സ്വാമി ബ്രഹ്മവ്രതൻ, എ പി പിള്ള, പണ്ഡിതഋഷിറാം, ബ്രഹ്മവാദി പി കുഞ്ഞിരാമൻ തുടങ്ങിയവരായിരുന്നു പ്രാസംഗികർ. മൂന്ന് ദിവസത്തെ പ്രസംഗങ്ങളിലും മുഴങ്ങിക്കേട്ടത്. "ഏകജാതി, ഏകധർമ്മം, ഏകഭഗവാൻ" എന്നീ ബ്രഹ്മസമാജ ആദർശങ്ങളുടെ വിശദീകരണമായിരുന്നു. മൂന്ന് ദിവസത്തെ പരിപാടികളിൽ ഏറ്റവും കൂടുതൽ ജനശ്രദ്ധയാകർഷിച്ചത് ബ്രഹ്മവാദി കുഞ്ഞിരാമനും പി രോഹിണി അമ്മയും തമ്മിലുള്ള മിശ്രവിവാഹമായിരുന്നു. മിശ്രഭോജനത്തെയും മിശ്ര വിവാഹത്തെയുംകുറിച്ച് ഗിരിപ്രസംഗങ്ങൾ ചെയ്തവർക്കൊന്നും അത് സ്വന്തം ജീവിതത്തിൽ പകർത്താൻ ധൈര്യമുണ്ടായിരുന്നില്ല. മിശ്രഭോജനത്തിനും മിശ്രവിവാഹത്തിനും വേണ്ടി സഹോദരസംഘം സ്ഥാപിച്ച അയ്യപ്പനെ സഹോദരൻ അയ്യപ്പനെന്നും മിശ്രഭോജനത്തിൽ പങ്കെടുത്തപ്പോൾ പുലയൻ അയ്യപ്പനെന്നുമാണ് ജനങ്ങൾ വിളിച്ചത്. സാധു ശിവപ്രസാദ് സ്വാമികളുടെ കാർമ്മികത്വത്തിലായിരുന്നു ബ്രഹ്മവാദി പി കുഞ്ഞിരാമനും പി രോഹിണി അമ്മയും വിവാഹിതരായത്. തലശ്ശേരിയിൽ ഗണകസമുദായത്തിൽ ജനിച്ച പി കുഞ്ഞിരാമൻ ചെറുപ്പത്തിൽത്തന്നെ സംസ്കൃതഭാഷയിൽ പാണ്ഡിത്യം നേടി. ബ്രഹ്മസമാജത്തിന്റെ ആദർശങ്ങളിൽ ആകൃഷ്ടനായ കുഞ്ഞിരാമൻ കൊല്ക്കത്തയിലെത്തി ബംഗാളിഭാഷയും വേദോ

പനിഷത്തുക്കളും പഠിച്ചു. കേരളത്തിലെത്തി ബ്രഹ്മസമാജത്തിന്റെ പ്രചാരകനായി പ്രവർത്തിച്ചു. വാഗ്ഭടാനന്ദനുമായി പരിചയപ്പെട്ടശേഷം അദ്ദേഹത്തോടൊപ്പം കേരളമെങ്ങും സഞ്ചരിച്ച് ഏകേശ്വരവിശ്വാസവും വിശ്വസാഹോദര്യവും പ്രചരിപ്പിച്ചു. വർക്കല ബ്രഹ്മസമാജം വാർഷികമഹോത്സവത്തിൽ തന്റെ ആദർശപ്രചാരണത്തിന് അനുയോജ്യനായ ഒരു യുവാവിനെ വാഗ്ഭടാനന്ദൻ കണ്ടെത്തി. ആ യുവാവിന്റെ ഊർജ്ജസ്വലതയും പ്രസംഗചാതുര്യവും അദ്ദേഹത്തെ ഏറെ ആകർഷിച്ചു. സാധുശിവപ്രസാദ് സ്വാമികൾക്കൊപ്പം കേരളത്തിൽ ബ്രഹ്മസമാജപ്രവർത്തനം നടത്തുന്ന സ്വാമി ബ്രഹ്മവ്രതൻ ആയിരുന്നു അത്. ഓച്ചിറ പ്രയാറിലെ സാമാന്യം ഭേദപ്പെട്ട കോയിപ്പുറത്ത് വീട്ടിലെ പത്മനാഭപിള്ളയുടെയും പാർവ്വതി അമ്മയുടെയും മകനായ എസ് കുട്ടൻനായർ ബ്രഹ്മസമാജത്തിന്റെ തലസ്ഥാനമായ കൊല്ക്കത്തയിൽ നിന്നാണ് സ്വാമി ബ്രഹ്മവ്രതൻ എന്ന പേര് സ്വീകരിക്കുന്നത്. 1917 ലാണ് സ്വാമി ബ്രഹ്മവ്രതൻ വാഗ്ഭടാനന്ദനെ പരിചയപ്പെടുന്നത് ബ്രഹ്മവ്രതൻ അതിനെക്കുറിച്ച് എഴുതി.

> 1917 ശ്രീവാഗ്ഭടാനന്ദ ഗുരുദേവനെ ആദ്യമായി കാണാനുള്ള മഹാഭാഗ്യം എനിക്കുണ്ടായത് അന്നൊരു വേനൽക്കാല സായാഹ്നത്തിലായിരുന്നു. മദ്ധ്യതിരുവിതാംകൂറിൽ എന്റെ ജന്മസ്ഥലത്ത് വച്ച് നടന്ന ഒരു മതമഹാസമ്മേളനത്തിലെ പ്രസംഗവേദിയിൽ ദിവംഗതനായ റാവു സാഹിബ്ബ്, ഡോ. അയ്യത്താൻ ഗോപാലൻ തുടങ്ങിയ മലബാറിലെ ബ്രഹ്മസമാജനേതാക്കന്മാരായ മതവിപ്ലവകാരികൾ നിറഞ്ഞ ഒരു പ്രസംഗമഞ്ചത്തിൽ അസ്തമനസൂര്യന്റെ ഉജ്ജ്വല തേജസ്സിനെ വെല്ലുവിളിച്ചുകൊണ്ട് ആ അത്ഭുതജ്യോതിസ്സ് ഗംഗാപ്രവാഹം പോലെ പ്രസംഗിക്കുകയായി. ആ മഹാമനസ്സോ വാഗ്വിലാസമോ എന്നെ എന്താണ് ആ ദിവ്യതയോട് അഭേദ്യമായി ബന്ധിപ്പിച്ചതെന്ന് എനിക്ക് നിശ്ചയമില്ല. സമ്മേളനാനന്തരം ചന്ദ്രികാസുന്ദരമായ ആ രാത്രിയിൽ ദയാവാരിധിയായ ആ യോഗീശ്വരൻ എന്നെ അവിടത്തെ ആദ്ധ്യാത്മപുത്രനായി സ്വീകരിച്ചു. അതിന് ശേഷം ഗുരുദേവന്റെ അന്തിമസമാധിവരെ സുമാർ രണ്ട് വ്യാഴവട്ടക്കാലത്തെ മധുരമധുരങ്ങളായ മഹനീയ സ്മരണകൾക്ക് ഒരു മറശ്ശീല ഇട്ടുകൊണ്ടല്ലാതെ ആ മഹർഷീന്ദ്രനെപ്പറ്റി ഒരു വാക്കുപോലും എഴുതുവാൻ ഈ ലേഖകന് ശക്യമല്ല.

1922 ജനുവരിയിൽ വാഗ്ഭടാനന്ദനൊപ്പം ബ്രഹ്മവ്രതൻ പല്ലനയിലുള്ള മീനത്തയിൽ വീട്ടിൽവന്നു. ബ്രഹ്മോപദേശം നല്കി അനുഗ്രഹിക്കണമെന്ന് ആചാര്യനോട് അപേക്ഷിച്ചു ഗുരു ബ്രഹ്മവിദ്യ നല്കി അനുഗ്രഹിച്ചു. തമിഴ്സംഗീതനാടകങ്ങളിൽനിന്നും മലയാള നാടകത്തെ പുതിയൊരു മാർഗ്ഗത്തിലേക്ക് നയിക്കുകയും നാടകത്തിന് വേണ്ടി ജീവിതം മുഴുവൻ സമർപ്പിക്കുകയും ചെയ്ത വ്യക്തിയാണ് ബ്രഹ്മവ്രതൻ. *സദാരാമ*യിൽ നിന്ന്

നമ്മുടെ നാടകവേദിയെ വ്യത്യസ്തമാക്കി മാറ്റിയത് ബ്രഹ്മവ്രതന്റെ *കരുണ*നാടകം അരങ്ങേറിയത് മുതലാണ്. മഹാകവി കുമാരനാശാന്റെ ചരമത്തിന് ശേഷം പ്രസിദ്ധീകരിച്ച *കരുണ* എന്ന ഖണ്ഡകാവ്യത്തെ ബ്രഹ്മവ്രതൻ നാടകരൂപത്തിൽ അവതരിപ്പിക്കുകയായിരുന്നു. രണ്ട് ദശകങ്ങൾക്കുള്ളിൽ ഏഴായിരത്തോളം വേദികളിൽ അവതരിപ്പിച്ച് ആ നാടകം റിക്കാർഡ് നേടി. സാഹിത്യകാരനെന്നനിലയിൽ മുപ്പതിലധികം നാടകങ്ങളും പത്ത് നോവലുകളും അദ്ദേഹം രചിച്ചിട്ടുണ്ട്. *അനാർക്കലി, മേരി മഗ്ദലന, സമ്രാട്ട് അശോകൻ, രജപുത്രരക്തം മായ, പഴശ്ശിരാജ, ഇരവിക്കുട്ടിപ്പിള്ള* എന്നിവയാണ് അദ്ദേഹം. രചിച്ച പ്രധാന നാടകങ്ങൾ. കൊല്ലത്തുനിന്നും പ്രസിദ്ധീകരിച്ച *ഭാരതദീപം, ക്ഷേമോദയം* എന്നീ പത്രങ്ങളുടെ പത്രാധിപരായി പ്രവർത്തിച്ച ബ്രഹ്മവ്രതൻ *ധർമ്മധീരൻ* എന്ന പേരിൽ സ്വന്തം പത്രവും തുടങ്ങി. മലയാളത്തിൽ കഥാപ്രസംഗത്തിന്റെ ആചാര്യനായിരുന്നു ബ്രഹ്മവ്രതൻ. വടക്കെ മലബാറിൽ ഉത്തരനാടകവേദി എന്നൊരു സ്ഥാപനവും അദ്ദേഹം ഉണ്ടാക്കി.

വാഗ്ഭടാനന്ദന്റെ മറ്റൊരു പ്രമുഖ ശിഷ്യനായിരുന്നു സമന്തഭദ്രൻ. സി കെ കൊച്ചു കേശവനാശാൻ എന്നായിരുന്നു പൂർവ്വാശ്രമത്തിലെ പേര്. കരുവാറ്റ സമ്മേളനത്തിൽ വച്ച് കൊച്ചുകേശവന് സമന്തഭദ്രൻ എന്ന് പേര് നല്കി ആചാര്യൻ അനുഗ്രഹിച്ചു. തൃക്കുന്നപ്പുഴ തെക്കേത്തറ ആത്മാനന്ദന്റെ വസതിയിൽവച്ചാണ് കൊച്ചുകേശവൻ ആദ്യമായി വാഗ്ഭടാനന്ദനെ കാണുന്നത്. പിന്നീട് തത്ത്വപ്രകാശികയിൽ ചെന്ന് കാവ്യങ്ങളും ശാസ്ത്രങ്ങളും പഠിച്ചു. തിരിച്ചെത്തി കരുവാറ്റ ഒരു സംസ്കൃത വിദ്യാലയം സ്ഥാപിച്ച് കുട്ടികളെ പഠിപ്പിച്ചു. പ്രസിദ്ധ ആയുർവ്വേദ വൈദ്യൻ താമല്ലക്കൽ ശങ്കരൻ വൈദ്യരുടെ കീഴിൽ ആയുർവ്വേദം പഠിച്ചു. ആത്മോപദേശം ഗ്രഹിച്ചതിന് ശേഷം വൈദ്യവൃത്തിയോടൊപ്പം ആത്മവിദ്യാപ്രബോധനവും നടത്തി.

ആത്മവിദ്യാസംഘം തിരുവിതാംകൂറിൽ

കലവറ നാരായണപിള്ളയെപ്പോലെ പ്രശസ്തനും ജന്മിയും നായർ പ്രഭുവുമായിരുന്നു സമുദായത്തിൽ കേശവക്കുറുപ്പ്. കരുവാറ്റ എൻ എസ് എസ് ഹൈസ്കൂൾ സ്ഥാപിച്ചത് ഇദ്ദേഹമാണ്. നായർ സർവ്വീസ് സൊസൈറ്റിക്ക് വിഷുക്കൈനീട്ടമായി ഇന്ദ്രഗുപ്തൻ എന്ന കൊമ്പനാന യെത്തന്നെയാണ് കേശവക്കുറുപ്പ് സംഭാവന നല്കിയത്. 1926 ഏപ്രിലിൽ വാഗ്ഭടാനന്ദൻ മദ്ധ്യതിരുവിതാംകൂറിൽ പേരുകേട്ട ആയുർവ്വേദ വൈദ്യൻ താമല്ലാക്കൽ ശങ്കരൻവൈദ്യൻ, ഹരിപ്പാട് മാധവവക്കീൽ എന്നിവരു മൊത്ത് സമുദായത്തിൽ കേശവക്കുറുപ്പിന്റെ വീട്ടുമുറ്റത്തെത്തി. അയി ത്തവും തീണ്ടലും ശക്തമായിരുന്ന കാലമാണ്. വീട്ടിൽ കയറുവാൻ വാഗ്ഭ ടാനന്ദനും കൂടെയുള്ളവരും മടിച്ചു. സമുദായത്തിൽ ഭവനത്തിൽ താഴ്ന്ന ജാതിക്കാർക്ക് അക്കാലത്ത് മുറ്റത്ത് പോലും പ്രവേശിക്കാൻ അനുവാദമി ല്ലായിരുന്നു. ആഗതരെ കേശവക്കുറുപ്പിന് പരിചയപ്പെടുത്തിക്കൊണ്ട് അകത്ത് സംസാരിച്ചിരിക്കുകയായിരുന്ന മന്നത്ത് പത്മനാഭൻ മുറ്റത്തിറങ്ങി. കേശവക്കുറുപ്പിന്റെ അനുമതിയില്ലാതെ വാഗ്ഭടാനന്ദനെയും കൂട്ടുകാ രെയും വീട്ടിനകത്തേക്ക് ക്ഷണിക്കുവാൻ മന്നവും മടിച്ചു. എന്നാൽ ആഗ തരെ മനസ്സിലാക്കിയ കേശവക്കുറുപ്പ് മൂന്നുപേരെയും വീട്ടിനകത്തേക്ക് ക്ഷണിച്ചു കൊണ്ടുപോയി. പിന്നീട് വാഗ്ഭടാനന്ദ ശിഷ്യനും ദീർഘകാലം ആത്മവിദ്യാസംഘം പ്രസിഡന്റുമായിരുന്ന കേശവക്കുറുപ്പിന്റെ മകൻ സമു ദായത്തിൽ മാധവനുണ്ണിത്താൻ ആ സന്ദർശനത്തെക്കുറിച്ച് എഴുതി.

> യശഃശരീരനായ എന്റെ വന്ദ്യപിതാവ് സമുദായത്തിൽ കേശവക്കു റുപ്പ് അവർകൾ എന്റെ വന്ദ്യജനനിയോടും ഞാനുൾപ്പെട്ട സന്താ നങ്ങളോടുമൊത്ത് സമുദായത്തിൽ വീട്ടിൽ താമസിക്കുകയാണ്. കൊല്ലവർഷം 1105 നോടടുത്തകാലങ്ങളാണ്. മൺമറഞ്ഞ ഭാരത

കേസരി മന്നത്ത് പത്മനാഭൻ സമുദായത്തിൽ വീട്ടിൽ എന്റെ അച്ഛനോടൊത്ത് സംസാരിച്ചു കൊണ്ടിരിക്കുകയാണ്. അച്ഛന്റെ സമുദായ സ്നേഹത്തിന്റെയും ഔദാര്യശീലത്തിന്റെയും ഫലമായി കരുവാറ്റയിൽ സ്ഥാപിതമായ എൻ എസ് എസ് ഹൈസ്കൂൾ പ്രവർത്തനം ആരംഭിച്ച് കഴിഞ്ഞിരിക്കുന്നു. വീണ്ടുമുള്ള സർവ്വീസ് സൊസൈറ്റിയുടെ പുരോഗമനമാർഗ്ഗങ്ങൾക്കു വേണ്ട പോംവഴികൾ ആരായുന്ന ജോലിയിൽ ഏർപ്പെട്ടിരിക്കുകയാണ് അച്ഛനും മന്നവും. സമയം ഉച്ചതിരിഞ്ഞ് ഏതാണ്ടൊരു രണ്ടരമണിയാകും. മൂന്ന് മാന്യാതിഥികൾ സമുദായത്തിൽ വീട്ടിന്റെ മുറ്റത്ത് വന്ന് നില്ക്കുകയാണ്. മന്നം നോക്കിക്കണ്ട് ആഗതരെ മനസ്സിലാക്കി. എസ് എൻ ഡി പി യോഗം സ്ഥാപകനേതാവായ ശ്രീ. എം മാധവൻവക്കീൽ, ആയുർവ്വേദവൈദ്യവിശാരദനും സമുദായ പരിഷ്കർത്താവുമായ താമല്ലാക്കൻ ശങ്കരൻ വൈദ്യൻ ഇവരോടൊത്ത് വാഗ്ഭടാനന്ദഗുരുദേവൻ. വീട്ടിനകത്തേക്ക് സ്വച്ഛന്ദം കടന്നുവരാൻ അവർ മൂവരും ധൈര്യപ്പെടുന്നില്ല. ആഗതരായ ഗുരുദേവരുൾപ്പെട്ട സംഘം അറച്ച് വീട്ടുമുറ്റത്തു തന്നെ നില്ക്കുകയാണ്. ആഗതരെ അച്ഛന് പരിചയപ്പെടുത്തിക്കൊണ്ട് ശ്രീ മന്നത്ത് പത്മനാഭൻ മുറ്റത്തിറങ്ങി. അച്ഛന്റെ അനുവാദം കൂടാതെ ഗുരുദേവരെയും കൂട്ടുകാരെയും വീട്ടിനകത്തേക്ക് ക്ഷണിക്കുവാൻ മന്നം മടിച്ചു. പക്ഷേ, ആൾക്കാരെ തിരിച്ചറിഞ്ഞ എന്റെ അച്ഛൻ പെട്ടെന്ന് പുറത്തുവന്നു ഗുരുദേവരെയും വക്കീൽ മി. മാധവനെയും ശ്രീ. ശങ്കരൻ വൈദ്യരെയും അകത്തേക്ക് ക്ഷണിച്ചു. സ്നേഹബഹുമാനങ്ങളോടെ മൂവരെയും ആസനസ്ഥരാക്കി ഉചിതമായി സൽക്കരിച്ചു. ചെറുതെങ്കിലും മാന്യമായ ആ സദസ്സിൽ വച്ച് നടന്ന ഗുരുദേവരുടെ പ്രഭാഷണഫലമായി സ്വതേതന്നെ ഉല്പതിഷ്ണുവായിരുന്ന എന്റെ വന്ദ്യപിതാവ് ശ്രീ. കേശവക്കുറുപ്പ് അവർകൾ കൂടുതൽ ഉല്പതിഷ്ണുവും സമുദായ പരിഷ്കർത്താവുമായി മാറുകയാണുണ്ടായത്. ആത്മവിദ്യാസംഘത്തിന്റെ ആദർശങ്ങളോടും ജാതികൃതങ്ങളായ അനാചാരങ്ങളെ നിർമ്മാർജ്ജനം ചെയ്യുമാറുള്ള ഗുരുദേവന്റെ പ്രവർത്തനങ്ങളോടും എന്റെ അച്ഛന് പ്രത്യേകമായ ഒരു ആത്മാർത്ഥത അന്നുണ്ടായി. അന്നുവരെ സമുദായത്തിൽ വീട്ടിൽ താഴ്ന്ന ജാതിക്കാരെന്ന് കരുതിപ്പോന്നിരുന്നവർ കടന്നിരുന്നിട്ടില്ലെന്നുള്ളതും ഈ തരുണത്തിൽ ഓർക്കേണ്ടതാണ്. അന്നത്തെ ഗുരുദേവന്റെ സന്ദർശനഫലം കൂടിയായിരിക്കാം സമുദായത്തിൽ കുടുംബത്തിന്റെ ഭരദേവതാ ക്ഷേത്രമായ മഞ്ജജളേത്ത് ക്ഷേത്രത്തിന്റെ കവാടം എല്ലാ ജാതിക്കാർക്കുമായി അച്ഛൻ തുറന്ന് കൊടുത്തത്. വിശ്വവിശ്രുതമായ നമ്മുടെ ക്ഷേത്രപ്രവേശനവിളംബരം നടക്കുന്നതിന് എത്രയോ വർഷങ്ങൾക്ക് മുമ്പാണിതെന്ന് കൂടി ഓർക്കുമ്പോഴാണ് ഒരു യാഥാസ്ഥി

> തിക കുടുംബത്തിലെ കാരണവർ കൂടിയായിരുന്ന എന്റെ അച്ഛനെ എത്ര അത്ഭുതകരമായാണ് ഗുരുദേവർക്ക് മാനസാന്തരം വരുത്താൻ സാധിച്ചതെന്ന് അതിശയിച്ചു പോകുന്നത്. ഈ സന്ദർശനത്തിന് ശേഷം ജാതികൃതങ്ങളായി ഞങ്ങളുടെ നാട്ടിലുണ്ടായിരുന്ന ഉച്ചനീചത്വങ്ങളുടെ അടിക്കോട്ട തകർന്ന് തരിപ്പണമായി എന്ന് തന്നെ പറയണം. മദ്ധ്യതിരുവിതാംകൂറിലെ സാമൂഹ്യ പരിവർത്തനത്തിന്റെ നാന്ദി കുറിച്ചത് അന്നാണ്.

ഈ സുഹൃദ്ബന്ധമാണ് വാഗ്ഭടാനന്ദനുമായി മന്നത്ത് പത്മനാഭനെയും കേശവക്കുറുപ്പിനെയും കൂടുതൽ അടുപ്പിച്ചത്. തിരുവിതാംകൂർ സംഘങ്ങളുടെ ഏകോപിപ്പിച്ച സമ്മേളനം ഹരിപ്പാട് കവറാട്ട് ക്ഷേത്ര വളപ്പിൽ കെട്ടിയുണ്ടാക്കിയ പന്തലിൽ 1926 മെയ് 2, 3 തീയതികളിൽ നടന്നു. വാഗ്ഭടാനന്ദൻ, മഹാകവി വള്ളത്തോൾ, നാലപ്പാട്ട് നാരായണമേനോൻ, രാമവർമ്മത്തമ്പുരാൻ, കുട്ടികൃഷ്ണമാരാർ, മന്നത്ത് പത്മനാഭൻ, കെ ടി ചന്തുനമ്പ്യാർ തുടങ്ങിയവർ പങ്കെടുത്തു. മലബാറിൽനിന്ന് പങ്കെടുത്തവരെല്ലാം താമസിച്ചത് സമുദായത്തിൽ ഭവനത്തിലാണ്. സമ്മേളനത്തിൽ വച്ച് സുപ്രസിദ്ധ സംഗീതജ്ഞനായ ഓച്ചിറ രാമൻ ഭാഗവതർക്ക് വാഗ്ഭടാനന്ദ ഗുരുദേവൻ അഭിനവ ത്യാഗരാജൻ എന്ന ബിരുദം നല്കി അനുഗ്രഹിച്ചു. സമ്മേളനത്തിൽ പ്രസംഗിച്ച മന്നത്ത് പത്മനാഭൻ ഇങ്ങനെ പറഞ്ഞു:

> സനാതനമതത്തിന്റെ സർവ്വസ്വവും സംഗ്രഹിച്ചെടുത്ത് ആത്മവിദ്യാസംഘം എന്ന പുതിയ പ്രസ്ഥാനത്തിലൂടെ അന്ധവിശ്വാസങ്ങളെയും അനാചാരങ്ങളെയും ധ്വംസനം ചെയ്തുകൊണ്ട് ഉദ്ദണ്ഡ ശാസ്ത്രികളെ ജയിക്കുന്ന പോർവിളിയോടുകൂടി പുറപ്പെട്ടിട്ടുള്ള സ്വാമി വാഗ്ഭടാനന്ദഗുരുദേവരെയും മറ്റും എന്റെ മുമ്പാകെ ഒരുമിച്ച് കാണുമ്പോൾ ഞാൻ കൃതകൃത്യനാവുകയും സർവ്വസമുദായ മൈത്രീബന്ധം സാർവ്വത്രികമായിത്തീരുമെന്ന് വിശ്വസിക്കുകയും ചെയ്യുന്നു. ഗംഗയും കാളിന്ദിയും എന്ന പോലെ സംയോജിച്ചിട്ടുള്ള നായരീഴവസമ്മേളനം സർവ്വസമുദായ മൈത്രിക്ക് താമസം വിനാ സംഗതിയാകുമെന്ന് നമുക്ക് വിശ്വസിക്കാം. ക്ഷേത്രങ്ങളിലെ അസമത്വവും പൂജാസമ്പ്രദായങ്ങളും പ്രത്യേകം ചിലർക്കുള്ള ഭക്ഷണ സൗകര്യങ്ങളും അവിടത്തെ ശുചിയും മ്ലേച്ഛതയും നമ്മുടെ ദേവന്മാരിലും ദേവിമാരിലും പലരെയും പറ്റിയുള്ള അസഭ്യമായ ഐതിഹ്യങ്ങളും എല്ലാം കൂടി നോക്കുമ്പോൾ സ്വാമി വാഗ്ഭടാനന്ദഗുരുവിനെപ്പോലെയുള്ള ബുദ്ധിമാന്മാർക്കും ചിന്തകന്മാർക്കും ക്ഷേത്രങ്ങളെ ബഹിഷ്കരിക്കണമെന്ന് തോന്നുന്നതിൽ അത്ഭുതമുണ്ടോ? ക്ഷേത്രങ്ങളെ പരിഷ്കരിക്കയല്ലാതെ അവയെ ബഹിഷ്കരിക്കാൻ പാടില്ലെന്നുള്ള പക്ഷക്കാരനാണ് ഞാൻ.

കോഴിക്കോട് സാമൂതിരികോളേജ് പ്രിൻസിപ്പാൾ എം രാമ

വർമ്മത്തമ്പാന്റെ അദ്ധ്യക്ഷതയിൽ നടന്ന യുവജനസമ്മേളനം ഇത് ഉല്പ തിഷ്ണുക്കളെ ആവേശം കൊള്ളിക്കുന്നതായിരുന്നു. മദിരാശി ക്യൂൻ മേരീസ് കോളേജ് അദ്ധ്യാപിക എം ലക്ഷ്മിക്കുട്ടി അമ്മയുടെ അദ്ധ്യക്ഷ തയിലായിരുന്നു മഹിളാസമ്മേളനം. പില്ക്കാലത്ത് ലക്ഷ്മി എൻ മേനോൻ എന്നറിയപ്പെട്ട അവർ ആഭരണങ്ങൾ ഒന്നും ധരിക്കാതെ ഖദർ വസ്ത്ര മാണ് ധരിച്ചിരുന്നത്. അവസാനമായി നടന്ന സാഹിത്യ സമ്മേളനത്തിൽ വാഗ്ഭടാനന്ദനായിരുന്നു അദ്ധ്യക്ഷൻ. സാഹിത്യത്തിന്റെ ഉദ്ദേശ്യത്തെക്കു റിച്ചും നല്ല സാഹിത്യകൃതികളുടെ ലക്ഷണങ്ങളെക്കുറിച്ചും ഉദാഹരണ സഹിതം വിവരിച്ച വാഗ്ഭടാനന്ദൻ വള്ളത്തോൾ കവിതയ്ക്ക് സാഹിത്യ ലോകത്തിലുള്ള സ്ഥാനത്തെ അടിസ്ഥാനമാക്കിയും സംസാരിച്ചു. തുടർന്ന് ആര്യഭടസ്വാമികൾ മഹാകവി വള്ളത്തോളിന് മംഗളപത്രം സമർപ്പിച്ചു. "അമൃതനഷ്യന്ദികളായ കീർത്തനഗാനങ്ങളാൽ കേരള നഭോ മണ്ഡലത്തെ ആനന്ദപരിപൂർണ്ണമാക്കി വിലസുന്ന അല്ലയോ കവികോകി ലമേ, അവിടത്തേക്ക് മംഗളം, ശബ്ദമാധുര്യം, കല്പനാ വൈചിത്ര്യം, വിഷ യവൈവിദ്ധ്യം, ഭാവനാവൈശിഷ്ട്യം സർവ്വോപരി സാർവ്വത്രികമായി കാണുന്ന ആദർശ മാഹാത്മ്യം ഈ വിശിഷ്ട ഗുണങ്ങളുടെ സാന്നിദ്ധ്യം കൊണ്ട് അങ്ങയുടെ കവിതകൾ നിസ്തുലങ്ങളത്രെ." മംഗളപത്രം സ്വീക രിച്ചുകൊണ്ട് മഹാകവി വള്ളത്തോൾ പറഞ്ഞു:

> ഞാൻ ഇതിന് മുൻപും ചില മംഗളപത്രങ്ങൾ വാങ്ങുകയുണ്ടായി ട്ടുണ്ട്. എന്നാൽ അതിലൊന്നും ഇത്ര കനം എനിക്ക് തോന്നീട്ടില്ല. ഏറ്റവും ഉൽകൃഷ്ടങ്ങളായ ആദർശങ്ങളോട് കൂടി നടത്തപ്പെടുന്ന സമസ്തതിരുവിതാംകൂർ ആത്മവിദ്യാസംഘം വക മംഗളപത്രമാ ണിത്. ഇത് തന്നതോ പരമപണ്ഡിതനും പ്രസിദ്ധ വാഗ്മിയും ഏതൊരു മഹാസ്ഥാപനത്തിന്റെയും നേതൃത്വം വഹിക്കാൻ ത്രാണി യുള്ള ആളുമായ വാഗ്ഭടാനന്ദഗുരുദേവരാണ്. അതുകൊണ്ട് ഇതിന്റെ ഗൗരവം എന്റേതുപോലുള്ള ഒരു ദുർബ്ബലമായ കൈയിന് താങ്ങാവുന്നതല്ല. എങ്കിലും ഈ മഹർഹമായ ഉപചാരത്തെ ഞാൻ ആദരവോടെ ശിരസ്സുകൊണ്ട് വഹിച്ചുകൊള്ളുന്നു.

കോട്ടയം തിരുനക്കര മൈതാനിയിൽ നടന്ന നായർ മഹാസമ്മേള നത്തിൽ മുഖ്യപ്രഭാഷകനായിരുന്നു വാഗ്ഭടാനന്ദൻ. നാലു ദിവസം നീണ്ട സമ്മേളനത്തിന്റെ അവസാന ദിവസം നടന്ന ഹിന്ദുമതസമ്മേളനത്തിലാ യിരുന്നു വാഗ്ഭടാനന്ദന്റെ പ്രഭാഷണം. സാഹിത്യപഞ്ചാനനൻ പി കെ നാരായണപിള്ളയായിരുന്നു അദ്ധ്യക്ഷൻ. മന്നത്ത് പത്മനാഭന്റെ ആത്മ സുഹൃത്തായി മാറിയിരുന്ന വാഗ്ഭടാനന്ദനെ സദസ്സിലെ ഭൂരിപക്ഷം പേർക്കും അറിയില്ലായിരുന്നു. സമ്മേളനത്തിൽ പങ്കെടുത്ത പ്രശസ്ത സാഹിത്യകാരൻ നാഗവള്ളി ആർ എസ് കുറുപ്പ് എഴുതി.

പ്രസംഗവേദിയുടെ പിറകിലുള്ള കസേരയിൽ നിന്നും പുരുഷസൗ

ന്ദര്യത്തിന്റെ പൂർണ്ണഭോഗമായ ഒരു തേജോരൂപൻ കൈയിൽ അറ്റം വളഞ്ഞ ചൂരൽ വടിയുമായി സാവധാനം മുൻപിലേക്ക് വന്നു നിന്നു. പരമശാന്തമായ ശബ്ദത്തിൽ അദ്ദേഹം പ്രസംഗം ആരംഭിച്ചു. അന്ന് മഹായോഗങ്ങൾക്ക് മൈക്രോഫോണും ഉച്ചഭാഷിണിയും ഉപയോഗിക്കുക പതിവില്ലായിരുന്നു. മൈക്രോഫോൺ ഈ നാട്ടിൽ എത്തിയിട്ടില്ലാത്ത കാലം. രണ്ടായിരത്തോളം ശ്രോതാക്കൾ അടങ്ങിയ ആ പന്തലിൽ ആ മഹാപുരുഷന്റെ സ്വരം മണിനാദം പോലെ മുഴങ്ങി, ആരുടെ ആദരവും അനായാസം നേടുവാൻ പര്യാപ്തമായിരുന്ന ആ ആകാരം കണ്ടയുടനെ സദസ്സ് പരമനിശ്ശബ്ദമായി. ആദ്യത്തെ നാലഞ്ചു വാചകങ്ങൾ കേട്ടുകഴിഞ്ഞതോടെ സകലരും വീർപ്പടക്കി ആ വാങ്മയം നുകരാൻ തുടങ്ങി. അതിഗഹനമായ ആർഷധർമ്മത്തെ ആധാരമാക്കി ആർക്കും മനസ്സിലാകുന്ന രീതിയിൽ അത്യന്തം ലളിതമായി അദ്ദേഹം ചെയ്ത പ്രഭാഷണം യഥാർത്ഥത്തിൽ ദിവ്യമായ അനുഭൂതി ശ്രോതാക്കളിലുളവാക്കി. ആ മുഖത്ത് കണ്ണ് നട്ട് ആ വാക്കുകൾക്ക് ചെവി കൂർപ്പിച്ചു കഴിഞ്ഞ ഞങ്ങൾ സമയം പോയതറിഞ്ഞില്ല. ഏകദേശം ഒരു മണിക്കൂർ സമയം ആദ്ധ്യാത്മിക ചിന്തകൾ ഉൾക്കൊണ്ടുകൊണ്ട് സദസ്യർ സർവ്വവും മറന്ന് നിശ്ചലരായിരുന്നു. ഈശ്വരസങ്കല്പത്തിന്റെ മാഹാത്മ്യവും ബ്രഹ്മവിദ്യയുടെ സാരവുമൊക്കെ അദ്ദേഹം അവിടെ കൂടിയിരുന്ന സകലരുടെയും മനസ്സിൽ ദൃഢമായി പതിയത്തക്ക രീതിയിൽ പരമലളിതമായി വിശദീകരിച്ചു. സുമധുരവും സുബദ്ധവും ശ്രുതിശുദ്ധവുമായ സംഗീതം പോലെ ആ സരസ്വതീ പ്രവാഹം സദസ്യരെ ആനന്ദനിർവൃതിയിലാറാടിച്ചു. അത് നിലച്ചപ്പോൾ നിമിഷനേരം കരഘോഷം മുഴക്കാൻപോലും മറന്ന് ആ ഗംഭീരസദസ്സ് നിശ്ചലമായിരുന്നു പോയി. പിന്നീടുണ്ടായ ഹർഷാരവം കെട്ടടങ്ങുവാൻ വളരെനേരം വേണ്ടിവന്നു.

വിഗ്രഹാരാധനയെയും ക്ഷേത്രവിശ്വാസത്തെയും എതിർത്ത് മലബാറിൽനിന്നും വന്ന ഈഴവനായ ഒരു യുവപണ്ഡിതൻ തിരുവിതാംകൂറിലെ പല ഭാഗങ്ങളിലും വാദപ്രതിവാദം നടത്തി വിജയിച്ചത് ക്ഷേത്രവിശ്വാസികൾക്കും അതിൽനിന്നും മുതലെടുക്കുന്ന സന്ന്യാസിമാർക്കും ഞെട്ടലുളവാക്കി. കൊല്ലം പട്ടണത്തിന് വടക്ക് കിഴക്ക് പെരിനാട്, പ്രാക്കുളം പ്രദേശങ്ങളിൽ ബ്രഹ്മാനന്ദ സ്വാമികളുടെ കുറെ ശിഷ്യർ ഉണ്ടായിരുന്നു. യാഥാസ്ഥിതികർ ഇവരെ നിരീശ്വരവാദികളായി മുദ്രയടിച്ച് അകറ്റി നിർത്തിയിരുന്നു. യാഥാസ്ഥിതികർക്കെതിരെ പോരാടാൻ ഇവർ രക്ഷാപുരുഷനായി കണ്ടത് വാഗ്ഭടാനന്ദനെയാണ്. വാഗ്ഭടാനന്ദന്റെ പ്രമുഖ ശിഷ്യൻ ആര്യഭട സ്വാമികളുടെ സഹായത്തോടെ ഗുരുവിനെ വാദപ്രതിവാദത്തിനായി ഇവർ പ്രാക്കുളത്തേക്ക് ക്ഷണിച്ചു. മലബാറിലെ പ്രധാനപ്പെട്ട പല പരിപാടികളും മാറ്റിവച്ചാണ് വാഗ്ഭടാനന്ദൻ പ്രാക്കുളം വാദത്തിന് എത്തി

യത്. സഞ്ചാരസൗകര്യങ്ങൾ വളരെ കുറവായ അക്കാലത്ത് ജലമാർഗ്ഗവും കാൽനടയായും വളരെ പ്രയാസപ്പെട്ടാണ് വാഗ്ഭടാനന്ദൻ പ്രാക്കുളം വാദത്തിനെത്തുന്നത്. 1923 ജനുവരിയിലായിരുന്നു വാദപ്രതിവാദം. ബോട്ടുകളിലും വള്ളങ്ങളിലുമായി വാഗ്ഭടാനന്ദ ശിഷ്യന്മാരും വാർത്ത അറിഞ്ഞ അനുയായികളും പ്രാക്കുളത്തെത്തി. പ്രാക്കുളം നല്ലവണ്ണം അറിയാമായിരുന്ന ബ്രഹ്മവ്രതസ്വാമികൾ വാഗ്ഭടാനന്ദന്റെ ദേഹരക്ഷാർത്ഥം കുറെ അനുയായികളെ സംഭവസ്ഥലത്തെത്തിച്ചേരുന്ന ഗുണ്ടാപ്പടയുടെ പിൻബലത്തോടെയാണ് എതിരാളികൾ വാദപ്രതിവാദത്തിനെത്തിയത്. പന്നിശ്ശേരി നാരായണപിള്ള, ഏറത്ത് കൃഷ്ണനാശാൻ എന്നിവരുടെ നേതൃത്വത്തിലുള്ള സംഘമാണ് വാഗ്ഭടാനന്ദനോട് വാദിക്കാനായി എത്തിയത്. പ്രാഥമികമര്യാദപോലും കാണിക്കാത്ത എതിരാളികൾ സഭാ നടപടികൾ തുടങ്ങാൻ സൂര്യാസ്തമനം വരെ നീട്ടിക്കൊണ്ടുപോയി. നാനാവശത്തുനിന്നും ചോദ്യങ്ങൾ ചോദിച്ച് ഒന്നിനും തൃപ്തികരമായി മറുപടി പറയാൻ അനുവദിക്കാതിരിക്കുക. ഭൂരിപക്ഷം വരുന്ന അനുയായികളെക്കൊണ്ട് സഭയിൽ ബഹളമുണ്ടാക്കുക, ഇത്തരം അടവുകൾ പ്രയോഗിച്ച് വാഗ്ഭടാനന്ദനെ പരാജയപ്പെടുത്താനായിരുന്നു എതിരാളികളുടെ ശ്രമം. എന്നാൽ ആ ശ്രമം വിജയിച്ചിട്ടില്ല. വാഗ്ഭടാനന്ദനോട് പരാജയപ്പെട്ട എതിരാളികൾ യോഗസ്ഥലം വിട്ടുപോയി. തുടർന്ന് അവിടെ ഉണ്ടായിരുന്ന സഭാവാസികളുടെ നിർബ്ബന്ധത്തിന് വഴങ്ങി വേദാന്തമതത്തിലെ രാജയോഗത്തെ അടിസ്ഥാനമാക്കി വാഗ്ഭടാനന്ദൻ ഒരു പ്രഭാഷണം നടത്തി.

പ്രാക്കുളം വാദത്തോടെ തിരുവിതാംകൂറിൽ വാഗ്ഭടാനന്ദൻ അജയ്യനായി. എന്നാൽ മലബാറിൽ വിഗ്രഹാരാധനാപക്ഷക്കാരും ക്ഷേത്രവിശ്വാസികളും അവരുടെ പരിശ്രമങ്ങളിൽനിന്ന് പിന്മാറിയില്ല. വിഗ്രഹാരാധനയെ ന്യായീകരിക്കാൻ 1923 ജനുവരിയിൽ പാലക്കാട് നേറ്റീവ് ഹൈസ്കൂളിൽ ഒരു വാദപ്രതിവാദയോഗം നടത്താൻ തീരുമാനിച്ചു. വിഗ്രഹാരാധനയെ ഖണ്ഡിച്ച് പ്രസംഗിക്കാൻ യാഥാസ്ഥിതികർ പണ്ഡിതന്മാരെ വെല്ലുവിളിച്ചു. വെല്ലുവിളി സ്വീകരിച്ച വാഗ്ഭടാനന്ദൻ വിഗ്രഹാരാധനയെ ഖണ്ഡിച്ച് സംസാരിക്കുമെന്ന് പ്രഖ്യാപിച്ചു. വാദപ്രതിവാദ ദിവസം നേറ്റീവ് ഹൈസ്കൂൾ പൊതുജനങ്ങളെക്കൊണ്ട് നിറഞ്ഞു. വിഗ്രഹാരാധനയെ സമർത്ഥിക്കാൻ എത്തിയത് വയോവൃദ്ധനും മഹാപണ്ഡിതനുമായ വെങ്കിടരമണ ശാസ്ത്രികൾ ആയിരുന്നു. നേരെത്തെതന്നെ സ്ഥലത്ത് എത്തിയ അദ്ദേഹം വെട്ടിത്തിളങ്ങുന്ന കറുത്തകോട്ടും തങ്കക്കസവുള്ള നേര്യതും വർണ്ണപ്പകിട്ടുള്ള തലപ്പാവും ധരിച്ച് പ്രസംഗവേദിയിൽ ചാരുകസേരയിൽ വിശ്രമിക്കുകയായിരുന്നു. കാഷായവസ്ത്രവും തലക്കെട്ടും ധരിച്ച് സുന്ദരനായ ഒരു യുവസന്ന്യാസി സദസ്യരുടെ ഇടയിലൂടെ കടന്നുവന്ന് പ്രസംഗവേദിയിൽ കയറി. ശാസ്ത്രികൾ പെട്ടെന്ന് എഴുന്നേറ്റ് ആ യുവസന്ന്യാസിയെ സാഷ്ടാംഗം നമസ്കരിച്ചു. യുവസന്ന്യാസി ആ മഹാപണ്ഡിതനെ എഴുന്നേല്പിച്ച് കസേരയിൽ ഇരുത്തി വന്ദിച്ചു. വന്നത് വാഗ്ഭടാനന്ദനല്ല ഏതോ പേരുകേട്ട സന്ന്യാസിയാണെന്നാണ് ശാസ്ത്രികൾ ധരിച്ചത്.

ശാസ്ത്രികൾ വാഗ്ഭടാനന്ദനെ നമസ്കരിച്ചത് യാഥാസ്ഥിതികർക്ക് ഇഷ്ട പ്പെട്ടില്ല. ശാസ്ത്രികൾ ജാബാലോപനിഷത്തിലുള്ള ശ്ലോകം ചൊല്ലി കൈയിലിരിക്കുന്ന പായസത്തെ ഉപേക്ഷിച്ച് കൈമുട്ടിലിരിക്കുന്നത് നക്കു ന്നവനെപ്പോലെ ആലോചനയില്ലാത്തവനാണ് വിഗ്രഹാരാധനയെ ഉപേ ക്ഷിച്ച് അരൂപനായ ഈശ്വരനെ ആരാധിക്കുന്നവൻ എന്ന് അർത്ഥവും പറഞ്ഞു. ശാസ്ത്രികൾ ചൊല്ലിയ ശ്ലോകത്തിലെ നാലുവരികൾ ചൊല്ലി ശ്ലോകത്തിന്റെ ഉത്തരാർദ്ധം മാത്രമേ ശാസ്ത്രികൾ ഉദ്ധരിച്ചിട്ടുള്ളൂ എന്ന് വ്യക്തമാക്കിയ വാഗ്ഭടാനന്ദൻ നാലുവരികളുടെയും അർത്ഥം വിശദീക രിച്ചു.

> ഹൃദയത്തിൽ ഇരിക്കുന്ന ഈശ്വരനെ ഉപേക്ഷിച്ച് പ്രതിമയെ സേവി ക്കുന്നവൻ കൈയിലിരിക്കുന്ന പായസത്തെ ഉപേക്ഷിച്ച് കൈമുട്ടി ലിരിക്കുന്ന ജലത്തെ നക്കുന്നവനെപ്പോലെയാണ്." വിഗ്രഹാരാധ നയെ എതിർത്ത് അനേകം പ്രമാണങ്ങൾ ഉദ്ധരിച്ച് വാഗ്ഭടാനന്ദൻ നടത്തിയ പ്രസംഗം ശാസ്ത്രികൾക്കും സദസ്സിനും സമ്മതമായി. വളരെ സ്നേഹത്തോടും ബഹുമാനത്തോടും കൂടി ശാസ്ത്രിക ളോട് യാത്ര പറഞ്ഞു വാഗ്ഭടാനന്ദൻ തത്ത്വപ്രകാശികയിലെത്തി. "മഹാപണ്ഡിതനായ വെങ്കിടരമണ ശാസ്ത്രികളിൽപോലും വിഭ്രമം ഉണ്ടാക്കിയ ഈ കാഷായ വസ്ത്രം എത്ര സാധുക്കളെ വ്യാമോ ഹിപ്പിച്ചിട്ടുണ്ടാകും. അതുകൊണ്ട് ഇനി ഞാൻ വെള്ളവസ്ത്രം മാത്രമേ ധരിക്കുകയുള്ളൂ.

എന്ന് തീരുമാനിച്ച വാഗ്ഭടാനന്ദൻ തയ്യൽക്കാരനെ വരുത്തി കുറെ വെള്ള ഷർട്ടും മുണ്ടും കൊണ്ടുവരാൻ പണം കൊടുത്ത് ഏല്പിച്ചു.

കുമാരനാശാനും കരുണയും

മഹാകവി കുമാരനാശാന്റെ ദാരുണമായ മരണം ഇന്നും മലയാള മനസ്സിനെ നടുക്കുന്ന ദുഃഖസ്മൃതിയാണ്. 1924 ജനുവരി 17 ന് കാലത്ത് 5 മണിക്ക് 'റഡീമർ' എന്ന തീബോട്ട് പല്ലനയാറ്റിൽ തലകീഴായി മറിഞ്ഞതിനെത്തുടർന്നാണ് യാത്രക്കാരനായ മഹാകവി മരിക്കുന്നത്. ജനുവരി 22 ന്റെ *മാതൃഭൂമി* പത്രത്തിൽ "തിരുവിതാംകൂറിലെ ഭയങ്കരമായ ഒരു തീബോട്ടപകടം. പ്രസിദ്ധ കവി കുമാരനാശാന്റെ ദേഹവിയോഗം" എന്ന തലക്കെട്ടിൽ ദുരന്തം ഇങ്ങനെ റിപ്പോർട്ട് ചെയ്തു.

> ബുധനാഴ്ച രാത്രി കൊല്ലത്ത് നിന്ന് ആലപ്പുഴയ്ക്ക് പുറപ്പെട്ട 'റഡീമർ' എന്ന തീബോട്ട് തൃക്കുന്നപ്പുഴയ്ക്കും തോട്ടപ്പള്ളിക്കും മദ്ധ്യത്തിലുള്ള പല്ലന എന്ന സ്ഥലത്തുവച്ച് തലകീഴായി മറിഞ്ഞ് മുങ്ങിപ്പോയിരിക്കുന്നു. ഇതിൽ 95 ആളുകളെ കയറ്റാൻ മാത്രമേ ലൈസൻസ് കൊടുത്തിട്ടുണ്ടായിരുന്നുള്ളൂ. പക്ഷേ, അതിൽ ഇരട്ടിയിലധികം ആളുകളെ കയറ്റിയിട്ടുണ്ടായിരുന്നു. ചിലർ ബോട്ടിന്റെ തട്ടിൻമേൽക്കൂടി തിങ്ങിവിങ്ങി ഇരിക്കേണ്ടി വന്നിരുന്നുവെന്നാണ് അറിയുന്നത്. രണ്ടാംക്ലാസിൽ അനവധി ജനങ്ങൾ ഇരുന്നിരുന്നു. വ്യാഴാഴ്ച പുലർച്ചെ 5 മണിക്ക് ബോട്ട് പല്ലനയിൽ എത്തി. അവിടെ ഒരു വളവിൽക്കൂടി ബോട്ട് തിരിക്കുമ്പോൾ മുകളിലെ ഭാരംകൊണ്ടും ഓളത്തിന്റെ ശക്തികൊണ്ടും ബോട്ട് പെട്ടെന്ന് കിഴുക്കാംതൂക്ക് മറിഞ്ഞുപോയി. യാത്രക്കാരിൽ പലരും തൽക്ഷണം വെള്ളത്തിൽ ചാടി നീന്തി കരക്കെത്തി രക്ഷപ്പെട്ടു. പക്ഷേ, പെട്ടെന്നുണ്ടായ പരിഭ്രമം നിമിത്തം ഒന്നും ചെയ്യാൻ സാധിക്കാത്തവരും ഒന്നാം ക്ലാസിൽ ഇരുന്നിരുന്ന സ്ത്രീകളും കുട്ടികളും എല്ലാം വെള്ളത്തിൽ മുങ്ങി മരിച്ചുപോയ്. 18 ന് വൈകുന്നേരം വരെ 80 ൽ

അധികം മൃതശരീരങ്ങൾ കിട്ടീട്ടുണ്ട്. നൂറ്റിൽ ചില്വാനം ആളുകൾ രക്ഷപ്പെട്ടിട്ടും ഉണ്ട്.

കുമാരനാശാൻ എന്ന ഉപശീർഷകത്തിന് ചുവട്ടിൽ വാർത്ത തുടർന്നു.

മൃതശരീരങ്ങളുടെ കൂട്ടത്തിൽ ഒരു പ്രസിദ്ധ കവിയും തീയസമുദായത്തിലെ ഒരു പ്രധാന നേതാവും തിരുവിതാംകൂർ നിയമനിർമ്മാണസഭയിലെയും ശ്രീമൂലം പ്രജാസഭയിലെയും ഒരു അംഗവും എസ് എൻ ഡി പി യോഗത്തിന്റെ ഒരു കാര്യദർശിയും ആയിരുന്ന ശ്രീമാൻ എൻ കുമാരനാശാന്റെ മൃതശരീരവും കിട്ടുകയുണ്ടായി. ആശാന്റെ മൃതശരീരം കരയ്ക്ക് കയറ്റിയപ്പോൾ അവിടെ കൂടിയിരുന്ന ജനങ്ങൾക്ക് കണക്കുണ്ടായിരുന്നില്ല. ഇദ്ദേഹം ഒരു സാമുദായിക സഭയിൽ ആദ്ധ്യക്ഷ്യം വഹിക്കുവാനായി കൊല്ലത്തേക്ക് പോയിരുന്ന വഴിക്കാണ് അപകടം സംഭവിച്ചത്. ഇദ്ദേഹത്തിന് 51 വയസ്സ് പ്രായമായിരുന്നു. ഭാര്യയും രണ്ട് ചെറിയ കുട്ടികളുമുണ്ട്. ഇദ്ദേഹത്തിന്റെ ദേഹവിയോഗം മലയാളസാഹിത്യത്തിനും അധഃകൃതവർഗ്ഗക്കാർക്കും തിരുവിതാംകൂർ രാജ്യത്തിനും ഒരുവലിയ നഷ്ടമായിത്തീർന്നിട്ടുണ്ടെന്നതിന് സംശയമില്ല. ബോട്ട് ഇനിയും വെള്ളത്തിൽനിന്ന് എടുത്തിട്ടില്ല.

കുമാരനാശാന്റെ അകാലനിര്യാണം സാഹിത്യലോകത്ത് മാത്രമല്ല കേരളത്തിലെ സാമൂഹ്യസാംസ്കാരികരംഗത്തും കനത്ത ആഘാതമാണ് ഏല്പിച്ചത്. ശ്രീനാരായണഗുരുവിന്റെ ശിഷ്യത്വവും ഡോ. പല്പുവുമായുള്ള ബന്ധവും കൊല്ക്കത്തയിലും ബാംഗ്ലൂരിലുമുള്ള ജീവിതവും ആശാനെ ആദ്ധ്യാത്മികചിന്തകനും സാമൂഹ്യ പരിഷ്കർത്താവുമായി മാറ്റി. എസ് എൻ ഡി പി യോഗം ജനറൽ സെക്രട്ടറി സ്ഥാനം രാജിവച്ച് സാഹിത്യരംഗത്ത് പ്രവർത്തനം കേന്ദ്രീകരിച്ച കാലത്താണ് പല്ലനദുരന്തം.

വാഗ്ഭടാനന്ദനും കുമാരനാശാനുമായുള്ള ബന്ധം മംഗലത്ത് നടന്ന മഹാസമ്മേളനത്തിൽ വച്ചായിരുന്നു തുടങ്ങിയത്. വാഗ്ഭടാനന്ദശിഷ്യരായ സ്വാമി ആര്യഭടനും സ്വാമി ബ്രഹ്മവ്രതനും ആശാൻ സാഹിത്യത്തിന്റെ പ്രധാന പ്രാസംഗികരായിരുന്നു. കേരളം മുഴുവൻ അവർ ആശാൻ സാഹിത്യം പ്രചരിപ്പിച്ചു. ആര്യഭടസ്വാമികൾ തിരുവിതാംകൂറിലും ബ്രഹ്മവ്രതസ്വാമികൾ മലബാറിലുമാണ് ഏറെയും പ്രസംഗിച്ചത്. കഥാപ്രസംഗരൂപത്തിലും ബ്രഹ്മവ്രതൻ ആശാൻ സാഹിത്യം പ്രചരിപ്പിച്ചു. ആശാന്റെ കവിതകളെക്കുറിച്ച് വാഗ്ഭടാനന്ദൻ ഇങ്ങനെ എഴുതി:

വേദപുരാണാദികൾ പോലെതന്നെ കാവ്യവും ധർമ്മാധർമ്മങ്ങളെ വേർതിരിച്ചറിയിക്കുന്ന ഒന്നാകുന്നു. കാവ്യമാകട്ടെ സരസമായ വർണ്ണനം മുഖേന ശ്രോതാക്കളുടെ മനസ്സിൽ ആഹ്ലാദാതിശയം ഉളവാക്കിക്കൊണ്ടാണ് ധർമ്മങ്ങളെയും അധർമ്മങ്ങളെയും ബോധി

പ്പിക്കുന്നത്. വേദപുരാണാദികളിൽ സരസവർണ്ണനം നിയതമല്ല. കാവ്യത്തിലാകട്ടെ അത് നിയതമാണ്. എന്നാൽ ശ്രോതാക്കളെ ആഹ്ലാദവാരിധിയിൽ നിമഗ്നരും വിവേകികളുമാക്കിത്തീർക്കുന്നതിന് പോകുന്ന കാവ്യമെഴുതാൻ കഴിവുള്ള കവികളുടെ സംഖ്യ വളരെ കുറയും. ദുർല്ലഭന്മാരായ അത്തരം കവികളിൽ ഒരാളാണ് ശ്രീമാൻ കുമാരനാശാൻ. അദ്ദേഹം ഒരു യഥാർത്ഥകവിയാണെന്നതിലേക്കുള്ള തെളിവ് അദ്ദേഹത്തിന്റെ കവിതയിൽ സർവ്വഥാ സാർവ്വജനീനമായ സമാദരമാണ്. നവീന വിദ്യാഭ്യാസം നിമിത്തം സിദ്ധിച്ചിട്ടുള്ള വിലയേറിയ ലൗകികജ്ഞാനം, വിവിധങ്ങളായ ശാസ്ത്രങ്ങളിലുള്ള അപരിമിതമായ പരിചയം, പ്രസന്നവും പ്രബലവുമായ പ്രതിഭാപ്രസരം എന്നിവയാണ് ഇതരകവികളിൽനിന്ന് ആശാനുള്ള വൈശിഷ്ട്യം. ഒരു വരകവിക്ക് കാവ്യമെഴുതാൻ എന്തെല്ലാം സാമഗ്രികൾ വേണമോ അവയെ മുഴുക്കെ ഒരുക്കിയും കൊണ്ടാണ് ആശാനവർകൾ കവിത എഴുതാൻ തുടങ്ങിയത്.

ബോട്ടപകടത്തിൽ മുങ്ങിമരിച്ച മഹാകവിയുടെ മൃതശരീരം സംസ്കരിക്കുന്നത് ആത്മവിദ്യാസംഘം പ്രവർത്തകരാണ്. മലയാളത്തിന്റെ മഹാകാവ്യം *കരുണ*യുടെ കൈയെഴുത്തു പ്രതിയും *ബുദ്ധചരിതം അഞ്ചാം ഭാഗവും* ഒരു നോട്ട് ബുക്കിലെഴുതിയത് ആശാന്റെ കോട്ടിന്റെ പോക്കറ്റിൽ സൂക്ഷിച്ചിരുന്നു. പല്ലനയാറ്റിലെ ഓളങ്ങൾക്ക് നക്കിത്തീർക്കാൻ കഴിയാത്ത *കരുണ* കണ്ടെടുത്തത് വഴി ആത്മവിദ്യാസംഘം പ്രവർത്തകർ മലയാള സാഹിത്യത്തിനും കൈരളിക്കും മഹത്തായ സേവനമാണ് അനുഷ്ഠിച്ചത്. മഹാകവി ഉള്ളൂർ അന്ന് കൊല്ലം പേഷ്കാർ ആയിരുന്നു. അപകടം അറിഞ്ഞ് സംഭവസ്ഥലത്ത് എത്തിയ അദ്ദേഹത്തിന്റെ മേൽനോട്ടത്തിൽ രണ്ട് ദിവസം തെരഞ്ഞിട്ടും ലഭിക്കാത്ത മഹാകവിയുടെ മൃതദേഹം മൂന്നാംദിവസമാണ് കിട്ടിയത്. മഹാകവിയുടെ അന്ത്യവിശ്രമത്തിനായി ഒരുക്കിയ ശവക്കല്ലറയുടെ ആദ്യകല്ല് ചുമന്നതും അന്തിമവസ്ത്രം ചാർത്തിയതും ആത്മവിദ്യാസംഘം ജനറൽ സെക്രട്ടറി ആര്യഭടനായിരുന്നു. സംസ്കാരത്തിന്റെ മുഴുവൻ ചെലവും വഹിച്ചത് തിരുവിതാംകൂർ ആത്മവിദ്യാസംഘം രക്ഷാധികാരിയും പല്ലന ആത്മവിദ്യാസംഘം പ്രസിഡന്റുമായിരുന്ന കലവറ നാരായണപിള്ളയായിരുന്നു. സരസകവി മുല്ലൂർ എസ് പത്മനാഭപ്പണിക്കർ ആത്മവിദ്യാസംഘം പ്രവർത്തകരെ 'തീവ്രരോദനം' എന്ന വിലാപകാവ്യത്തിൽ പ്രശംസിക്കുന്നുണ്ട്.

"പണ്ടേ, 'കലവറ'ക്കാർക്കേവമൗദാര്യ
മുണ്ടെന്നു മുമ്പ് നാമാരറിഞ്ഞു.
ന്യായവാദിൻ! സഖേ! മാധവ! നിങ്ങള-
ത്തോയാശയത്തിങ്കൽ തേടിത്തേടി
ആശാന്റെ യശ്ശവമാദ്യം കണ്ടെത്തിയെ-

ന്നേശി ഭവാനൊരു ചാരിതാർത്ഥ്യം
'ആര്യഭട'നായൊരാത്മവിദ്യാസംഘ-
ധുര്യാഭവാൻ പുനരശ്ശ്വവത്തിൽ
അന്തിമവസ്ത്രത്തെ ചാർത്താനിടയായി
ബന്ധോ! വിജയിപ്പൂതാക ഭവാൻ
അല്ലല്ല കല്ലറ കെട്ടുവാനന്നാദ്യം
കല്ലും ചുമന്നു ഭവാൻ വിനീതൻ"

1934 ലെ വിഷു ദിവസം കോഴിക്കോട് മീഞ്ചന്ത ശ്രീനാരായണ വായനശാലയിൽ ആശാൻ ജന്മദിനാഘോഷത്തിൽ വാഗ്ഭടാനന്ദൻ മാത്രമായിരുന്നു പ്രാസംഗികൻ. പ്രരോദനത്തിലെ ഒറ്റ ശ്ലോകം വിശദീകരിച്ച വാഗ്ഭടാനന്ദൻ അദ്ധ്യക്ഷനായ സാമൂതിരി കോളേജ് പ്രിൻസിപ്പൽ എം പി കുട്ടിക്കൃഷ്ണമേനോന്റെ നിർബ്ബന്ധപ്രകാരം നാലു ഞായറാഴ്ച കൊണ്ടാണ് നാലുവരിപദ്യത്തിന്റെ അർത്ഥം പൂർണ്ണമായും വിശദീകരിച്ചത്.

കുമാരനാശാന്റെ മൃതശരീരത്തിലെ കോട്ടിന്റെ പോക്കറ്റിൽനിന്നും കണ്ടെടുത്ത *കരുണ* നാടകരൂപത്തിൽ അവതരിപ്പിച്ചത് വാഗ്ഭടാനന്ദന്റെ ശിഷ്യൻ സ്വാമി ബ്രഹ്മവ്രതനാണ്. സ്വാമി ബ്രഹ്മവ്രതൻ രചിച്ച് സംവിധാനം ചെയ്ത് ഓച്ചിറ പരബ്രഹ്മോദയ സംഗീതനടനസഭ അവതരിപ്പിച്ച *കരുണ* നാടകം ഏഴു വർഷംകൊണ്ട് ഏഴായിരം വേദികളിൽ അരങ്ങേറി. മലയാള നാടകവേദിയിൽ സർവ്വകാല റിക്കാർഡ് സൃഷ്ടിച്ചു. നാടകത്തിൽ ബുദ്ധഭിക്ഷുവായി അഭിനയിച്ച പ്രശസ്ത നാടകനടൻ സെബാസ്റ്റ്യൻ കുഞ്ഞു കുഞ്ഞുഭാഗവതർ തന്റെ നാടകസ്മരണകളിൽ എഴുതി.

> കിന്നരിത്തലപ്പാവും തിളങ്ങുന്ന മണിക്കോട്ടും പാടവാളുമായി രംഗത്ത് വന്ന് ആജ്ഞാപിക്കുകയും രാജ്യങ്ങൾ വെട്ടിപ്പിടിക്കുകയും പ്രേമിക്കുകയും ചെയ്യുന്ന വീരരാജാക്കന്മാരുടെ വേഷം കണ്ട് മനം മടുത്ത പ്രേക്ഷകർക്ക് തലമുണ്ഡനം ചെയ്ത് കൈയിൽ മരയോട്ടിയും പനവിശറിയുമായി മഞ്ഞ വസ്ത്രം ധരിച്ച് ബുദ്ധം ശരണം ഗച്ഛാമി, സംഘം ശരണം ഗച്ഛാമി എന്ന ശരണത്രയം ഉരുവിട്ട് രംഗത്തുവരുന്ന കഥാനായകനായ ബുദ്ധഭിക്ഷു ആവേശകരമായ അനുഭൂതി പകർന്നു. അതുപോലെ തന്നെ അന്തഃപുരത്തിലും ഉദ്യാനത്തിലുമെല്ലാം തോഴിമാരോടൊത്ത് ആടിപ്പാടി ആർത്തുല്ലസിച്ച് നടക്കുന്ന റാണിക്ക് പകരം മദാലസയും മാദകസുന്ദരിയുമായ ഒരു വേശ്യയെ രംഗത്ത് കണ്ട പ്രേക്ഷകർ ഈ പരിവർത്തനം ഹർഷോന്മാദത്തോടെ സ്വീകരിച്ചു. അതോടുകൂടി നമ്മുടെ നാടകവേദി സ്വന്തം ചുവട്ടിൽ ഉറച്ചുനിന്നുവെന്ന് പറയുന്നതിൽ എനിക്ക് തികഞ്ഞ ചാരിതാർത്ഥ്യവും അഭിമാനവുമുണ്ട്.

നാടക രചയിതാവ് സ്വാമി ബ്രഹ്മവ്രതൻ *കരുണ* നാടകത്തിന്റെ ആമുഖത്തിൽ പറഞ്ഞു.

തമിഴ്നാടകങ്ങളെയും ദുഷിച്ച മലയാള നാടകങ്ങളെയും പാടേ പരാജിതമാക്കുകയും സംഗീത നാടകത്തിന്റെ ഒരു നവയുഗം തന്നെ തുറന്നുകൊണ്ട് കേരളീയരെ ഒരു പന്തീരാണ്ട് കാലത്തോളം അഭിമാനിപ്പിക്കുകയും ആനന്ദിപ്പിക്കുകയും ചെയ്ത ഒരു നാടക മാണിത്. എന്റെ നാടകീയ ശിഷ്യവരേണ്യരായ സി ശിവപ്രസാദ്, വേലുക്കുട്ടി നായർ, സെബാസ്റ്റ്യൻ കുഞ്ഞുകുഞ്ഞു ഭാഗവതർ തുടങ്ങി നമ്മുടെ നാട്ടിലെ പല കലാകാരന്മാരെ സൃഷ്ടിക്കുകയും പ്രസിദ്ധരാക്കുകയും ചെയ്തത് ഈ നാടകമാണ്.

1929 ലാണ് നാടകാവതരണത്തിനായി ഓച്ചിറ പരബ്രഹ്മോദയ സംഗീത നടനസഭ രൂപംകൊള്ളുന്നത്. നാടകസംഘാടകനായ കുഴിയിൽ നാണുപിള്ളയും അനന്തരവനും സ്ത്രീപാർട്ടുകാരനുമായ ഓച്ചിറ വേലു ക്കുട്ടിയുമായിരുന്നു ഉടമകൾ. തമിഴ്നാടകപരിഭാഷകളായിരുന്നു ആദ്യ കാലത്ത് അവതരിപ്പിച്ചത്. പുതുമയുള്ള നാടകങ്ങൾ അവതരിപ്പിക്കണ മെന്ന ആലോചനയെത്തുടർന്ന് അവർ ഓച്ചിറ കോയിപ്പുറത്ത് കുട്ടൻ നായരെ ചെന്നു കണ്ടു. കുട്ടൻനായർ അതിനകം വാഗ്ഭടാനന്ദന്റെ ശിഷ്യത്വം സ്വീകരിച്ച് ബ്രഹ്മവ്രതൻ ആയിരുന്നു. ആശാന്റെ *കരുണ* ഏറെ പ്രശസ്തമായ കാലമായിരുന്നു അത്. ആശാൻ കവിതകളുമായും ബുദ്ധ ദർശനങ്ങളുമായും നല്ല പരിചയമുണ്ടായിരുന്ന സ്വാമി ബ്രഹ്മവ്രതൻ *കരുണ* നാടകമാക്കാമെന്ന് ഏറ്റു. മഹാകവിയുടെ ഭാര്യ ഭാനുമതിയമ്മയെ സന്ദർശിച്ച് 1001 രൂപ പ്രതിഫലം നല്കി കരുണ നാടകമാക്കാനുള്ള അനു മതിയും നേടി. ഉപഗുപ്തനായി കുഞ്ഞുകുഞ്ഞുഭാഗവതരും വാസവദ ത്തയായി വേലുക്കുട്ടിയും വേഷമിട്ട നാടകം 1932 ൽ ആലപ്പുഴവാണീവി ലാസം കൊട്ടകയിൽ ആദ്യ പ്രദർശനം നടത്തി. സംവേദനശീലത്തിന്റെ പ്രശ്നം കൊണ്ടാവാം. തമിഴ്സംഗീതാനാടകങ്ങൾ കണ്ട് ആഹ്ലാദിച്ച സദ സ്സിന് *കരുണ* ഉൾക്കൊള്ളാൻ കഴിഞ്ഞില്ല. തിരുവിതാംകൂറിലും കൊച്ചി യിലും *കരുണ* ഒരു പരാജയമായി. ഒടുവിൽ മലബാറിൽ ചെന്ന് ഭാഗ്യം പരീക്ഷിക്കാൻ നാടകസമിതി പ്രവർത്തകർ തീരുമാനിച്ചു. മലബാറിൽ തമിഴ്നാടക സെറ്റുകൾ ക്യാമ്പ് ചെയ്ത് നിറഞ്ഞ സദസ്സിൽ നാടകം കളി ക്കുന്ന കാലമായിരുന്നു അത്. അത്തരം നാടകങ്ങൾ കളിപ്പിക്കാനായി രുന്നു മലബാറിലെ കോൺട്രാക്ടർമാർക്ക് താല്പര്യം. കോഴിക്കോട്ടെത്തിയ നാടകസമിതി പ്രവർത്തകരെ ആരും പരിഗണിച്ചില്ല. നാണു പിള്ളയും, കുഞ്ഞുകുഞ്ഞു ഭാഗവതരും ബ്രഹ്മവ്രതനും മുൻകൈയെടുത്ത് ഷാജഹാൻ തിയേറ്റർ വാടകയ്ക്കെടുത്തു. *ശാകുന്തളം, അല്ലി അർജ്ജു ന, സാവിത്രിസത്യവാൻ, കരുണ* എന്നീ നാടകങ്ങൾ അവതരിപ്പിച്ചു. വിര ലിലെണ്ണാവുന്ന കാണികളെ കൊട്ടകയിലെത്തിയുള്ളൂ. അവസാനദിവസം അവതരിപ്പിച്ച *കരുണ* കാണാൻ കുറച്ച് ചെറുപ്പക്കാർ മാത്രം. പിറ്റേന്ന് നിരാശരായി തിരിച്ചുപോകാൻ ഒരുങ്ങിയ നാടകപ്രവർത്തകർക്ക് ടിക്ക റ്റെടുക്കാനുള്ള കാശുപോലും കൈയിലുണ്ടായിരുന്നില്ല. കുഞ്ഞുകുഞ്ഞു ഭാഗവതരും ഹാർമ്മോണിസ്റ്റ് ചമ്പക്കുളം ഭാഗവതരും കഴുത്തിൽ കിടന്ന

സ്വർണ്ണമാല ഊരിവില്ക്കാനായി സ്വാമി ബ്രഹ്മവ്രതനെ ഏല്പിച്ചു. ആഭരണം വില്ക്കാൻ സ്റ്റേഷന് പുറത്തിറങ്ങിയ ബ്രഹ്മവ്രതനെ തലേന്ന് *കരുണ* നാടകം കണ്ട ചെറുപ്പക്കാർ അടുത്തുവന്ന് അഭിനന്ദിച്ചു. *കരുണ* പോലെ വ്യത്യസ്തമായ ഒരു നാടകം മുമ്പ് കണ്ടിട്ടില്ലെന്നും മലയാളത്തിന് ആവശ്യം ഇത്തരം നല്ല നാടകങ്ങളാണെന്നും അവർ പറഞ്ഞു. നാട്ടിലേക്ക് മടങ്ങാനൊരുങ്ങിയ ബ്രഹ്മവ്രതനെ വിലക്കിയ ആ ചെറുപ്പക്കാർ പന്ത്രണ്ട് നാടകം ബുക്ക് ചെയ്ത് അഞ്ഞൂറ് രൂപ അഡ്വാൻസും നല്കി. പന്ത്രണ്ടു നാടകങ്ങളും ഭംഗിയായി അരങ്ങേറി. ഓരോ പ്രദർശനം കഴിയുന്തോറും കാണികൾ വർദ്ധിച്ചു വന്നു. കോഴിക്കോട്, പന്തലായിനി, വടകര, മാഹി, കണ്ണൂർ എന്നിവിടങ്ങളിൽ *കരുണ* പലതവണ അരങ്ങേറി. സംഘാടകർക്ക് പിന്നീട് തിരിഞ്ഞു നോക്കേണ്ടിവന്നില്ല. അതുവരെ തല ഉയർത്തിനിന്ന തമിഴ് നാടകക്കാർക്ക് കാലിടറി. മലബാറിൽ നിന്നും തിരിച്ചെത്തിയ നാടകസമിതിക്ക് തിരുവിതാംകൂറിലും കൊച്ചിയിലും ഗംഭീരമായ സ്വീകരണമാണ് ലഭിച്ചത്.

മലബാറിലെ പ്രവർത്തനങ്ങൾ

വടക്കെ മലബാറിലെ രണ്ട് നായർ പ്രഭുകുടുംബങ്ങളാണ് കല്യാട്ട് താഴത്ത് വീടും കൂടാളി താഴത്ത് വീടും. ഈ തറവാടുകളിലെ കുടുംബ ത്തലവന്മാരെ യജമാനൻ എന്നാണ് വിളിക്കുക. ഇരിക്കൂർ പുഴയ്ക്കും കുട കിനുമിടയിലാണ് കല്യാട്ട്. ബ്രിട്ടീഷുകാരുടെ വരവിന് മുമ്പുതന്നെ വിശാ ലമായ ആ പ്രദേശം കല്യാട്ട് വീട്ടുകാരുടെ അധീനതയിലായിരുന്നു. മല ബാറിൽ ബ്രിട്ടീഷുകാർ ആധിപത്യം ഉറപ്പിച്ചിട്ടും. കല്യാട്ടെ പ്രഭുത്വത്തിന് മങ്ങലൊന്നും ഉണ്ടായിട്ടില്ല. നാനാ ജാതി മതസ്ഥരായ അനേകം കുടി യാന്മാർ കല്യാട്ടെ മേല്ക്കോയ്മ ചോദ്യം ചെയ്യാതെ അനുസരിച്ചിരുന്നു. പ്രതാപശാലികളായ അനേകം യജമാനന്മാർ കല്യാട്ട് വാണിരുന്നെങ്കിലും അവർക്കാർക്കും ലഭിക്കാത്ത ജനസമ്മതിയും ജനങ്ങളുടെ സ്നേഹാദര ങ്ങളും ആർജ്ജിച്ച മഹാനായിരുന്നു കല്യാട്ടെ ചാത്തുക്കുട്ടി യജമാനൻ. പണ്ഡിതനായിരുന്ന അദ്ദേഹത്തിന് ജാതിമതഭേദം ഉണ്ടായിരുന്നില്ല. വാഗ്ഭ ടാനന്ദന്റെ ധർമ്മസ്ഥാപന സംരംഭങ്ങളെ വളരെ മുമ്പുതന്നെ കല്യാട്ടും കൂട്ടാളിയും ശ്രദ്ധിക്കുവാൻ തുടങ്ങിയിരുന്നു. വാഗ്ഭടാനന്ദനെ സ്വവസ തിയിൽ ക്ഷണിച്ചു വരുത്തി അദ്ദേഹത്തിന്റെ ആദർശങ്ങളും സിദ്ധാന്ത ങ്ങളും മനസ്സിലാക്കണമെന്ന് ചാത്തുക്കുട്ടി യജമാനൻ ആഗ്രഹിച്ചു. വാഗ്ഭ ടാനന്ദന്റെ അനുയായി കെ ടി ചന്തുനമ്പ്യാർ മുഖേന ഈ ആഗ്രഹം സഫ ലമായി. 1927 ജനുവരിയിൽ വാഗ്ഭടാനന്ദൻ കല്യാട്ട് സന്ദർശിച്ചു. പണ്ഡി തന്മാർ, നാട്ടെഴുത്തച്ഛന്മാർ, നമ്പൂതിരിമാർ, നായന്മാർ, തീയർ, ആദിവാ സിത്തലവന്മാർ തുടങ്ങിയവരുടെ അകമ്പടിയോടെ യജമാനൻ ആത്മവി ദ്യാസംഘത്തിൽ അംഗമാവുകയും സംഘത്തിന്റെയും *കാഹളം* പത്രത്തി ന്റെയും രക്ഷാധികാരം കൈയേല്ക്കുകയും ചെയ്തു. വാഗ്ഭടാനന്ദന്റെ ശിഷ്യത്വം യജമാനനിൽ വരുത്തിയ മാറ്റം ആശ്ചര്യകരമായിരുന്നു. മഹദ്

ഗ്രന്ഥങ്ങളുടെ പരായണത്തിനും പണ്ഡിതന്മാരുമായുള്ള ചർച്ചകൾക്കും അദ്ദേഹം ഏറെ സമയം ചെലവഴിച്ചു. വാഗ്ഭടാനന്ദനൊപ്പം നിരവധി ആദ്ധ്യാത്മികസമ്മേളനങ്ങളിൽ യജമാനനും പങ്കെടുത്തു. ആത്മവിദ്യാ കാഹളത്തിന് യജമാനൻ അയച്ച സന്ദേശം അദ്ദേഹത്തിന്റെ മാനസികപരിവർത്തനം വ്യക്തമാക്കുന്നതാണ്.

> അന്യശരണമില്ലാതെ കണ്ണീരും കൈയുമായി കാലം കഴിക്കുന്ന പാവങ്ങളുടെ നേരെ അനുഭാവം പ്രദർശിപ്പിക്കുകയാണ് ഏത് നിലയിൽ നോക്കിയാലും ഉയർന്നവരുടെ ഒഴിച്ചു കൂടാത്ത കടമ. സാമ്പത്തികശക്തി ഏതാനും ചിലരിൽ രൂഢമൂലമായി സ്ഥിതിചെയ്യുന്നതാണ് കണ്ടുവരുന്നത്. എന്നാൽ അത് പൊതുജനക്ഷേമത്തിനുള്ളതാണെന്ന് ധരിച്ചിരിക്കുന്നവർതന്നെ ചുരുക്കമാണ്. മേഘങ്ങൾ വർഷിക്കാറുള്ളത് ഉയർന്ന പർവ്വതനിരകളിലാണെന്നത് ശരിതന്നെ. പക്ഷേ, മുകൾപ്പരപ്പിലെ തടാകങ്ങളിൽ കെട്ടി നില്ക്കാതെ കുഴികളിലും കുളങ്ങളിലും നദികളിലും കായലുകളിലും കടലുകളിലും പർവ്വതങ്ങൾ വെള്ളം വിട്ടയക്കുന്നു. ആകയാൽ ഭൂതലം തണുക്കുകയും സസ്യാഭിവൃദ്ധികൊണ്ട് ശ്യാമളവും കോമളവും ആയിത്തീരുകയും ചെയ്യുന്നു. ഈ തത്ത്വം സമ്പന്നന്മാർക്ക് ദൃഷ്ടാന്തമായിരിക്കണം എന്നാണെന്റെ മതം.

ക്ഷാത്രവീര്യം കലർന്ന പൂർവ്വികരായ യജമാനന്മാരിൽനിന്ന് തികച്ചും വ്യത്യസ്തനായിരുന്നു ആദ്ധ്യാത്മിക ജിജ്ഞാസുവും പരോപകാരതല്പരനുമായിരുന്ന കൂടാളി താഴത്ത് വീട്ടിൽ കുഞ്ഞിക്കണ്ണൻ യജമാനൻ. 1927 ലാണ് അദ്ദേഹം തറവാട്ടിൽ കാരണവരായത്. ഈശ്വരഭക്തനായ അദ്ദേഹം കൂടാളിയിൽ ഒരു ഭക്തസമാജവും ഗീതാമഠവും സ്ഥാപിച്ചു. വാഗ്ഭടാനന്ദനെ കൂടാളിയിലേക്ക് ക്ഷണിച്ചു. ഇരുനിലക്കെട്ടിടങ്ങളും പത്തായപ്പുരയും അതിഥിമന്ദിരങ്ങളുമടങ്ങിയ താഴ്ന്ന വീട്ടിലെ വിശാലസുന്ദരമായ അങ്കണത്തിൽ യജമാനൻ വാഗ്ഭടാനന്ദനെ സ്വീകരിച്ചു. ഭക്തസമാജത്തിന്റെയും ഗീതാമഠത്തിന്റെയും ആഭിമുഖ്യത്തിൽ പണ്ഡിതന്മാരും പൗരമുഖ്യന്മാരുമടങ്ങിയ സഭയിൽ വാഗ്ഭടാനന്ദൻ പ്രസംഗിച്ചു. ഉത്തരകേരളത്തിലെ പ്രശസ്ത പണ്ഡിതനും, വലിയ ജന്മിയും മദിരാശി ലജിസ്ലേറ്റീവ് കൗൺസിൽ അംഗവുമായിരുന്ന മട്ടന്നൂരില്ലത്ത് മധുസൂദനൻ തങ്ങൾ വാഗ്ഭടാനന്ദനെ പരിചയപ്പെട്ടതും അനുയായിയാകുന്നതും കൂടാളിയിൽ വച്ചാണ്. കുഞ്ഞിക്കണ്ണൻ യജമാനൻ തത്ത്വപ്രകാശികയിൽ ചെന്ന് വാഗ്ഭടാനന്ദനിൽനിന്ന് ബ്രഹ്മോപദേശം ഗ്രഹിച്ച് ശിഷ്യനായി. മലബാർ ആത്മവിദ്യാസംഘം അദ്ധ്യക്ഷനായി.

രണ്ട് വ്യാഴവട്ടക്കാലത്തെ പ്രവർത്തനംകൊണ്ട് വാഗ്ഭടാനന്ദന്റെ ജന്മദേശമായ പാട്യത്തെ എതിർപ്പുകൾ നാമമാത്രമായി. ഏറ്റുമാറ്റും അതുപോലുള്ള അനാചാരങ്ങളും ഇല്ലാതായി. പഴയ ചില തറവാട്ടുകാർമാത്രം

മാറിയില്ല. വാഗ്ഭടാനന്ദനും ശിഷ്യർക്കും സമൂഹമദ്ധ്യത്തിൽ മാന്യമായ സ്ഥാനം ലഭിച്ചുതുടങ്ങി. പ്രതിസന്ധികളെ ധീരമായി നേരിട്ട് എതിർത്ത് തോല്പിച്ച വി കെ കെ ഗുരുക്കൾ, എ സി കുഞ്ഞിരാമൻ ഗുരുക്കൾ, കേളുവൈദ്യൻ തുടങ്ങിയ ശിഷ്യന്മാർ വാഗ്ഭടാനന്ദനെ സമീപിച്ച് പാട്യം ആത്മവിദ്യാസംഘത്തിന്റെ വിജയോത്സവം സംഘടിപ്പിക്കണമെന്ന് അഭ്യർത്ഥിച്ചു. 1929 ജനുവരി 11, 12 തീയതികളിൽ പാട്യം യു പി സ്കൂളിന് പടിഞ്ഞാറു വശത്തുള്ള വയലിൽ ആയിരുന്നു മഹോത്സവം. പ്രധാന റോഡിൽനിന്നും സമ്മേളനസ്ഥലത്തേക്ക് പുതിയതായി ഒരു റോഡു നിർമ്മിച്ചു. കല്യാട്ട് ചാത്തുക്കുട്ടി യജമാനൻ, മട്ടന്നൂരില്ലത്ത് മധുസൂദനൻ തങ്ങൾ, പുല്ലഞ്ചേരി ഇല്ലത്ത് വലിയ മാധവൻ നമ്പൂതിരിപ്പാട്, കെ ടി ചന്തുനമ്പ്യാർ, കലവറ നാരായണപിള്ള എന്നിവർ സമ്മേളനത്തിൽ അതിഥികളായെത്തി. പെരുവണ്ണാൻ സമുദായനേതാവും പ്രശസ്ത വൈദ്യനുമായ കേളു വൈദ്യൻ സ്വവസതിയിൽ അതിഥികൾക്ക് ഗംഭീര വരവേല്പ് നല്കി. രണ്ടു ദിവസവും വാഗ്ഭടാനന്ദൻ 'ആത്മവിദ്യയും സത്യവും' എന്ന വിഷയത്തെ അടിസ്ഥാനമാക്കിയാണ് പ്രഭാഷണം നടത്തിയത്. ഒന്നാം ദിവസം അദ്ധ്യക്ഷനായിരുന്ന കെ ടി ചന്തുനമ്പ്യാർ മഹാകവി വള്ളത്തോളിന്റെയും മഹാകവി കുമാരനാശാന്റെയും കവിതകൾ ദീർഘമായി ഉദ്ധരിച്ചുകൊണ്ടാണ് സംസാരിച്ചത്. രണ്ടാം ദിവസത്തെ സമ്മേളനത്തിൽ കലവറ നാരായണപിള്ളയായിരുന്നു അദ്ധ്യക്ഷൻ. 1914 ൽ ഹരിപ്പാട് ടൗൺഹാളിൽ വാഗ്ഭടാനന്ദന്റെ ഉജ്ജ്വലപ്രസംഗം കേട്ട നാൾ മുതൽ വാഗ്ഭടാനന്ദ ശിഷ്യനായെന്ന് ഓർമ്മിച്ചുകൊണ്ടാണ് കലവറ നാരായണപിള്ള സംസാരിച്ചത്.

1931 ആഗസ്തിൽ കോഴിക്കോട് കാരപ്പറമ്പിൽ ഏഴ് ദിവസം നീണ്ടുനിന്ന ആത്മവിദ്യാ സപ്താഹ മഹോത്സവം സംഘടിപ്പിച്ചു. ഈ മഹോത്സവത്തോടെ തത്ത്വപ്രകാശികാശ്രമത്തിന്റെ പ്രശസ്തി കേരളം മുഴുവൻ വ്യാപിച്ചു. മതം സാഹിത്യം എന്നീവിഷയങ്ങളെ അടിസ്ഥാനമാക്കിയുള്ള മഹാസമ്മേളനങ്ങളാണ് ഏഴ് ദിവസവും നടന്നത്. അത്തരം ഒരു മതസമ്മേളനം അതിനു മുമ്പ് കോഴിക്കോട്ട് നടന്നിട്ടില്ല. നിരീശ്വരവാദികളെയും യുക്തിവാദികളെയും സമ്മേളനത്തിലേക്ക് ക്ഷണിച്ചിരുന്നു. മായങ്കോട്ട് നാരായണമേനോൻ ബി എ എൽ എൽ ബിയായിരുന്നു സ്വാഗതസംഘം ചെയർമാൻ. കെ ടി ചന്തുനമ്പ്യാർ ബി എ ബിൽ, കെ എം കെ നായർ എം എ ബി എൽ, നിലമ്പൂർ മാനവേദൻ രാജ എന്നിവരുടെ അദ്ധ്യക്ഷതയിലാണ് വിവിധ സമ്മേളനങ്ങൾ ചേർന്നത്. സ്വാമി ബ്രഹ്മവ്രതനും സ്വാമി ആര്യഭടനും ഏഴ് ദിവസത്തെ സമ്മേളനങ്ങളിലും മത, സാഹിത്യ പ്രാസംഗികരായിരുന്നു. ഐക്യകേരളത്തെക്കുറിച്ച് കേരളീയർ സ്വപ്നം കാണാൻകൂടി ആരംഭിച്ചിട്ടില്ലാത്ത അക്കാലത്ത് കടത്തനാട് ശങ്കരവർമ്മയുടെ അദ്ധ്യക്ഷതയിൽ ചേർന്ന യോഗത്തിൽ സ്വാമി ബ്രഹ്മവ്രതൻ "ഐക്യകേരളം" എന്ന വിഷയത്തെക്കുറിച്ച് സംസാരിച്ചു. കാവിൽ പി രാമപ്പണിക്കർ, ഇ രാമമേനോൻ എം എ എൽ ടി, സാധു ശിവപ്രസാദ് സ്വാമി

കൾ, ബ്രഹ്മവാദി കുഞ്ഞിരാമൻ, ഡോ. അയ്യത്താൻ ഗോപാലൻ എന്നിവരും പ്രാസംഗികരായി എത്തിയിരുന്നു.

നിലമ്പൂർ മാനവേദരാജായുടെ അദ്ധ്യക്ഷതയിൽ നടന്ന യുക്തിവാദി സമ്മേളനം പ്രത്യേകം ശ്രദ്ധയാകർഷിച്ചു. പ്രസിദ്ധ യുക്തിവാദിയും വിദ്യാഭ്യാസ പ്രവർത്തകനുമായ ഇ രാമമേനോൻ സമ്മേളനത്തിൽ പങ്കെടുത്ത് യുക്തിവാദത്തെ അടിസ്ഥാനമാക്കി ആത്മവിദ്യാസംഘവുമായുള്ള അഭിപ്രായ വ്യത്യാസം വിശദീകരിക്കാൻ ശ്രമിച്ചു.

> വാഗ്ഭടാനന്ദ സ്വാമികളോട് ഞാൻ ഈശ്വരനെക്കുറിച്ച് ചില ചോദ്യങ്ങൾ ചോദിച്ചിരുന്നു. അവയ്ക്ക് അദ്ദേഹം വ്യക്തമായ മറുപടി തന്നില്ല. ആത്മവിദ്യാസംഘത്തിന് ചില ഉപദേശ ക്രമങ്ങളും അനുഷ്ഠാനങ്ങളുമുണ്ട്. അവ രഹസ്യമാണ്. സംഘത്തിന്റെ ആദർശങ്ങൾ പരസ്യവുമാണ്. ആദർശങ്ങളും അനുഷ്ഠാനങ്ങളും തമ്മിലുള്ള പൊരുത്തക്കേട് യുക്തിക്ക് നിരക്കുന്നതല്ല.

രാമൻ മേനോന്റെ പ്രസംഗം ഒരു വിഭാഗം ആളുകൾക്ക് ആഹ്ലാദവും ആവേശവുമുണ്ടാക്കി. വാഗ്ഭടാനന്ദൻ മറുപടി പറഞ്ഞു.

> മി. രാമൻ മേനോൻ പറഞ്ഞത് ശരിയാണ്. പക്ഷേ, അദ്ദേഹം കാര്യം മുഴുവൻ തുറന്ന് പറഞ്ഞില്ല. അതുകൊണ്ട് കഴിഞ്ഞ കാര്യം ഒന്നുകൂടി ആവർത്തിക്കട്ടെ. അദ്ദേഹത്തിന്റെ ഭവനത്തിൽ വച്ചായിരുന്നു സംശയം ഉന്നയിച്ചത്. ഈശ്വരൻ അപ്രത്യക്ഷനാണ്. ഈശ്വരനെ നാം കാണുന്നില്ല. കാണാത്ത ഈശ്വരനെ എങ്ങനെ ഉണ്ടെന്ന് വിശ്വസിക്കും. ഇതായിരുന്നു ചോദ്യം. ഞാൻ തിരിച്ച് ഒരു മറുചോദ്യം അദ്ദേഹത്തോട് ചോദിച്ചു. നിങ്ങൾക്ക് ബുദ്ധിയുണ്ടോ?" എന്ന് അതിന് ഇന്നുവരെ അദ്ദേഹം മറുപടി പറഞ്ഞിട്ടില്ല. ഞാൻ ആവർത്തിക്കുന്നു. അദ്ദേഹത്തിന് ബുദ്ധിയുണ്ടോ? ഉണ്ട് എന്നാണെങ്കിൽ അത് അദ്ദേഹത്തിന്റെ യുക്തിക്കും പ്രതിജ്ഞയ്ക്കും നിരക്കുകയില്ല. കാരണം തന്റെ ബുദ്ധി അദ്ദേഹം കണ്ടിരിക്കില്ല. കാണാത്തതുകൊണ്ട് ഇല്ല എന്നാണ് മറുപടിയെങ്കിൽ ബുദ്ധി ഇല്ലാത്ത മനുഷ്യന് എന്തും ചോദിക്കാം. എന്തും പറയാം.

രണ്ടാമത്തെ ആക്ഷേപത്തിനുള്ള മറുപടിയായി വാഗ്ഭടാനന്ദൻ പറഞ്ഞു. "യുക്തിവാദികളായ നവദമ്പതികൾ എന്തിനാണ് വിവാഹം കഴിക്കുന്നതെന്ന ആദർശം പരസ്യമാണ്. എന്നാൽ ശയനമുറിയിലെ അനുഷ്ഠാനം പരസ്യമാക്കുന്നില്ല. അതൊരു കാപട്യമാണെന്ന് എന്റെ സ്നേഹിതൻ ആക്ഷേപിക്കുമോ?" സഹോദരൻ അയ്യപ്പൻ, എം സി ജോസഫ് തുടങ്ങിയവരുടെ നേതൃത്വത്തിൽ സംഘടിപ്പിച്ച യുക്തിവാദി സമ്മേളനങ്ങളിൽ പങ്കെടുത്ത് വാഗ്ഭടാനന്ദൻ അതിനിശിതമായി യുക്തിവാദി പ്രസ്ഥാനത്തെ വിമർശിക്കുന്നുണ്ട്.

ജാതിചിന്തകളെ തകർക്കാനും ജനങ്ങൾക്കിടയിൽ ജാതിഭേദം ഇല്ലാതെ ഐക്യബോധം വളർത്താനും നവോത്ഥാന നായകർ മിശ്രഭോജനവും മിശ്രവിവാഹവും പ്രോത്സാഹിപ്പിക്കുന്നുണ്ട്. അയിത്തത്തെ ഇല്ലാതാക്കാനുള്ള ഉചിതമായ മാർഗ്ഗം എന്ന നിലയിലാണ് വിവിധ സമുദായത്തിലും ജാതിയിലും മതത്തിലും പെട്ടവർ ഒരുമിച്ചിരുന്ന് ഭക്ഷണം കഴിക്കുന്ന മിശ്രഭോജനം സംഘടിപ്പിക്കുന്നത്. കേരളത്തിലെ ആദ്യ മിശ്രവിവാഹം ബ്രഹ്മസമാജം നേതൃത്വത്തിൽ വർക്കലയിൽ നടന്ന ബ്രഹ്മസമാജം പ്രവർത്തകൻ കുഞ്ഞിരാമന്റേതാണെന്ന് സ്വാമി ബ്രഹ്മവ്രതൻ എഴുതുന്നുണ്ട്. വേഷം ഭാഷ മുതലായവ എന്തുതന്നെയായാലും മനുഷ്യരെല്ലാം ഒരു ജാതിയാണെന്നതുകൊണ്ട് അവർ തമ്മിലുള്ള വിവാഹം അഭിലഷണീയമാണെന്ന് ശ്രീനാരായണഗുരു ഉദ്ബോധനം ചെയ്തതും വർക്കലയിൽ നടന്ന മിശ്രവിവാഹത്തിന് ശേഷമാണെന്ന് ബ്രഹ്മവ്രതൻ പറയുന്നു. മിശ്രവിവാഹവും മിശ്രഭോജനവും സാമൂഹിക ഐക്യം സ്ഥാപിക്കുന്നതിനുള്ള മാർഗ്ഗമായി എസ് എൻ ഡി പി യും നാരായണഗുരുവിന്റെ ശിഷ്യനായ സഹോദരൻ അയ്യപ്പനും സ്വീകരിച്ചു. വാഗ്ഭടാനന്ദന് മിശ്രഭോജനം പ്രീതിഭോജനവും മിശ്രവിവാഹം പ്രീതിവിവാഹവുമാണ്. ജാതിമതഭേദമെന്യേ ഒരുമിച്ചിരുന്ന് ഭക്ഷിക്കുക ചിലർക്കെങ്കിലും ഇഷ്ടമില്ലാതെ അനുഷ്ഠിക്കുന്ന ഒരു കർമ്മമാകും. എന്നാൽ ഉപരിപ്ലവമായ ഒരു സമ്മേളനത്തിനപ്പുറം ഉള്ളുതുറന്ന് പ്രീതിയോടെ ഒരുമിച്ചിരുന്ന് ഭക്ഷിക്കുക എന്നത് പ്രീതിഭോജനമാണ്. ബാഹ്യഇടപെടലുകൾകൊണ്ട് മിശ്രവിവാഹം നടത്തുകയല്ല പ്രീതിയോടെ അന്യോന്യം സ്വീകരിക്കുന്നതാണ് പ്രീതിവിവാഹം.

ആത്മവിദ്യാസംഘത്തിന്റെ നേതൃത്വത്തിൽ നിരവധി പ്രീതിവിവാഹങ്ങൾ നടന്നിട്ടുണ്ട്. കാരക്കാട് ആത്മവിദ്യാ സംഘത്തിന്റെ നേതൃത്വത്തിൽ മുകയ സമുദായത്തിൽപ്പെട്ട ഗോവിന്ദൻ വളഞ്ചിയർ സമുദായത്തിൽപ്പെട്ട മാധവിടീച്ചറെ കല്യാണം കഴിച്ചു. മത്സ്യബന്ധനം തൊഴിലാക്കിയ കടലോരത്തെ പ്രതാപശാലികളായ സമുദായമാണ് മുകയർ. പ്രശസ്തമായ അറക്കൽ ക്ഷേത്രത്തിന്റെ അവകാശികളായ കുടുംബങ്ങളിൽ ഒന്നായ വടക്കേടത്ത് കുടുംബത്തിലെ അംഗമായിരുന്നു ഗോവിന്ദൻ. മുകയ സമുദായാംഗങ്ങളുടെ ക്ഷൗരം നിർവ്വഹിക്കുന്നവരാണ് വളഞ്ചിയർമാർ. യാഥാസ്ഥിതികരുടെ വലിയ എതിർപ്പുകൾ നേരിട്ടാണ് ആത്മവിദ്യാസംഘത്തിന്റെ ഈ വിവാഹം നടത്തിയത്. 1933 ൽ കാരക്കാട് ആത്മവിദ്യാസംഘം നേതൃത്വത്തിൽ സംഘടിപ്പിച്ച മിശ്രഭോജനത്തിന് വി ടി സി പണിക്കർ, കണ്ണങ്കുഴി നാരായണക്കുറുപ്പിന്റെ ജ്യേഷ്ഠൻ കുഞ്ഞിക്കേളുക്കുറുപ്പ്, കറുപ്പയിൽ കണാരൻ മാസ്റ്റർ, ധർമ്മധീരൻ കയ്യാല ചെക്കു മുതലായവർ നേതൃത്വം നല്കി. കണ്ണൂർ ചാലാട് യു പി സ്കൂളിലെ അദ്ധ്യാപകനായ മാധവനും അദ്ധ്യാപികയായ മാധവിയും വിവാഹിതരായത് ആത്മവിദ്യാസംഘം നേതൃത്വത്തിലാണ്. മാധവൻ നായർ സമുദായാംഗവും, മാധവി തീയസമുദായക്കാരിയുമായിരുന്നു. തലശ്ശേരിയിൽ നടന്ന

വിവാഹത്തിന് കാർമ്മികത്വം വഹിച്ചത് ഡോ. അയ്യത്താൻ ഗോപാലൻ ആയിരുന്നു. കണ്ണൂരിലെ പ്രമുഖ സാമൂഹ്യപ്രവർത്തകനായിരുന്ന ആര്യ ബന്ധു പി കെ ബാപ്പുവിന്റെ നേതൃത്വത്തിൽ കണ്ണൂരിൽ മിശ്രവിവാഹ ങ്ങൾ നടത്തിയിട്ടുണ്ട്. സാധു ശിവപ്രസാദിന്റെ കാർമ്മികത്വത്തിൽ 1924 ൽ ആന്ധ്രക്കാരനായ മണിയാലും കണ്ണൂരിലെ കക്കിരിക്കോൻ ബാപ്പു വിന്റെ മകൾ ജാനകിയും വിവാഹിതരാകുന്നുണ്ട്. 1913 ൽ ശ്രീരാമ കൃഷ്ണ മിഷന്റെ ഹരിപ്പാട്ടുള്ള ആശ്രമത്തിൽ സവർണ്ണരും അവർണ്ണരും തീണ്ടൽ ജാതിക്കാരും ബാംഗ്ലൂർ മഠാധിപതി നിർമ്മലാനന്ദ സ്വാമിയുടെ നേതൃത്വ ത്തിൽ പന്തിഭോജനം നടത്തിയിട്ടുണ്ട്. ബ്രഹ്മവിദ്യാസംഘം കേരളഘട കത്തിന് നേതൃത്വം നല്കിയ മഞ്ചേരി കൃഷ്ണയ്യരും കോഴിക്കോട്ട് ഒരു ലോഡ്ജിൽ താമസിച്ചിരുന്ന രണ്ട് ബ്രഹ്മവിദ്യാർത്ഥികളും ഒരു തീയന്റെ വിവാഹസദ്യയിൽ പങ്കെടുത്തതിന് സമുദായ ഭ്രഷ്ടരായി. 1915 ൽ നടന്ന ഈ സംഭവത്തിന് ശേഷം ബ്രഹ്മവിദ്യാസംഘത്തിന്റെ നേതൃത്വത്തിൽ നിര വധി മിശ്രഭോജന പരിപാടികൾ കോഴിക്കോട്ട് ആനി ഹാളിൽ നടന്നിട്ടു ണ്ട്. 1917 ൽ ചെറായിയിലുള്ള തന്റെ വീട്ടിന് സമീപം വിളിച്ചു കൂട്ടിയ യോഗത്തിലാണ് സഹോദരൻ അയ്യപ്പന്റെ നേതൃത്വത്തിലുള്ള ആദ്യ മിശ്ര ഭോജനം. രണ്ട് അധഃകൃത വിദ്യാർത്ഥികളെ ഒപ്പമിരുത്തി സഹോദരൻ അയ്യപ്പൻ ഉൾപ്പെടെ ഇരുന്നൂറോളം പേർ ഭക്ഷണം കഴിച്ചു. 1927 ൽ ആത്മ വിദ്യാസംഘം നേതൃത്വത്തിൽ അഴീക്കോട് നടന്ന പ്രീതിഭോജനം ശ്രദ്ധേ യമായിരുന്നു. 1924 മെയ് മാസം മൂന്നു ദിവസം തുടർച്ചയായി വാഗ്ഭടാന ന്ദൻ നടത്തിയ ആത്മീയ പ്രഭാഷണത്തെത്തുടർന്നാണ് അഴീക്കോട് ആത്മ വിദ്യാസംഘം രൂപീകരിക്കുന്നത്. മടക്കര കേളൻ മാസ്റ്റർ ആയിരുന്നു പ്രസി ഡന്റ്. അഴീക്കോട് തെക്കുംഭാഗം വടക്കണിയിലെ പുലയ കോളനിയി ലായിരുന്നു പ്രീതിഭോജനം. പ്രശസ്ത നേത്ര വൈദ്യനായ കെ രാമുണ്ണി വൈദ്യരുടെ നിർദ്ദേശപ്രകാരം സുകുമാർ അഴീക്കോടിന്റെ പിതാവ് വിദ്വാൻ പി ദാമോദരൻ മാസ്റ്റർ, മാത്തൻ കറുവൻ, പണ്ടാരപ്പുര യിൽ കറുവൻ എന്നിവരുടെ നേതൃത്വത്തിലായിരുന്നു പ്രീതിഭോജനം. വൈകിട്ട് നാലോടെ പുലയ കോളനിയിലെ ലേബർ സ്കൂളിന്റെ മുൻവശം ഹിന്ദുക്കളിലെ അവർണ്ണജാതിക്കാരെക്കൊണ്ട് നിറഞ്ഞു. എ കെ നായർ, അഴീക്കോട് അംശം അധികാരി ചാത്തുക്കുട്ടി നമ്പ്യാർ തുടങ്ങിയ ചുരുക്കം ചില സവർണ്ണനേതാക്കന്മാരുമുണ്ടായിരുന്നു. സഹോദരൻ അയ്യപ്പന്റെ പ്രസംഗത്തിന് ശേഷം അവർണ്ണർ വിളമ്പിയ പായസം എല്ലാവരും കഴി ച്ചു. യാഥാസ്ഥിതികർ ക്ഷോഭംകൊണ്ട് ഇളകി മറിഞ്ഞു. ഒരു ക്ഷേത്ര ഊരാളൻ പായസം കഴിച്ച തന്റെ മകനെ ഭയപ്പെടുത്തി പഞ്ചഗവ്യം കഴിപ്പിച്ചു. ഒരു വെളിച്ചപ്പാട് തന്റെ അനന്തരവനെ ഛർദ്ദിപ്പിച്ചു. ഒരു വൈദ്യൻ മകനെ കലശവെള്ളം കുടിപ്പിച്ചു. മറ്റൊരു കാരണവർ പുലയരെ തൊട്ട് വീട്ടിൽ കയറിയ മകനെ പുണ്യാഹം ചെയ്ത് ശുദ്ധിവരുത്തി. ഒരാഴ്ച കഴിഞ്ഞ് യാഥാസ്ഥിതികരുടെ വിഭ്രാന്തി അകറ്റാനും ഉല്പതിഷ്ണുക്കളായ യുവാ ക്കൾക്ക് മനംമാറ്റം വരാതിരിക്കാനും ആത്മവിദ്യാ സംഘത്തിന്റെ നേതൃ

ത്വത്തിൽ ഒരു മിശ്രഭോജനം കൂടി സംഘടിപ്പിക്കാൻ തീരുമാനിച്ചു. നിശ്ചിത ദിവസം സ്ത്രീകൾ അടക്കം നാനാജാതിക്കാരായ ഹിന്ദുക്കൾ മിശ്രഭോജനത്തിൽ പങ്കെടുക്കാനെത്തി. എന്തിനും ഒരുങ്ങി യാഥാസ്ഥി തികരും എത്തി. വാഗ്ഭടാനന്ദൻ, ശിവപ്രസാദ് സ്വാമികൾ, പൊൻമഠം സ്വാമികൾ, പി കെ കോരുമാസ്റ്റർ എന്നിവർ പ്രസംഗവേദിയിൽ ഉപവി ഷ്ടരായി. വാഗ്ഭടാനന്ദന്റെ പ്രസംഗത്തെ യാഥാസ്ഥിതികർ ചോദ്യം ചെയ്തു. ചിലർ മിശ്രഭോജനത്തിൽ പങ്കെടുത്തവരെ ആക്രമിക്കാൻ ശ്രമി ച്ചു. ധീരരായ ആത്മവിദ്യാസംഘം പ്രവർത്തകർ എതിരാളികളെ നേരിട്ട് മിശ്രഭോജനം വിജയിപ്പിച്ചു. ഏതാനും ദിവസങ്ങൾക്കുശേഷം അറുപത്തി നാല് തറകളിലെ കാരണവന്മാരുടെ പഞ്ചായത്ത് അലവിൽ ചാറൻ ഭവ നത്തിൽ വിളിച്ചു ചേർത്തു. കീഴ്നടപ്പിനെതിരായി പുലയരോടൊപ്പം സഹ ഭോജനം നടത്തിയ ഏഴുപേരെ തീയസമുദായത്തിന്റെ പന്തിയിലും പറ മ്പിലും പ്രവേശിക്കുന്നത് വിലക്കി. അവർക്ക് ഏറ്റുമാറ്റും കൊടുക്കരുതെന്ന് കാവുതീയനോടും വണ്ണാനോടും ആവശ്യപ്പെട്ടു. പിറ്റേന്ന് മുതൽ അഴീ ക്കോട്ടും പരിസരപ്രദേശങ്ങളിലും ഗൃഹകലഹങ്ങളും സാമുദായിക അസ്വാസ്ഥ്യങ്ങളും പൊട്ടിപ്പുറപ്പെട്ടു. ചില തറവാടുകളിൽ ഭാഗം പിരി യുന്നതിന് നോട്ടീസ് വന്നു. പല സ്ത്രീകളും ഭർത്തൃരഹിതകളായി. ചില യുവാക്കൾക്ക് ഭാര്യമാരെ കിട്ടാതായി. ചിലർക്ക് അയൽക്കാർ കുടിവെള്ളം നിഷേധിച്ചു. മിശ്രഭോജനത്തിൽ പങ്കെടുത്തവരെ പന്തിയിൽ നിന്നെഴു ന്നേല്പിച്ചു. പോത്തേരി കുഞ്ഞമ്പു വക്കീൽ, ആര്യബന്ധു പി കെ ബാപ്പു, ആത്മവിദ്യാസംഘം പ്രവർത്തകരായ ടി വി അനന്തൻ, എം ടി കുമാരൻ തുടങ്ങിയവർ മിശ്രഭോജനത്തിൽ പങ്കെടുക്കുന്നതിന് പുറത്താക്കപ്പെട്ടവ രിൽ ഉൾപ്പെടുന്നു.

കൃതികളും സാഹിത്യവിമർശനവും

കവിതയിലൂടെ സാഹിത്യലോകത്തേക്ക് കടന്നു വന്ന വാഗ്ഭടാനന്ദൻ തന്റെ സാമൂഹ്യപരിഷ്കരണപ്രസ്ഥാനത്തിന്റെ അടിസ്ഥാനമായ ആശയങ്ങൾ വിശദീകരിക്കുന്ന ഗ്രന്ഥങ്ങളും രചിച്ചു. വിശ്രമമില്ലാത്ത അദ്വൈതധർമ്മ പ്രബോധനവും, അദ്ധ്യാപനവും പത്രത്തിലെഴുത്തും തുടരുന്നതിനിടയിൽ തന്റെ അനുയായികൾക്ക് മാർഗ്ഗദർശനം നല്കുന്ന ഒരു പ്രമാണഗ്രന്ഥം രചിക്കണമെന്നു ശിഷ്യന്മാരും ആരാധകരും വാഗ്ഭടാനന്ദനെ ഇടയ്ക്കിടെ ഓർമ്മപ്പെടുത്തിയിരുന്നു. ഒടുവിൽ ഭാഗികമായെങ്കിലും അത്തരം ഒരു ഗ്രന്ഥം ഉണ്ടായി. അതാണ് *ആത്മവിദ്യ*. വാഗ്ഭടാനന്ദന്റെ പ്രമുഖ ശിഷ്യനും ചെറുവണ്ണൂർ ആത്മവിദ്യാസംഘം പ്രസിഡന്റുമായിരുന്ന പി രാഘവന്റെ നിരന്തരമായ അഭ്യർത്ഥനയെ മാനിച്ചാണ് ഇത്തരമൊരു ഗ്രന്ഥരചനയ്ക്ക് വാഗ്ഭടാനന്ദൻ തയ്യാറായത്. 1924 ജൂൺ മാസത്തിൽ തുടങ്ങിയ ഗ്രന്ഥരചന 1924 ആഗസ്തിൽ പൂർത്തിയായി. യുവശിഷ്യൻ എം മാധവൻ ആയിരുന്നു കേട്ടെഴുതിയത്. 1925 ൽ അച്ചടിച്ച് പുറത്തിറക്കി. "ആത്മവിദ്യാസംഘത്തിന്റെ അടിസ്ഥാന തത്ത്വപ്രതിപാദകമായ പ്രമാണഗ്രന്ഥമെന്ന നിലയിൽ മാത്രമല്ല ഭാരതവർഷത്തിന്റെ ആദ്ധ്യാത്മിക ഹൃദയം പ്രതിഫലിക്കുന്ന അന്യാദൃശധർമ്മഗ്രന്ഥം എന്ന നിലയ്ക്കും *ആത്മവിദ്യ*യുടെ ഒരു ഭാഗം ഗുരുദേവൻ ചെയ്തിട്ടുള്ള മഹത്തും ബൃഹത്തുമായ സംഭാവനയത്രെ." എന്ന് സ്വാമി ബ്രഹ്മവ്രതൻ പറയുന്നുണ്ട്

*ആത്മവിദ്യ*യിൽ പരാമർശിക്കുന്ന താത്ത്വിക കാര്യങ്ങൾ കൂടുതൽ വിശദമാക്കുന്ന ഗ്രന്ഥമാണ് *ആത്മവിദ്യാലേഖമാല.* 1924 ൽ ആണ് ഇത് പ്രസിദ്ധീകരിക്കുന്നത്. *ആത്മവിദ്യ*യിൽ വിശദീകരിച്ച അദ്വൈത ചിന്തയുടെ പ്രായോഗിക വിശകലനമാണ് ലേഖമാല. *ഭഗവദ്ഗീത*യെക്കുറിച്ച് വിശദമായ പഠനവും ഉൾക്കൊള്ളുന്ന ഈ കൃതി *ആത്മവിദ്യാകാഹളം മാതൃഭൂമി* എന്നിവയിൽ പലപ്പോഴായി എഴുതിയ ഉപന്യാസങ്ങളുടെ സമാ

ഹാരമാണ്. *ആത്മവിദ്യ* തത്ത്വപ്രതിഷ്ഠാപരമാണെങ്കിൽ *ലേഖമാല* ധർമ്മാദർശപ്രബോധനപരമാണെന്ന്" ഡോ. സുകുമാർ അഴീക്കോട് വിലയിരുത്തിയിട്ടുണ്ട്. അയിത്തം തുടങ്ങിയ അനാചാരങ്ങൾക്കെതിരെ നടക്കുന്ന പ്രക്ഷോഭങ്ങളിൽ അരിശംകൊണ്ട സവർണ്ണഹിന്ദുക്കൾ ഹിന്ദുമതത്തെ സംരക്ഷിക്കാനെന്നപേരിൽ *സനാതന ഹിന്ദു* എന്ന പേരിൽ ഒരു വാരിക പ്രസിദ്ധീകരിച്ചിരുന്നു. ഗുരുവായൂർ സത്യഗ്രഹത്തിനും, ഗാന്ധിജിയുടെ അധഃകൃതസമുദ്ധാരണത്തിനുമെതിരെ സവർണ്ണ യാഥാസ്ഥിതിക പണ്ഡിതനായ ദാമോദരൻ നമ്പൂതിരി എന്നയാൾ *സനാതനഹിന്ദു*വിലൂടെ നിരവധി വാദമുഖങ്ങൾ നിരത്തി. ഗാന്ധിജി മതകാര്യങ്ങളിൽ അനധികൃതമായി ഇടപെടുകയാണെന്ന് ദാമോദരൻ നമ്പൂതിരി ആക്ഷേപിച്ചു. ഇത്തരം ആക്ഷേപങ്ങളെ എതിർത്തുകൊണ്ട് വാഗ്ഭടാനന്ദൻ *ആത്മവിദ്യാകാഹളം* എന്ന പത്രികയിൽ എഴുതിയ ലേഖനങ്ങളുടെ സമാഹാരം *ഗാന്ധിജിയും ശാസ്ത്രവ്യാഖ്യാനവും* എന്ന പേരിൽ ശിഷ്യൻ എം ടി കുമാരൻ പ്രസിദ്ധീകരിച്ചു. 1928 ൽ പ്രസിദ്ധീകരിച്ച *ആദ്ധ്യാത്മയുദ്ധ*ത്തിൽ ഗ്രന്ഥകാരന്റെ പേരിന് പകരം പ്രസാധകന്റെ പേരാണുള്ളത് കെ രാമുണ്ണിവൈദ്യൻ എന്ന്. സുകുമാർ അഴീക്കോടിന്റെ അച്ഛൻ വിദ്വാൻ പി ദാമോദരന്റെ അമ്മാവനും പ്രശസ്ത നേത്രചികിത്സകനുമായിരുന്നു കെ രാമുണ്ണി വൈദ്യൻ. ആത്മവിദ്യാസംഘത്തിന്റെ അഴീക്കോട്ടെ പ്രമുഖ നേതാക്കളിൽ ഒരാളായിരുന്നു വൈദ്യർ. *ആദ്ധ്യാത്മയുദ്ധം* വാഗ്ഭടാനന്ദൻ രചിച്ചതാണെന്ന് സുകുമാർ അഴീക്കോട് വ്യക്തമാക്കിയിട്ടുണ്ട്. *ആദ്ധ്യാത്മയുദ്ധം* പകർത്തിയെഴുതിയ സ്വാമി ബ്രഹ്മവ്രതനും കർത്താവ് വാഗ്ഭടാനന്ദൻ തന്നെയാണെന്ന് പറഞ്ഞിട്ടുണ്ട്. 1981 ൽ രണ്ടാംപതിപ്പ് പുറത്തു വന്നപ്പോൾ ഗ്രന്ഥകർത്താവിന്റെ പേര് വാഗ്ഭടാനന്ദൻ എന്ന് തന്നെയാണ് വച്ചത്. ഇന്ത്യയിലെ സർവ്വഋഷികളെയും ശങ്കരാചാര്യരെയും വിവേകാനന്ദസ്വാമികളെയും പുച്ഛിച്ചും അപവദിച്ചും ബ്രഹ്മാനന്ദ ശിവയോഗി എഴുതിയ കൃതിയാണ് *ആനന്ദാദർശം. ആനന്ദാദർശ*ത്തിന് വാഗ്ഭടാനന്ദൻ എഴുതിയ ഖണ്ഡനം ആണ് *ആദ്ധ്യാത്മയുദ്ധം.*

വേദാന്തി, താർക്കികൻ, വൈയാകരണൻ എന്നീ ശബളിമ പൂണ്ട അവഗുണ്ഠനങ്ങൾക്ക് പിന്നിൽ അപ്രാപ്യനായി നിന്ന ഗുരുവിനെ സാഹിത്യവേദിയിൽ സഹൃദയമദ്ധ്യത്തിൽ എത്തിച്ചതിന് നിമിത്തമായി തീർന്നുവെന്ന വിശേഷം ശിരോമണി പി കൃഷ്ണൻ നായരുടെ *കാവ്യജീവിതവൃത്തി*ക്കുണ്ടെന്ന് സുകുമാർ അഴീക്കോട് പറഞ്ഞിട്ടുണ്ട്. 1937 ലാണ് *കാവ്യജീവിതവൃത്തി*യുടെ ആദ്യത്തെ രണ്ട് ഖണ്ഡങ്ങൾ പ്രസിദ്ധീകരിക്കുന്നത്. എഴുത്തച്ഛൻ മുതൽ രാജരാജവർമ്മവരെയുള്ള മലയാള കവികളിലും സാഹിത്യശാസ്ത്രജ്ഞരിലും ശിരോമണി കൃഷ്ണൻ നായർ കുറ്റങ്ങളല്ലാതെ മറ്റൊന്നും കണ്ടില്ല. *ഹിന്ദു*വിൽ പണ്ഡിതരാജൻ പി എസ് അനന്തനാരായണ ശാസ്ത്രികൾ *കാവ്യജീവിതവൃത്തി*യെ നിശിതമായി വിമർശിച്ചുകൊണ്ട് ഒരു ലേഖനമെഴുതി. പ്രൊഫ. മുണ്ടശ്ശേരിയും അതിനെ നിശിതമായി വിമർശിച്ചു. എന്നാൽ *കാവ്യജീവിതവൃത്തി*ക്ക് നല്കിയ ഏറ്റവും കനത്ത പ്രഹരം വാഗ്ഭടാനന്ദന്റേത് ആയിരുന്നു. സഞ്ജയന്റെ

അഭ്യർത്ഥനയെത്തുടർന്നാണ് വാഗ്ഭടാനന്ദൻ *കാവ്യജീവിതവൃത്തി*യെ വിമർശിച്ചുകൊണ്ട് *മാതൃഭൂമി*യിൽ ഒരു കൊല്ലക്കാലം പ്രൗഢഗംഭീരങ്ങളായ ലേഖനങ്ങൾ എഴുതിയത്. ശാസ്ത്രം പഠിച്ച് സഹൃദയത്വം നഷ്ടപ്പെടുകയും തലസ്ഥാനത്ത് സർവ്വനിരസന നൈപുണ്യം മാത്രം അവശേഷിക്കുകയും ചെയ്ത ഒരു ശുഷ്ക ചിത്തത്തിനെതിരെ ഭാരതീയ ചിന്തയുടെ സമഗ്ര പ്രഭാവം ഉൾക്കൊള്ളുന്ന സംസ്കൃതമായ ഒരു മനസ്സ് പ്രതികരിച്ചതായിരുന്നു ആ ലേഖനങ്ങൾ. കുമാരനാശാന്റെ *കരുണ*യെക്കുറിച്ച് സാഹിത്യപഞ്ചാനനൻ *സഹൃദയ*മാസികയിൽ പ്രസിദ്ധീകരിച്ച നിന്ദനോക്തികൾ അന്ന് വലിയ വിവാദം സൃഷ്ടിച്ചിരുന്നു. വിവാദവുമായി ബന്ധപ്പെട്ട് ഉണ്ടായ പ്രശസ്ത കൃതിയാണ് *കരുണ*യും *കുചേലവൃത്തവും*. ശിഷ്യനായ ആര്യഭട സ്വാമിയുടെ പേരിലാണ് കൃതി പുറത്തുവന്നത്. ചികിത്സയിലിരിക്കെ ശിഷ്യന് പറഞ്ഞുകൊടുത്തതാണ് കൃതിയിലെ ഉള്ളടക്കം. പ്രഥമവാക്യം വായിച്ചാൽ തന്നെ ഗ്രന്ഥകർത്താവ് വാഗ്ഭടാനന്ദനാണെന്ന് വ്യക്തമാകും.

വിവാഹമംഗളാദിമുഹൂർത്തങ്ങളിലും മരണവേളയിലും ഈശ്വര പ്രാർത്ഥനയ്ക്കായി വാഗ്ഭടാനന്ദൻ ചില പദ്യങ്ങൾ രചിച്ചിട്ടുണ്ട്. അത്തരം പ്രാർത്ഥനാഗാനങ്ങളുടെ സമാഹാരമാണ് *പ്രാർത്ഥനാഞ്ജലി.* 1937 ലാണ് ഈ കൃതി പ്രസിദ്ധീകരിക്കുന്നത്. ഗ്രന്ഥരചനയുടെ സാഹചര്യം മുഖവുരയിൽ ഗ്രന്ഥകാരൻ തന്നെ വ്യക്തമാക്കുന്നുണ്ട്. "കല്ലൂപ്പാറ വച്ച് ഈയിടെ കൊണ്ടാടപ്പെട്ട തിരുവിതാംകൂർ ആത്മവിദ്യാസംഘത്തിന്റെ സംവത്സര പരിപാടിയിൽ സംബന്ധിച്ചിരുന്ന പ്രതിനിധികൾ എല്ലാവരും തന്നെ ഒരു പ്രാർത്ഥനാപുസ്തകത്തിന്റെ അഭാവം ചൂണ്ടിക്കാണിച്ച് നിർബ്ബന്ധിക്കയാലാണ് ഇത്രയും ത്വരയോടെ ഇങ്ങനെ ഒരു പുസ്തകത്തിന്റെ പ്രകാശനത്തിന് ഞാൻ വ്യാപൃതനാകുന്നത്." പ്രഭാത പ്രാർത്ഥന, സന്ധ്യാവന്ദനം, സമാജപ്രാർത്ഥന, പൊതു പ്രാർത്ഥന, ചരമ പ്രാർത്ഥന, വിവാഹമംഗളാശംസ, വധൂവരമംഗല്യസൂത്രം, ദാമ്പത്യ മംഗളം എന്നിങ്ങനെ വിവിധ സന്ദർഭങ്ങളിൽ ഉപയോഗിക്കാവുന്ന തരത്തിലാണ് ഈ പ്രാർത്ഥനാ ഗീതങ്ങൾ രചിച്ചിട്ടുള്ളത്. ഏകേശ്വരപരവും മനുഷ്യരാശിയെ മുഴുവൻ ഉൾക്കൊള്ളുന്ന സാർവ്വലൗകികത കലർന്നതുമായ ഭാവങ്ങളാണ് ഈ പ്രാർത്ഥനകൾക്ക് അടിസ്ഥാനം. *സ്വാതന്ത്ര്യചിന്താമണി* എന്ന പദ്യത്തിൽ വാഗ്ഭടാനന്ദൻ എഴുതി.

"ഒരു ദൈവമെന്നുമൊരു മതമെന്നു
മൊരുജാതിയെന്നും വരുന്ന നാളിലേ
ധരാതലം തന്നിൽ നിരന്തരം സുഖം
വരാനെളുപ്പമായിരിക്കുമെന്നല്ലോ.
ദയാലു മോഹനൻ ദയാനന്ദൻ തൊട്ട
നിയമജ്ഞാനികളുരപ്പതോർക്കുവിൻ

റാം മോഹൻറായിയെയും, ദയാനന്ദസരസ്വതിയെയും, ശ്രീനാരായണഗുരുവിനെയും ഓർക്കുന്നുണ്ട് ഈ വരികളിൽ. ഒരു കാലത്ത് മലബാറിലെ പ്രൈമറി വിദ്യാലയങ്ങളിൽ മുഴങ്ങിക്കേട്ട പ്രാർത്ഥനാഗീതം വാഗ്ഭടാനന്ദന്റേത് ആയിരുന്നു.

ഹൃദയപങ്കജം വികസിപ്പിക്കുന്ന
സദയ ദൈവമേ! നമസ്കാരം
കരകവിഞ്ഞൊഴും പ്രേമപീയൂഷ-
ത്തിരകളിൽ കളിയാടുന്ന
സകലനായക കരുണക്കാതലെ
പകലും രാവും നീ കാക്കണേ
വികൃതികൂടാത്ത പ്രകൃതിയോടൊത്ത്
സുകൃതികളായി വളരുവാൻ
വരപിതാവേയീച്ചെറുകിടാങ്ങളിൽ
അരുളണേ കൃപ ദൈവമേ.

വാഗ്ഭടാനന്ദന്റെ സമ്പൂർണ്ണകൃതികളിൽ *കുഞ്ഞുങ്ങളുടെ പ്രാർത്ഥന* എന്ന ശീർഷകത്തിലാണ് ഈ കവിത പ്രസിദ്ധീകരിച്ചിട്ടുള്ളത്. പെൺകുഞ്ഞുങ്ങളുടെ പ്രാർത്ഥനയും കുടുംബിനിയുടെ പ്രാർത്ഥനയും ഇതോടൊപ്പമുണ്ട്. ആത്മവിദ്യാസംഘം അനുയായികളുടെ വീടുകളിൽ സംസ്കാരച്ചടങ്ങുകളുടെ ഭാഗമായി ചൊല്ലുന്ന പ്രാർത്ഥനയ്ക്ക് ചരമ പ്രാർത്ഥന എന്നാണ് തലക്കെട്ട്. ഏതാനും വരികൾ താഴെ കൊടുക്കുന്നു.

"മരണം കണ്ട് കരയാൻ
കാരണം നാസ്തിയെങ്കിലും
കരൾ കായുന്നു കണ്ണീരു
കരൾ വിട്ടൊഴുകുന്നു ഹാ!
ഇന്നിച്ചുടുന്ന കണ്ണീരു
തന്നെ പീയൂഷമായ് വരാം
എന്നെന്നും ക്ഷുത്ത് താനല്ലോ
മന്നിലാഹാര സൗഖ്യദം?
ഞങ്ങളെ കൈവെടിഞ്ഞും കൊ-
ണ്ടെങ്ങോ പോയൊരു ജീവനിൽ
അങ്ങു നല്കുക സർവ്വജ്ഞ
ഭംഗമേലാത്ത മംഗളം."

വാഗ്ഭടാനന്ദന് ശാസ്ത്രീയ സംഗീതത്തിൽ താല്പര്യവും അറിവും ഉണ്ടായിരുന്നുവെന്നതിന് വ്യക്തമായ തെളിവൊന്നുമില്ലെങ്കിലും ഒരു സംഗീതജ്ഞന്റെ വൈഭവത്തോടെ കർണ്ണാടക-ഹിന്ദുസ്ഥാനി രാഗങ്ങളിൽ അദ്ദേഹം രചിച്ച കുറേ സങ്കീർത്തനങ്ങൾ *കീർത്തനമാല* എന്ന പേരിൽ പ്രസിദ്ധീകരിച്ചതായി സമ്പൂർണ്ണകൃതികളിൽ കാണുന്നുണ്ട്. *പ്രാർത്ഥനാഞ്ജലി*യെക്കുറിച്ച് ഡോ. എം എസ് നായർ പറയുന്നു. "വാഗ്ഭടാനന്ദഗുരുവിന്റെ വീക്ഷണത്തിൽ മനസ്സ്, വാക്ക്, കർമ്മം എന്നീ മാർഗ്ഗങ്ങളിലൂടെ ജീവിതം പരിപൂർണ്ണതയിലേക്കുള്ള പ്രയാണമാണ്. ഈ പ്രയാണത്തിൽ വാക്കുകൾക്കപ്പുറം വിചാരത്തിന്റെ സ്രോതസ്സുണ്ട്. ആ വിചാരങ്ങളെ സംശുദ്ധമാക്കാനുള്ള ഉപാധികളിലൊന്നാണ് പ്രാർത്ഥന." ഇദ്ദേഹം രചിച്ച പ്രാർത്ഥനാഗീതങ്ങൾ ബഹുദൈവങ്ങളെ സ്തുതിക്കുന്നവയല്ല. പ്രസ്തുത

ബഹുദൈവാരാധനയെ നിരസിക്കുന്നതും ബ്രഹ്മമെന്ന ഏകമായൊരു ശക്തിവിശേഷത്തെ ആരാധിക്കുന്നതുമാണ്. *പ്രാർത്ഥനാജ്ഞലി*യിലെ കവിതകൾക്ക് അന്യാദൃശമായ കാവ്യസവിശേഷതയുണ്ട്. കേവലം ആശയപ്രചാരണം മാത്രമല്ല ഇവയുടെ ലക്ഷ്യം. മനോഹരമായ കവിതയാണ് ഇവ ഓരോന്നും. "ഹൃദയ പങ്കജം വികസിപ്പിക്കുന്ന സദയ ദൈവമേ നമസ്കാരം" എന്ന് തുടങ്ങുന്ന കവിത ബാലസാഹിത്യരചനയിൽ ഉൾപ്പെടുത്താവുന്നതാണ്. ഇത് കുട്ടികൾക്കുള്ള പ്രാർത്ഥനാഗീതമാണ്. വടക്കെ മലബാറിലെ പള്ളിക്കൂടങ്ങളിൽ പണ്ട് ഈ കവിത കുട്ടികൾക്ക് മനഃപാഠമായിരുന്നു. അത്രയധികം പാടിപ്പതിഞ്ഞതാണിത്. എന്നിട്ടും മലയാളത്തിലെ ഉൽകൃഷ്ട ബാലസാഹിത്യരചനകളായി പരിഗണിക്കുന്ന കവിതകളുടെ പട്ടികയിൽ ഈ കവിത ഉൾപ്പെടുത്തിക്കാണില്ല. ഭാവനാ ഭഗതയും ചിന്താഗാംഭീര്യവുംകൊണ്ട് ഹൃദ്യമായ വരികളുണ്ട് ഈ സമാഹാരത്തിൽ

"പൊങ്ങീടാൻ ചിറകില്ലാതെല്ലു
പഴുതില്ലെങ്ങും സ്വയം താഴുവാ-
നിങ്ങീടാർന്നൊരു ഭിത്തിയാൽ
ചുഴലവും പോകവതല്ലിങ്ങനെ
തങ്ങീടുന്നൊരു ഞങ്ങളങ്ങനെ
മഹം കാണുന്നുഹേ സദ്ഗുരോ
മങ്ങീടാതെ തുണയ്ക്കനാഥാ
കരുണാകരമൂർത്തേ നമസ്തിഭോ.

വിഭവസമൃദ്ധമായ ലൗകിക ജീവിതത്തിന്റെ സുഖലോലുപത ആഗ്രഹിക്കുന്ന മനസ്സിന്റെ പ്രാർത്ഥന ഇവിടെ പ്രകടമാകുന്നു. ഹൃദയവിശാലതയ്ക്കു വേണ്ടി സ്നേഹത്തിന്റെ മൂർത്തിമദ്ഭാവമായി അദ്ദേഹം കാണുന്ന ദൈവത്തോടാണ് പ്രാർത്ഥിക്കുന്നത്; കേവലം കാത്തുരക്ഷിക്കുവാൻ മാത്രം. തികഞ്ഞ കാവ്യാത്മകത പുലർത്തുമ്പോഴും സാഹിത്യം സാമൂഹിക നന്മയ്ക്കുവേണ്ടിയുള്ള ആശയം ഉൾക്കൊള്ളണമെന്ന് അദ്ദേഹത്തിന് നിർബ്ബന്ധമുണ്ടായിരുന്നു. അഥവാ മാനവക്ഷേമമാണ് സാഹിത്യത്തിന്റെ ധർമ്മമെന്ന് അദ്ദേഹം വിശ്വസിച്ചു. തന്റെ ആദ്ധ്യാത്മികവും ഭൗതികവുമായ ദാർശനികസിദ്ധാന്തങ്ങൾ ഏറക്കുറെ ലളിതമായി സംക്ഷേപിക്കാനും അദ്ദേഹം ചില കവിതകളിൽ ശ്രമിച്ചിട്ടുണ്ട്.

"പാരിടം കീഴ്മേൽ മറിഞ്ഞെന്നാലും ധർമ്മം
ധീരതയിൽ നിന്നു പിൻവാങ്ങാതെ
ഭാസുരനെന്നു തന്നെത്താനെണ്ണീടുന്ന
ഭൂസുരരിലും ചണ്ഡാലരിലും
ആസുര ഭേദമേലാതെ സമരസ
ശ്രീസുരഭാവവും കൈവിടാതെ
പൂതമാം സ്വാതന്ത്ര്യ പീഠത്തിൽ കാലൂന്നി
പ്രീതിപൂർവ്വം സത്യഗീതം പാടി
ഭൂതിയും ഭൂവിന്നുണർവുമണയ്ക്കുവാൻ

തുണയ്ക്കണമെന്നാണ് അദ്ദേഹം പ്രാർത്ഥിക്കുന്നത്. ധർമ്മവും സത്യവും സ്വാതന്ത്ര്യവും അദ്ദേഹത്തിന്റെ കർമ്മപഥത്തിന്റെ ശക്തിയാണ്. വിവിധ കാലഘട്ടങ്ങളിലായി തന്റെ പത്രാധിപത്യത്തിൽ ആരംഭിച്ച നാലു പത്രങ്ങളിലായി വാഗ്ഭടാനന്ദൻ എഴുതിയ ലേഖനങ്ങളിൽ പലതും സമാഹരിക്കാതെ പോയിട്ടുണ്ട്. ഭൂരിഭാഗവും സമ്പൂർണ്ണകൃതികളിൽ ചേർത്തിട്ടുണ്ട്. ആത്മീയ-ഭൗതിക മേഖലകളിൽ താൻ പുലർത്തിപ്പോന്ന വിശ്വാസങ്ങളുടെയും ദാർശകനികാദർശങ്ങളുടെയും പ്രചാരണത്തിനായാണ് പത്രങ്ങൾ ആരംഭിച്ചത്. വിഗ്രഹാരാധന തുടങ്ങിയ അനാചാരങ്ങളെ നിഷേധിച്ച് രാജയോഗത്തിന്റെ ആവശ്യകതയിലേക്ക് കൈചൂണ്ടുന്ന ബ്രഹ്മാനന്ദസ്വാമി ശിവയോഗികളുടെ ആശയപ്രചാരണാർത്ഥം തുടങ്ങിയതാണ് *ശിവയോഗി വിലാസം* മാസിക. പത്രപ്രവർത്തന രംഗത്തേക്കുള്ള വാഗ്ഭടാനന്ദന്റെ തുടക്കം ശിവയോഗി വിലാസമാണ്. ഇത്തരം ഒരു പത്രം ആരംഭിക്കാനുള്ള സാഹചര്യം 1914 ൽ ഇറങ്ങിയ *ശിവയോഗി വിലാസം* മാസികയുടെ ഒന്നാം ലക്കത്തിൽ വാഗ്ഭടാനന്ദൻ വിശദീകരിക്കുന്നുണ്ട്.

> രാജയോഗ മഹാതത്ത്വത്തിന്റെ പ്രചാരത്തിനു പ്രസംഗാദികളേക്കാൾ പത്രഗ്രന്ഥങ്ങളിൽ എഴുതി പ്രസിദ്ധപ്പെടുത്തുന്നതാകുന്നു വളരെ ഉപകരിക്കുക എന്നുള്ള പരമവിശ്വാസത്തോടുകൂടി ഞങ്ങൾ ഇവിടങ്ങളിലുള്ള പല പത്രങ്ങളിലേക്കും പലപ്പോഴും പല ഉപന്യാസങ്ങളും എഴുതി അയച്ചു നോക്കി. എങ്കിലും പത്രാധിപന്മാർ ജനങ്ങളുടെ ഭാഗ്യദോഷത്താലോ യോഗക്ഷേമങ്ങൾ ലോകത്ത് വർദ്ധിക്കരുതെന്നുള്ള അദൃശ്യപ്രതിബദ്ധത്താലോ അറിയുന്നില്ല ആ വക ഉപന്യാസങ്ങൾ പത്രങ്ങളിൽ പ്രസിദ്ധപ്പെടുത്തി കാണായ്കയാൽ ഞങ്ങൾ പലപ്പോഴും പരിതപിക്കേണ്ടി വന്നു. അങ്ങനെയുള്ള പരിതാപത്തിന്റെ നിവൃത്തിക്കു വേണ്ടിയാകുന്നു ഞങ്ങൾ ഇങ്ങനെ ഒരു മാസികാ പുതുലതയെ കേരളത്തിൽ നട്ടുവളർത്താൻ ശ്രമിക്കുന്നത്.

മതാചാരങ്ങളെ അവ എത്രമാത്രം അനാചാരങ്ങളായാലും വളർത്തുന്ന ഇന്നത്തെ സമീപനം തന്നെയാണ് അന്നും പത്രമാധ്യമങ്ങൾ സ്വീകരിച്ചിരുന്നത്. ബ്രഹ്മാനന്ദസ്വാമിയുമായുള്ള അഭിപ്രായ ഭിന്നത കാരണം *ശിവയോഗി വിലാസം* പിന്നീട് *ശിവയോഗ വിലാസം* എന്ന പേര് സ്വീകരിച്ചു. *ശിവയോഗി വിലാസം* മാസിക പ്രവർത്തനം നിലച്ചശേഷം 1921 ൽ വാഗ്ഭടാനന്ദന്റെ പത്രാധിപത്യത്തിൽ ആത്മവിദ്യാസംഘത്തിന്റെ മുഖപത്രമായി *അഭിനവകേരളം* പ്രസിദ്ധീകരണം തുടങ്ങി. പലതരത്തിലുള്ള പ്രതിസന്ധികളും സാമ്പത്തിക പരാധീനതയും കാരണം രണ്ടു വർഷത്തിലധികം പിടിച്ചു നില്ക്കാൻ *അഭിനവകേരള*ത്തിന് കഴിഞ്ഞില്ല. സംഘത്തിന്റെ നവോത്ഥാനപ്രവർത്തനങ്ങൾക്ക് പത്രം അനിവാര്യമാണെന്ന കാഴ്ചപ്പാടിൽ വീണ്ടുമൊരു പത്രം തുടങ്ങാൻ വാഗ്ഭടാനന്ദനെ പ്രേരിപ്പിച്ചു. അങ്ങനെ 1929 ൽ *ആത്മവിദ്യാകാഹളം* എന്ന പുതിയ പത്രം

ആരംഭിച്ചു. ഈ പ്രതിവാര പത്രികയുടെ പത്രാധിപർ കക്കോടി ആത്മ വിദ്യാസംഘം നേതാവും ചിത്രകാരനുമായിരുന്ന സി പി രാമൻ നായരായിരുന്നു. പി പരമേശ്വരൻ പിള്ളയും പത്രാധിപരായി പ്രവർത്തിച്ചിട്ടുണ്ട്. ചെറുവണ്ണൂർ ആത്മവിദ്യാസംഘം പ്രസിഡന്റ് പി രാഘവൻ പത്രത്തിന്റെ മാനേജർ ആയിരുന്നു. *കാഹളം* എന്ന ചുരുക്കപ്പേരിൽ അറിയപ്പെട്ട ഈ പത്രികയുടെ പ്രസിദ്ധീകരണം 1933 ൽ നിലച്ചു.

പി കൃഷ്ണൻ നായരുടെ *കാവ്യജീവിതവൃത്തി*യെ വിമർശിച്ച് ഒരു വർഷത്തോളം വാഗ്ഭടാനന്ദൻ *മാതൃഭൂമി*യിൽ തുടർ ലേഖനങ്ങൾ എഴുതി. തുടർന്നും ലേഖനങ്ങൾ പ്രസിദ്ധീകരിക്കാൻ മാതൃഭൂമി വിസമ്മതിച്ചപ്പോൾ വാഗ്ഭടാനന്ദൻ *യജമാനൻ* എന്ന പേരിൽ ഒരു പുതിയ പത്രം ആരംഭിച്ചു. ആത്മവിദ്യാസംഘം രക്ഷാധികാരിയായിരുന്ന കല്യാട്ട് യജമാനന്റെ സ്മരണയിലാണ് 1939 ൽ യജമാനൻ മാസിക ആരംഭിക്കുന്നത്. ഈ നാലു പത്രികകളിൽ ഏറെ ശ്രദ്ധേയമായത് *കാഹളം* ആയിരുന്നു. കാഹളത്തിൽ പ്രസിദ്ധീകരിച്ച ലേഖനങ്ങളേക്കാൾ പ്രസക്തി അവയിലെ മുഖ പ്രസംഗങ്ങൾക്കായിരുന്നു. ഗാന്ധിജി ആവിഷ്കരിച്ച് ഇന്ത്യൻനാഷണൽ കോൺഗ്രസ് നടപ്പാക്കിയ ഹരിജനോദ്ധാരണം, ഖാദി പ്രചാരണം, അയിത്തോച്ചാടനം, മദ്യവർജ്ജനം തുടങ്ങിയവയ്ക്ക് *കാഹള*ത്തിലെ മുഖപ്രസംഗങ്ങൾ ഏറെ പ്രോത്സാഹനം നല്കി. ഗാന്ധിജിയുടെ നിർമ്മാണാത്മക പ്രവർത്തനങ്ങൾ കോൺഗ്രസിന്റെ പ്രവർത്തനപഥത്തിലെത്തും മുമ്പുതന്നെ വാഗ്ഭടാനന്ദനും ആത്മവിദ്യാസംഘവും ഈ രംഗത്ത് പ്രവർത്തനം തുടങ്ങിയിരുന്നു. 1934 ൽ ഗാന്ധിജി അധഃകൃതരെന്ന് അവഗണിക്കപ്പെടുന്നവരെ ഹരിജനങ്ങൾ എന്ന് സംബോധന ചെയ്യുന്നതിന് എത്രയോ വർഷം മുമ്പ് തന്നെ വാഗ്ഭടാനന്ദൻ *ശിവയോഗി വിലാസം* മാസികയിൽ അവരെ ഹരിജനങ്ങളായി ചിത്രീകരിച്ചിരുന്നു. ഹരിജനങ്ങളെ ഹരിയുടെ മക്കൾ (ദൈവത്തിന്റെ മക്കൾ) എന്നാണ് വാഗ്ഭടാനന്ദൻ വിശേഷിപ്പിച്ചത്. എല്ലാവരും ദൈവത്തിന്റെ മക്കളാണെന്നും അധഃകൃതരെന്ന് പറഞ്ഞ് ഒരു പ്രത്യേക വിഭാഗത്തെ അകറ്റി നിർത്തുന്നത് സാമൂഹികമായ നീതിനിഷേധമാണെന്നും അദ്ദേഹം കരുതി. "ഏവരും ബതഹരിക്ക് മക്കളാണാവഴിക്ക് സഹജങ്ങൾ സർവ്വരും, ഏവ മുള്ളിലുണരാത്ത മാന വപ്പാവമെന്തിന് ജനിച്ച് കഷ്ടമേ" എന്നാണ് വാഗ്ഭടാനന്ദൻ എഴുതിയത്. "ക്ഷേത്രപ്രവേശനം" എന്ന ശീർഷകത്തിൽ *കാഹള*ത്തിൽ എഴുതിയ മുഖ പ്രസംഗത്തിൽ അദ്ദേഹം പറഞ്ഞു.

> ലോകപിതാവിന്റെ നിത്യ സാന്നിദ്ധ്യമുണ്ടെന്ന് കരുതപ്പെടുന്ന സ്ഥലത്ത് വെച്ചുതന്നെ നാണവും മാനവും മര്യാദയും സർവ്വോപരി മനുഷ്യത്വവും കെട്ടു ദുഷിച്ചു നാറുന്ന ഈ ആസുരതയെ ഈ നീചാതിനീചമായ പൈശാചികതയെ സഹനസമരം മുൻനിർത്തി സംഹരിക്കണമെന്ന് വച്ചിറങ്ങുന്ന കോൺഗ്രസുകാരുടെ കാലടികൾ തലോടുവാൻ കോടിക്കണക്കിന് ജനങ്ങൾ ഇറങ്ങുമെന്നുതന്നെയാണ് ഞങ്ങളുടെ വിശ്വാസം.

ആത്മവിദ്യാസംഘവും അയിത്തോച്ചാടനവും

മലബാറിൽ ദേശീയപ്രസ്ഥാനത്തിന്റെ വളർച്ച തീയസമുദായത്തിൽ വലിയ മാറ്റങ്ങൾ സൃഷ്ടിച്ചു. വിദേശഭരണത്തോട് കൂറ് പുലർത്തിയവർ വാഗ്ഭടാനന്ദനെ എതിർത്തുകൊണ്ടിരുന്നു. എന്നാൽ വാഗ്ഭടാനന്ദന്റെ അനുയായികളായ ഒട്ടേറെ ധീരദേശാഭിമാനികൾ സമുദായത്തിൽ ഉയർന്നുവന്നു. കോഴിക്കോട് നാലാം ഗേറ്റിന് സമീപം 'സന്മാർഗ്ഗദർശിനി' എന്നൊരു വായനശാലയുണ്ടായിരുന്നു. ദേശീയ പ്രസ്ഥാനത്തോട് കൂറുള്ളവരും വിരുദ്ധരുമായ തീയരുമായിരുന്നു അംഗങ്ങളിൽ ഭൂരിപക്ഷവും. ഉല്പതിഷ്ണുവും കോൺഗ്രസുകാരനുമായ എൻ ചോയിക്കുട്ടിയായിരുന്നു പ്രസിഡന്റ്. 1931 ലെ ഗ്രന്ഥാലയം വാർഷിക പൊതുയോഗത്തിൽ വാഗ്ഭടാനന്ദഗുരുദേവരുടെ ഒരു ഛായാപടം ഗ്രന്ഥാലയത്തിൽ അനാച്ഛാദനം ചെയ്യണമെന്ന ഒരു പ്രമേയം ചോയിക്കുട്ടി അവതരിപ്പിച്ചു. ന്യൂനപക്ഷം എതിർത്തെങ്കിലും പ്രമേയം പാസായി. വാർഷികമഹോത്സവത്തിൽ വാഗ്ഭടാനന്ദനായിരുന്നു അദ്ധ്യക്ഷൻ. ഫിഷറീസ് ട്രെയിനിങ് സ്കൂൾ അദ്ധ്യാപകനും ബുദ്ധമതാനുയായിയും *മിതവാദി*യിലെ സ്ഥിരം എഴുത്തുകാരനുമായ കുഞ്ഞനന്തൻമാസ്റ്ററായിരുന്നു പ്രാസംഗികരിൽ ഒരാൾ. പ്രസംഗത്തിൽ കുഞ്ഞനന്തൻ മാസ്റ്റർ വാഗ്ഭടാനന്ദ ഗുരുദേവൻ എന്ന് വിളിക്കുന്നത് ശരിയാണോ എന്നും വാഗ്ഭടാനന്ദ ഗുരുവെന്ന് മാത്രം വിളിച്ചാൽ പോരെയെന്നും ചോദിച്ചു. ഒരാൾക്ക് ലോകപരിചയമുണ്ടാക്കണമെങ്കിൽ കുറെ വിദേശ സഞ്ചാരങ്ങൾ ചെയ്യണമെന്നും ഇല്ലാത്തപക്ഷം അയാൾ വെറും കൂപമണ്ഡൂകം (കിണറ്റിലെ തവള) ആയിരിക്കുമെന്നും വാഗ്ഭടാനന്ദനെ സൂചിപ്പിച്ചുകൊണ്ട് കുഞ്ഞനന്തൻ മാസ്റ്റർ പറഞ്ഞു.

ദേവൻ എന്ന ശബ്ദത്തെക്കുറിച്ചാണ് കുഞ്ഞനന്തൻ മാസ്റ്റർക്ക് ആക്ഷേപം. വിവരമുണ്ടെങ്കിൽ ഗുരുശബ്ദപ്രയോഗത്തെയാണ്

ആക്ഷേപിക്കേണ്ടിയിരുന്നത്. ഗുരു ശബ്ദത്തിന് ഈശ്വരൻ എന്നാണർത്ഥം. ദേവശബ്ദം ദിവ് എന്ന ധാതുവിൽനിന്ന് നിഷ്പന്നമാണ്. ആ ശബ്ദത്തിന് പ്രകാശിപ്പിക്കുന്നവൻ എന്നാണർത്ഥം. ഞാൻ ജ്ഞാനത്തെ പ്രകാശിപ്പിക്കുന്നവനാണെന്നതിൽ പ്രാസംഗികന് അഭിപ്രായവ്യത്യാസമുണ്ടായിരിക്കയില്ല. അതുകൊണ്ട് ദേവശബ്ദ പ്രയോഗത്തെ ആക്ഷേപിച്ചത് വിവരമില്ലായ്മ കൊണ്ടാകുന്നു. ഇനി രണ്ടാമത്തെ ആക്ഷേപം. ഒരാൾക്ക് ലോകപരിചയമുണ്ടാകണമെങ്കിൽ അയാൾ വിദേശ സഞ്ചാരം ചെയ്തിരിക്കണമെന്നും അല്ലാത്തപക്ഷം കൂപമണ്ഡൂകമായിരിക്കുമെന്നും കുഞ്ഞനന്തൻ മാസ്റ്ററ് പറയുന്നു. ശ്രീനാരായണഗുരു ഇംഗ്ലീഷ് പഠിക്കുകയോ വിദേശ സഞ്ചാരം നടത്തുകയോ ചെയ്തിട്ടില്ല. അദ്ദേഹത്തിന് ലോകപരിചയമില്ലെന്ന് പ്രാസംഗികൻ പറയുമോ? ഇക്കഴിഞ്ഞ ലോകമഹായുദ്ധത്തിൽ (1914-18) അനേകം കോവർകഴുതകൾ വിദേശങ്ങളിൽ സഞ്ചരിച്ചിട്ടുണ്ട്. അവയ്ക്ക് സംസാരിക്കാൻ കഴിയുമായിരുന്നുവെങ്കിൽ എത്രയെത്ര മഹാന്മാരെ കൂപമണ്ഡൂകങ്ങളെന്ന് വിളിക്കുമായിരുന്നു.

വാഗ്ഭടാനന്ദൻ മറുപടി പറഞ്ഞു.

മലബാറിൽ അനേകം സ്ഥലങ്ങളിൽ ദേശീയ വാദികളായ തീയരുടെ സമ്മേളനങ്ങൾ നടന്നു. 1931 സെപ്തംബറിൽ പൊന്നാനി ഈഴവത്തിരുത്തി തീയസമാജത്തിന്റെ വാർഷിക സമ്മേളനം ഭാരതപ്പുഴയുടെ തീരത്ത് നടന്നു. വാഗ്ഭടാനന്ദൻ ആയിരുന്നു അദ്ധ്യക്ഷൻ. വാഗ്ഭടാനന്ദന്റെ ആരാധകനായ ഇടശ്ശേരി ഗോവിന്ദൻ നായർ ദീർഘവും ഭാവോജ്ജ്വലവുമായ ഒരു കവിത വായിച്ച് ഗുരുവിന് സമർപ്പിച്ചു. തുടക്കം ഇങ്ങനെയായിരുന്നു.

ആരല്ലിൽ കഴിയുന്നവർക്ക് പുലരി-
ത്താരം കണക്കജ്ഞതാ-
ഭാരത്താൽ വലയുന്ന ഞങ്ങളിലലി-
ഞ്ഞാനന്ദസൂര്യോദയം
ആരാൽ കാട്ടിടുമാറു ദേശിക പദം
പ്രാപിച്ചു ശോഭിപ്പത-
ദ്ധീരാത്മാവ് മഹർഷി വാഗ്ഭടമഹാ-
ചാര്യൻ നമുക്കാശ്രയം.

തുടർന്ന് വാഗ്ഭടാനന്ദൻ സംസാരിച്ചു.

കേരളത്തിലെ ഒരു വമ്പിച്ച ജനവിഭാഗമാണ് തീയ സമുദായം. കള്ളെന്ന ഭ്രാന്തൻ വെള്ളം ഉണ്ടാക്കി കേരളത്തെ നരകപ്പുഴയാക്കി തീർക്കുന്ന സമുദായവും തീയ സമുദായം തന്നെ. തീയർക്ക് മാനത്തോടും മര്യാദയോടും കൂടി ജീവിക്കുന്നതിന് ഇവിടെ സൗകര്യമുണ്ട്. കോടാലി എടുക്കുവാനും മരംവെട്ടുവാനും അവർക്കറിയാം.

കല്ലുവെട്ടിയെടുക്കുന്നതിനും സാധനങ്ങൾ പണി ചെയ്യുന്നതിനും പ്രാവീണ്യമുണ്ട്. ലോകാനുഗ്രഹകരങ്ങളായ ഏതുതരം വ്യാപാരങ്ങൾ നടത്തുന്നതിനും തീയസമുദായം ശക്തമാണ്. വസ്തുസ്ഥിതി ഇങ്ങനെയിരിക്കെ ഭ്രാന്തൻ വെള്ളം ഉണ്ടാക്കി ലോകത്തിന്റെ മുന്നിൽനിന്ന് ഈ പരിവർത്തനകാലത്തിൽക്കൂടി ഇങ്ങനെ മഹാപരാധികളായിത്തീരുന്നത് എത്ര ഭയങ്കരമാകുന്നു. നിങ്ങൾ നാരായണഗുരു സ്വാമികളുടെ നാമസങ്കീർത്തനം ചെയ്യുന്നതിൽ ഞാൻ ലജ്ജിക്കുന്നു. ഈ ലജ്ജയ്ക്കുള്ള കാരണങ്ങൾ നാനാമുഖങ്ങളാണ്. ഖദർ ഭാരതത്തിന്റെ വിജയപതാകയാണെന്ന് സ്വാമികൾ ധരിച്ചിരുന്നു. തനിക്ക് ഉപയോഗിക്കാനുള്ള ഖദർ വാങ്ങിക്കുന്നതിന് അദ്ദേഹം ശിവഗിരിയിൽനിന്ന് തൃശൂരിലേക്ക് ആളെ അയക്കാറുണ്ടായിരുന്നു. ആദ്യകാലത്ത് സ്വാമികളുടെ ഖദർ ധാരണത്തിൽ നീരസം പ്രദർശിപ്പിച്ച ചില മാന്യന്മാർ പിന്നെ കോൺഗ്രസിൽ അംഗങ്ങളായിത്തീർന്നത് ഞാൻ സ്മരിക്കുന്നുണ്ട്. കള്ളുണ്ടാക്കരുതെന്ന് സ്വാമികൾ ബലമായി സമുദായത്തോട് ആവശ്യപ്പെട്ടു. കള്ളുണ്ടാക്കുന്നവനെക്കൊണ്ട് അവന്റെ വീട് മാത്രമല്ല നാടുകൂടി നാറുമെന്ന് പറഞ്ഞു ചെത്ത് പ്രവൃത്തിയിൽനിന്ന് സമുദായത്തെ പിന്തിരിപ്പിക്കാൻ വളരെ ശ്രമിച്ചു. ഒരു ദൈവം മനുഷ്യനെ പറഞ്ഞ് സമുദായത്തെ ഏകദൈവവിശ്വാസത്തോടടുപ്പിക്കുന്നതിന് സ്വാമികൾ പണിപ്പെട്ടു. പ്രയോജനമെന്ത്? ഖദർ ധരിക്കുന്നതിൽ തീയർ വിമുഖരാണ്. ഈ സദസ്സ് തന്നെ തെളിവാണ്. കള്ളുണ്ടാക്കുകയും കള്ളുഷാപ്പ് വിളിക്കുകയും ചെയ്യുന്നു. ഏകദൈവവിശ്വാസത്തിന് പകരം അനേക ദൈവങ്ങളെ പുതുക്കിപ്പുതുക്കി പ്രതിഷ്ഠിക്കുകയും അവരിൽ വിശ്വാസം ഉണ്ടാക്കുകയും ചെയ്യുന്നു. ഇങ്ങനെയുള്ള തീയർ സ്വാമികളുടെ നാമസങ്കീർത്തനം ചെയ്യുന്നത് കേൾക്കുമ്പോൾ എങ്ങനെ ലജ്ജിക്കാതിരിക്കും?

തുടർന്ന് വി ടി ഭട്ടതിരിപ്പാട് നടത്തിയ ഉജ്ജ്വല പ്രസംഗം അന്ധവിശ്വാസങ്ങൾക്ക് നേർക്കുള്ള കനത്ത ആക്രമണമായിരുന്നു. തീയസമാജം എന്ന പേർ എടുത്തുകളഞ്ഞ് ശ്രീനാരായണസേവാസംഘം എന്നറിയപ്പെടുമെന്ന പ്രമേയം യോഗം അംഗീകരിച്ചു. പി സി കുട്ടിക്കൃഷ്ണൻ പ്രമേയത്തെ അനുകൂലിച്ച് സംസാരിച്ചു.

അധഃകൃതോദ്ധാരണത്തിനുള്ള വലിയ പരിശ്രമങ്ങൾ ഇന്ത്യയുടെ നാനാഭാഗത്തും ആരംഭിച്ചപ്പോൾ മലബാറിലും തിരുവിതാംകൂറിലുമുള്ള ആത്മവിദ്യാസംഘങ്ങളും ശ്രമം ആരംഭിച്ചു. നിരോധിക്കപ്പെട്ട പൊതുവഴികളിൽക്കൂടി അധഃകൃതരെ സഞ്ചരിപ്പിക്കുന്നതിനും പ്രവേശനാനുമതി ലഭിക്കാത്ത വിദ്യാലയങ്ങളിൽ അധഃകൃതരെ പ്രവേശിപ്പിക്കുന്നതിനും പൊതുകിണറുകളിൽനിന്ന് വെള്ളം എടുക്കുന്നതിനുമായ പ്രക്ഷോഭങ്ങളാണ് ആരംഭിച്ചത്. 1932 സെപ്തംബർ 27 ന് ആത്മവിദ്യാസംഘം നേതൃത്വത്തിൽ അലവിൽ ശ്രീനാരായണ വായനശാലയ്ക്ക് സമീപം ടി

കൃഷ്ണന്റെ അദ്ധ്യക്ഷതയിൽ വമ്പിച്ച അയിത്തോച്ചാടനസമ്മേളനം ചേർന്നു. സമ്മേളനത്തിന് ശേഷം ടി കൃഷ്ണൻ, ആദ്യ ഇ എം എസ് മന്ത്രിസഭയിൽ അംഗമായിരുന്ന കെ പി ഗോപാലൻ, പി അച്യുതാനന്ദൻ എന്നിവരുടെ നേതൃത്വത്തിൽ ചിറക്കൽ രാജാവിന്റെ ക്ഷേത്രത്തിൽ അയിത്തജാതിക്കാർക്ക് പ്രവേശനം അനുവദിക്കണമെന്ന് ആവശ്യപ്പെടുന്ന നിവേദനവുമായി ആയിരക്കണക്കിന് ജനങ്ങൾ ചിറക്കൽ കോവിലകത്തേക്ക് ജാഥ നടത്തി. നിവേദനം സ്വീകരിക്കാനോ, നേതാക്കളെ കണ്ട് സംസാരിക്കാനോ ചിറക്കൽ രാജാവ് രാമവർമ്മ തയ്യാറായില്ല. രാജാവിനെ കണ്ട് സംസാരിച്ചശേഷമേ ജനങ്ങൾ പിരിഞ്ഞ് പോവുകയുള്ളൂ എന്ന് പ്രഖ്യാപിച്ച് ജനങ്ങൾ കോവിലകത്ത് മുമ്പിൽ കുത്തിയിരുന്നു. മൂന്നു മണിക്കൂറിലധികം ജനങ്ങളെ കത്തിക്കാളുന്ന വെയിലത്ത് ഇരുത്തിയെങ്കിലും ഒടുവിൽ രാജാവിന് പുറത്തേക്ക് വരേണ്ടിവന്നു. ടി കൃഷ്ണനിൽ നിന്ന് നിവേദനം സ്വീകരിച്ച രാജാവ് കൊച്ചിയിലും തിരുവിതാംകൂറിലും ഉള്ള ക്ഷേത്രങ്ങളിലും ഗുരുവായൂർ ക്ഷേത്രത്തിലും അധഃകൃതരെ കയറ്റിയാൽ ഞാൻ എന്റെ ക്ഷേത്രത്തിലും അധഃകൃതരെ കയറ്റാം എന്ന് മറുപടി പറഞ്ഞു. അന്നുതന്നെ കോട്ടയം, പുറമേരി, നിലമ്പൂർ തുടങ്ങിയ കോവിലകങ്ങളിലും സംഘത്തിന്റെ ആഭിമുഖ്യത്തിൽ ജാഥകളായി ചെന്ന് നിവേദനങ്ങൾ സമർപ്പിച്ചു.

ദേശീയ പ്രസ്ഥാനത്തിന്റെ വിവിധ സമരമുഖങ്ങളിൽ ആത്മവിദ്യാസംഘം പ്രവർത്തകർ വാഗ്ഭടാനന്ദന്റെ നേതൃത്വത്തിൽ ആവേശത്തോടെ പങ്കുചേർന്നു. ഗാന്ധിയൻ നിർമ്മാണാത്മക പ്രവർത്തനങ്ങളോട് ആഭിമുഖ്യമുള്ള വാഗ്ഭടാനന്ദൻ വിദേശവസ്തു ബഹിഷ്കരണം, ഖാദിപ്രചാരണം തുടങ്ങിയ ദേശീയപ്രക്ഷോഭ പരിപാടികൾക്ക് ഉത്തേജനം നല്കിയിട്ടുണ്ട്. നിയമലംഘനകാലത്ത് വാഗ്ഭടാനന്ദൻ എഴുതിയ നിരവധി ലേഖനങ്ങൾ ബ്രിട്ടീഷ് ഭരണാധികാരികളെ രോഷാകുലരാക്കി. കളക്ടറും പൊലീസും പലതവണ വാഗ്ഭടാനന്ദനെ താക്കീത് ചെയ്തു.

വൈക്കം ക്ഷേത്രപരിസരത്തെ പൊതുനിരത്തിലൂടെ അവർണ്ണർക്ക് നടക്കാനുള്ള സ്വാതന്ത്ര്യം നിഷേധിച്ചതിനെതിരെ ടി കെ മാധവന്റെ നിർദ്ദേശത്തെ തുടർന്നാണ് കോൺഗ്രസ് വൈക്കം സത്യഗ്രഹം ആരംഭിക്കുന്നത്. 1924 മാർച്ച് 30 ന് പ്രക്ഷോഭം ആരംഭിച്ചു. ടി കെ മാധവൻ, മന്നത്ത് പത്മനാഭൻ, കെ കേളപ്പൻ തുടങ്ങിയവരുടെ നേതൃത്വത്തിൽ നടത്തിയ പ്രക്ഷോഭത്തിന് സവർണ്ണഹിന്ദുക്കളും പിന്തുണ നല്കി. ക്ഷേത്രപരിസരത്ത് നിരോധനാജ്ഞ പ്രഖ്യാപിച്ച തിരുവിതാംകൂർ ഗവൺമെന്റ് സമരവളണ്ടിയർമാർക്ക് നേരെ ക്രൂരമായ മർദ്ദനവും അഴിച്ചുവിട്ടു. സമരവളണ്ടിയർ ചിറ്റേഴത്ത് ശങ്കുപ്പിള്ളയെ മർദ്ദിച്ചുകൊന്നു. രാമനിളയതിന്റെ രണ്ട് കണ്ണും ചുണ്ണാമ്പ് എഴുതി പൊട്ടിച്ചു. ടി കെ മാധവന്റെ ജീവചരിത്രത്തിൽ മർദ്ദനമുറകളെ ഇങ്ങനെ വിശദീകരിച്ചു.

നിരോധനാജ്ഞ ലംഘിച്ച് പ്രസംഗിച്ചവരെ ഗവൺമെന്റ് അറസ്റ്റ്

> ചെയ്ത് ജയിലിൽ അടച്ചു. ഗാന്ധിദാസ് മുത്തുസ്വാമിയുടെ ചെണ്ട കുത്തിക്കീറി ആ ധർമ്മഭടനെ കഴുത്തിന് പിടിച്ച് ഞെക്കിയും പ്രഹരിച്ചും ഉപദ്രവിച്ചു. വാളണ്ടിയർ ക്യാപ്റ്റൻ ശിവശൈലത്തിനെ ഇഷ്ടികകൊണ്ട് ഇടിച്ചു. നാരായണപ്പണിക്കരെ മരത്തോട് ചേർത്തിടിക്കുകയും നാഭിക്ക് ചവിട്ടുകയും ചെയ്തു. കെ പി കേശവപിള്ളയെ ഇടിച്ച് ചോര ഛർദ്ദിപ്പിച്ചു. ചിറ്റേടത്ത് ശങ്കുപ്പിള്ളയെ നിർദ്ദയമായി മർദ്ദിച്ച് മരണത്തിന് ഇരയായി തീർത്തു. ശ്രീമാൻ രാമനിളയതിന്റെ രണ്ട് കണ്ണിലും പച്ചച്ചുണ്ണാമ്പ് എഴുതി. വഴികളിൽ ഞെരിഞ്ഞിൽ മുള്ളുകൾ വിതറി. അവരിൽ ചിലരുടെ വൃഷണങ്ങൾ ഞെക്കിപ്പൊട്ടിച്ചു.

സമരത്തിന്റെ ഫലമായി ക്ഷേത്രത്തിന്റെ കിഴക്കേ നട ഒഴികെയുള്ള റോഡിലൂടെ സഞ്ചാര സ്വാതന്ത്ര്യം അനുവദിച്ചുകൊണ്ട് മഹാറാണി റീജന്റിന്റെ സർക്കാർ ഉത്തരവ് പുറപ്പെടുവിച്ചു. സമസ്ത തിരുവിതാംകൂർ ആത്മവിദ്യാസംഘത്തിനു വേണ്ടി വാഗ്ഭടാനന്ദ ഗുരു തയ്യാറാക്കിയ ഒരു മംഗളപത്രം വൈക്കം സത്യഗ്രഹ വിജയത്തിൽ അനുമോദിച്ചുകൊണ്ട് ടി കെ മാധവന് നല്കുകയുണ്ടായി. 1926 മെയ് 8 ന് ഹരിപ്പാട് കവറാട്ട് ക്ഷേത്രത്തിൽ മന്നത്ത് പത്മനാഭന്റെ അദ്ധ്യക്ഷതയിൽ ചേർന്ന ആത്മവിദ്യാസംഘം സമ്മേളനത്തിൽ വച്ചാണ് മംഗളപത്രം നല്കിയത്.

വൈക്കം സത്യഗ്രഹത്തിൽനിന്നും വ്യത്യസ്തമായിരുന്നു ഗുരുവായൂർ സത്യഗ്രഹം. ക്ഷേത്രപരിസരത്ത് കൂടി നടക്കാനുള്ള സ്വാതന്ത്ര്യത്തിനുവേണ്ടിയായിരുന്നു വൈക്കം സത്യഗ്രഹം. എന്നാൽ ക്ഷേത്രത്തിൽ പ്രവേശിക്കാനുള്ള സ്വാതന്ത്ര്യത്തിനുവേണ്ടിയായിരുന്നു ഗുരുവായൂർ സത്യഗ്രഹം. കെ കേളപ്പനും ശിഷ്യനായ എ കെ ഗോപാലനുമായിരുന്നു നേതാക്കൾ. 1931 ൽ ആരംഭിച്ച സത്യഗ്രഹസമരത്തെ സർവ്വശക്തിയുമുപയോഗിച്ച് പരാജയപ്പെടുത്താൻ സനാതനഹിന്ദുസഭ തീരുമാനിച്ചു. ക്ഷേത്രപ്രവേശനത്തിനായുള്ള സമരത്തിൽ വാഗ്ഭടാനന്ദനും സംഘം പ്രവർത്തകരും സജീവ സാന്നിദ്ധ്യവും സഹകരണവും നല്കി. 1931 ആഗസ്ത് ലക്കം *ആത്മവിദ്യാ കാഹള*ത്തിന്റെ മുഖപ്രസംഗത്തിൽ ക്ഷേത്രപ്രവേശന നിഷേധത്തിനെതിരെ വാഗ്ഭടാനന്ദൻ ശക്തമായി പ്രതികരിച്ചു. ക്ഷേത്രപ്രവേശനം കാലഘട്ടത്തിന്റെ ആവശ്യമാണെന്നും അതിനുവേണ്ടി സമരം ചെയ്യുന്നവരോട് ആത്മവിദ്യാസംഘം പ്രവർത്തകർ പൂർണ്ണമായും സഹകരിക്കുമെന്നും മുഖപ്രസംഗത്തിൽ പറഞ്ഞു.

> കണ്ടാൽ അറപ്പും വെറുപ്പും ജനിക്കുമാറ് ഹീനപദാർത്ഥങ്ങളെപ്പോലും ആഹരിച്ച് സഞ്ചരിക്കുന്ന ശുനകന്മാർക്കും കാകന്മാർക്കും സൈ്വരസഞ്ചാരം ചെയ്യത്തക്കവണ്ണം കവാടങ്ങൾ തുറന്ന് വച്ചിരിക്കുന്ന ക്ഷേത്രങ്ങളിൽ ഉണ്ണിവാവലുകളും വാവലുകളും കടന്ന് തലകീഴായി ശയിച്ചും വിഗ്രഹങ്ങളുടെ ശിരസ്സുകളിൽ തന്നെയും കാഷ്ഠിച്ചും വിഹരിക്കുക നിമിത്തം അന്തർവശങ്ങളും ബഹിർവ

ശങ്ങളും ഒരുപോലെ ദുർഗ്ഗന്ധപൂർണ്ണങ്ങളാകുന്ന ക്ഷേത്രങ്ങളിൽ മലിനപദാർത്ഥങ്ങളെ തള്ളുവാനും ആഹാര്യവസ്തുക്കളെ മാത്രം ആഹരിക്കാനും ഉതകുന്ന സ്ഥലകാലാദിവിവേകമെങ്കിലും ഉണ്ടെന്ന് സമ്മതിക്കപ്പെടാവുന്ന സ്വന്തം സഹോദരങ്ങളിൽ ചിലരെ അങ്ങ് കടന്ന് പോകരുതെന്ന് പറഞ്ഞുതടഞ്ഞും ധർമ്മമാർഗ്ഗങ്ങളിൽ പെരുംകുഴികൾ കുഴിച്ചു വെക്കുന്ന ആഭാസന്മാരുടെ ദുഷ്ചേഷ്ടിതത്തെ വാഗ്ഭടാനന്ദൻ മുഖപ്രസംഗത്തിൽ കളിയാക്കി.

ഗുരുവായൂരമ്പലം മുഴുവൻ ഹിന്ദുക്കൾക്കും തുറന്നു കൊടുക്കണമെന്ന ജനാഭിപ്രായം സൃഷ്ടിക്കാൻ 1932 ഒക്ടോബർ 29 ന് ഗുരുവായൂരിൽ സവർണ്ണഹിന്ദുക്കളുടെ മഹായോഗം ചേർന്നു. കേരളത്തിന്റെ നാനാഭാഗങ്ങളിൽനിന്നും സവർണ്ണരായ ആയിരക്കണക്കിന് സ്ത്രീപുരുഷന്മാർ ഗുരുവായൂരിലേക്ക് പ്രവഹിച്ചു. വാഗ്ഭടാനന്ദനെ സമ്മേളനത്തിന് പ്രത്യേകമായി ക്ഷണിച്ചിരുന്നു. വാഗ്ഭടാനന്ദന്റെ ആത്മമിത്രവും ആത്മവിദ്യാസംഘത്തിന്റെ പ്രമുഖ പ്രവർത്തകനുമായ മട്ടന്നൂരില്ലത്ത് മധുസൂദനൻ തങ്ങളായിരുന്നു യോഗാദ്ധ്യക്ഷൻ. അദ്ദേഹം ഇങ്ങനെ പറഞ്ഞു.

ഈ കേരളത്തിൽ മാറ്റിയാലും മാറാത്തവിധം നിലനിന്ന് കാണുന്ന അന്ധകാരത്തിന്റെ പരിപാലകൻ തമ്പുരാക്കന്മാരോ നായകന്മാരോ ആയിക്കൊള്ളട്ടെ. എങ്കിലും അതിന്റെ ആവിർഭാവ കർത്താക്കളും പ്രേരകരും നാമാണെന്ന് എന്റെ നമ്പൂതിരി സമുദായക്കാർ ഓർക്കുന്നുണ്ടോ? സർവ്വത്ര സത്യവും സമത്വവും കാണിക്കാനുപയോഗിക്കുന്ന ഹിന്ദുമതത്തിന്റെ അവകാശം അധികാരമില്ലാതെ കൈയിൽവച്ചുകൊണ്ട് നമ്മുടെ സമുദായം വരുത്തിക്കൂട്ടിയ മഹാപരാധം ഈ നിമിഷത്തിൽ നിരാകരിക്കപ്പെടണം. ഗുരുവായൂരമ്പലം തുറന്നാലും പോര, നിങ്ങളുടെ ക്ഷേത്രങ്ങളോടൊപ്പം നിങ്ങളുടെ ഹൃദയങ്ങളും ഹരിജനങ്ങൾക്കായി തുറന്ന് കൊടുക്കണം.

കെ ടി ചന്തുനമ്പ്യാർ പ്രസംഗിച്ചു.

*സനാതനഹിന്ദു*വിന്റെ ഓരോ ലക്കത്തിലും അയിത്തത്തെയും തീണ്ടലിനെയും ശാസ്ത്രീയമായി ഖണ്ഡിക്കുന്ന ഒരാളെ കാണാത്തതിൽ വ്യസനിക്കുന്നതായി എഴുതിക്കണ്ടു. സത്രം ബംഗ്ലാവിൽ ഇന്ത്യയുടെ നാനാഭാഗങ്ങളിൽനിന്നും വന്ന വൈദിക പണ്ഡിതന്മാർ സാമൂതിരിപ്പാടിന്റെ ആതിഥ്യം ഏറ്റ് കഴിയുന്നുണ്ടല്ലോ. അവർ ഒന്നു വരട്ടെ. സനാതന ഹിന്ദുവിന്റെ വ്യസനത്തെ തീർക്കുവാൻ വാഗ്ഭടാനന്ദ ഗുരുദേവൻ ഇവിടെ ഇരിക്കുന്നുണ്ട്.

സദസ്സിന്റെ അഭ്യർത്ഥനയെ മാനിച്ച് വൈദിക പണ്ഡിതന്മാരുടെ അഭിപ്രായങ്ങളെ ഖണ്ഡിച്ച് വാഗ്ഭടാനന്ദൻ ഒടുവിൽ ദീർഘമായി സംസാരിച്ചു.

വിഗ്രഹാരാധനയിലും ക്ഷേത്രങ്ങളിലും വിശ്വസിക്കാത്ത വാഗ്ഭടാ

നന്ദൻ ക്ഷേത്രപ്രവേശത്തിനായുള്ള സമരത്തെ സഹായിക്കുന്നതിൽ അഭിപ്രായവ്യത്യാസം പ്രകടിപ്പിച്ചവർക്ക് മറുപടിയായി വാഗ്ഭടാനന്ദൻ പറഞ്ഞു.

> നിസർഗ്ഗ സുന്ദരമായ ശാസ്ത്രീയ മാർഗ്ഗത്തിൽനിന്ന് ഒറ്റപ്പദം പോലും പിന്നോട്ട് വയ്ക്കാതെ മുന്നോട്ട് പോയിക്കൊണ്ടിരിക്കുന്ന ആത്മവിദ്യാസംഘത്തിന്റെ കർത്തവ്യങ്ങൾ ബഹുമുഖങ്ങളാകുന്നു. അധർമ്മങ്ങൾ അനാത്മീയങ്ങളും ദുഃഖപ്രദങ്ങളുമാകയാൽ അവയെ എവിടെ കണ്ടാലും എതിർക്കേണ്ടത് അതിന്റെ കടമയാകുന്നു. വിഗ്രഹം വെട്ടിയുടയ്ക്കുന്നവനിലും പൂജിപ്പിക്കുന്നവനിലും ഒരേ പരമാത്മാവിനെ കാണുകയും കാണിക്കുകയും ചെയ്യിക്കുന്ന ആത്മവിദ്യാസംഘം ക്ഷേത്രത്തിനുള്ളിൽ കാട്ടിക്കൂട്ടിപ്പോരുന്ന ബാലചാപല്യത്തെ ബലമായി എതിർക്കുന്നത് വളരെ കരുതലോടും കാര്യബോധത്തോടും തന്നെയാണ്. എന്നാൽ മനുഷ്യനിൽ തങ്ങിക്കിടക്കുന്ന സമ്പൂർണ്ണവും സനാതനവുമായ ഭാവം പ്രവ്യക്തമാക്കണമെങ്കിൽ മനുഷ്യൻ മനുഷ്യനാകാതെ നിർവ്വാഹമില്ല. തൊടീലും തീണ്ടലും മുൻനിർത്തി ചില മനുഷ്യർ കാണിക്കുന്ന അനീതി മനുഷ്യന്റെ മൃഗാധികമായ അധഃപതനത്തെ വെളിവാക്കുന്നു. ഈ ശോചനീയമായ ദുർവിശ്വാസത്തെ പരിഹരിച്ചേ മതിയാകൂ. നമ്മുടെ ദേശീയപ്രസ്ഥാനത്തിന്റെ ശ്രദ്ധ തൊടീലും തീണ്ടലും നിരാകരിക്കുവാൻ ത്വരിക്കുമ്പോൾ അതിൽ സഹകരിക്കേണ്ടത് ഏതൊരു വ്യക്തിയുടെയും കടമയാകുന്നു. അതുകൊണ്ടത്രേ ആത്മവിദ്യാസംഘം ക്ഷേത്ര പ്രവേശനവിഷയത്തിലും കോൺഗ്രസിനോട് യോജിക്കുന്നത്.

ജാതിയുടെയും മതത്തിന്റെയും പേരിൽ ഹിന്ദുമതത്തിലെ ഒരു വിഭാഗത്തിന് ക്ഷേത്രപ്രവേശനം നിഷേധിക്കുകയും ന്യൂനപക്ഷമായ സവർണ്ണർക്ക് ക്ഷേത്രപ്രവേശനം അനുവദിക്കുകയും ചെയ്യുന്ന അന്ധവിശ്വാസത്തെയാണ് വാഗ്ഭടാനന്ദൻ എതിർത്തത്. ഹിന്ദുവായി ജനിച്ച എല്ലാവർക്കും ക്ഷേത്രങ്ങളിൽ പ്രവേശനത്തിന് അർഹതയുണ്ട്. ക്ഷേത്രപ്രവേശനം ഹിന്ദുമതത്തിലെ മനുഷ്യാവകാശ പ്രശ്നമായി അദ്ദേഹം കണ്ടു. വിഗ്രഹത്തെ ആരാധിക്കുകയോ, ആരാധിക്കാതിരിക്കുകയോ ചെയ്യുന്നത് വ്യക്തിപരമായ സ്വാതന്ത്ര്യമായും അദ്ദേഹം കണ്ടു. ഗുരുവായൂർ ക്ഷേത്രം അധഃകൃതർക്കായി തുറന്നുകൊടുത്തില്ലെങ്കിൽ നിരാഹാര സമരം ആരംഭിക്കുമെന്ന് ഗാന്ധിജി പ്രഖ്യാപിച്ചു. ക്ഷേത്രം തുറന്ന് കൊടുക്കേണ്ടത് ക്ഷേത്രം ട്രസ്റ്റിയായ സാമൂതിരി രാജാവാണ്. കത്തുകളും കമ്പികളും നിവേദനങ്ങളും സാമൂതിരിയുടെ മുന്നിൽ കുന്നുകൂടി. എന്നാൽ എല്ലാ അപേക്ഷകളും സാമൂതിരി തള്ളിക്കളഞ്ഞു. സത്യഗ്രഹസമരനേതാവ് കെ കേളപ്പന്റെ നിരാഹാരസമരപ്രഖ്യാപനത്തോടെ സ്ഥിതിഗതികൾ കൂടുതൽ വഷളായി. വാഗ്ഭടാനന്ദൻ സാമൂതിരി രാജാവിന് നല്കിയ തുറന്ന കത്തിൽ ഇപ്രകാരം പറഞ്ഞു.

> ഇത്രയും വമ്പിച്ച പൊതുജനാഭിപ്രായത്തെ തടുക്കുവാൻ ഒരു ചക്രവർത്തിക്ക് അവകാശമില്ല. ആ നിലയ്ക്ക് ക്ഷേത്രാധികാരപ്രമണനനും രാജാധികാരവിഹീനനും ആയ സാമൂതിരിപ്പാടവർകൾ ഇത്ര വലിയ സാഹസത്തിന് പുറപ്പെട്ടതിൽ അദ്ദേഹത്തോട് സഹതപിക്കണം. ലോകം മുഴുവൻ വിറപ്പിച്ച കൈസറെയും റഷ്യയിലെ സാർ ചക്രവർത്തിയെയും തുർക്കി സുൽത്താനെയും അവരുടെ ചെങ്കോലും കിരീടവും തട്ടിക്കളഞ്ഞ് രാജ്യം വിട്ടോടിപ്പിച്ച ആ ശക്തി ഏതാണെന്ന് സാമൂതിരി ശാന്തമായി ആലോചിക്കട്ടെ.

ക്ഷേത്രം തുറന്ന് കൊടുക്കാത്തപക്ഷം ഗാന്ധിജിയുടെ ആത്മത്യാഗം വരെ അത് എത്തിയേക്കും എന്ന് ടി സുബ്രഹ്മണ്യൻ തിരുമുമ്പ് ഓർമ്മിപ്പിച്ചപ്പോൾ "സ്വന്തം നിലയിൽ ഒരാൾ മരിക്കുവാൻ ഒരുങ്ങിയാൽ അതിന് മറ്റു നിവൃത്തിയില്ല. ഞാൻ ക്ഷേത്രം തുറക്കില്ല. ക്ഷേത്രം തുറന്നാൽ അതിനെതിരെ നിരാഹാരസമരം നടത്തി മരിക്കാൻ തയ്യാറായ വേറെ ചിലരുണ്ട്." എന്നായിരുന്നു സാമൂതിരിയുടെ മറുപടി. വാഗ്ഭടാനന്ദൻ സാമൂതിരിപ്പാടിനോട് വീണ്ടും അഭ്യർത്ഥിച്ചു.

> മഹാത്മാഗാന്ധിവരെയും സാമൂതിരിരാജാവിനോടഭ്യർത്ഥിക്കുന്നത് അദ്ദേഹം ഒരു മനുഷ്യനാകണമെന്നാണ്. അങ്ങനെ ആകാതിരിക്കുന്നതിനുള്ള യാതൊരു ന്യായങ്ങളും കേൾക്കാൻ ധർമ്മഭാരതം തയ്യാറില്ല. സ്വാതന്ത്ര്യത്തിനു വേണ്ടി ധർമ്മ സന്താനങ്ങളുടെ ശവക്കൊടുമുടികൊണ്ട് ഗുരുവായൂരമ്പലം മറയ്ക്കപ്പെടാൻ പോകുമ്പോൾ മഹാത്മാഗാന്ധിയുടെ ആദ്ധ്യാത്മചൈതന്യം കേളപ്പനിൽക്കൂടി കേരളത്തിന്റെ അന്തർനാഡികളെ പ്രചരിപ്പിക്കുമ്പോൾ ആരോ ഒരുത്തൻ മരിക്കുമെന്ന കടലാസ് കഷണം പൊക്കിത്തടുക്കാൻ ശ്രമിക്കുകയും മുടന്തൻ ന്യായങ്ങൾ കൊണ്ടും മറ്റും അതിനെ ഒടുക്കാൻ പാഴ്‌വേല ചെയ്യുകയും ചെയ്യുന്ന സാമൂതിരിപ്പാട് ഒരു ചരിത്രജ്ഞാനിയാണെന്ന് തോന്നുന്നില്ല. മഹാത്മാഗാന്ധിയുടെ ഉപവാസ വ്രതത്തെ ഉപഹസിക്കരുത്. സർവ്വശക്തനായ ഈശ്വരനോട് സംതൃപ്തനായ ഒരു ഹൃദയം ചെയ്യുന്ന പ്രാർത്ഥനയാണ് ഉപവാസം. അപ്പോൾ അതിന്റെ മുക്തിയാണ് മരണം. ഒരു മഹാത്മാവിന്റെയും അനുചാരികളായ പുണ്യാത്മാക്കളുടെയും ജീവിതവും മരണവും പതിതലക്ഷങ്ങളുടെ മോക്ഷവും നാശവും സനാതനധർമ്മത്തിന്റെ വിജയവും അപചയവും ഗുരുവായൂർ ക്ഷേത്രത്തിന്റെ നിർജ്ജീവമായ ഒരു താക്കോലിൽ ഇരിക്കുന്നു. ആ താക്കോൽ സാമൂതിരിയുടെ കൈയിലും.

തൊഴിലാളി-കർഷക ആഭിമുഖ്യം

തൊഴിലാളി-കർഷകസംഘടനകൾ വ്യക്തമായി രൂപംകൊണ്ടിട്ടില്ലാത്ത കാലത്താണ് വാഗ്ഭടാനന്ദൻ പ്രവർത്തിച്ചത്. സംഘടിച്ചാൽ, അവകാശങ്ങൾ ചോദിച്ചാൽ തൊഴിൽശാലകളിൽനിന്ന് ഇറക്കി വിടുമെന്ന് തൊഴിലാളികളും കൃഷിഭൂമിയിൽനിന്ന് ഇറക്കിവിടുമെന്ന് കർഷകരും ഭയന്നു. തൊഴിലാളികളുടെയും കർഷകരുടെയും അവകാശങ്ങൾക്കായി വാഗ്ഭടാനന്ദൻ തന്റെ വാക്കും തൂലികയും ഉപയോഗിച്ചു. തൊഴിലാളികളും കർഷകരും ആത്മബോധമുള്ളവരായി ഉണർന്നെഴുന്നേല്ക്കേണ്ടത് സാമൂഹികവും രാഷ്ട്രീയവുമായ ഒരാവശ്യമാണെന്ന് അദ്ദേഹം ആവർത്തിച്ചു പറഞ്ഞു. സ്വന്തം മഹത്വം അറിയാത്തതുകൊണ്ടാണ് തൊഴിലാളികളും കർഷകരും ഹീനരാണെന്ന് സ്വയം കരുതി നിലംപറ്റെ കിടന്ന് കഷ്ടപ്പെടുന്നതെന്നും വാഗ്ഭടാനന്ദൻ വ്യക്തമാക്കി. ആത്മബോധം ലഭിച്ച തൊഴിലാളികളും കർഷകനും അവരും മുതലാളിയും ജന്മിയും ഭരണകർത്താവും എല്ലാം സമന്മാരാണെന്നും അവരുടെ കർമ്മങ്ങൾക്ക് ഉയർച്ചയോ താഴ്ചയോ ഇല്ലെന്നും തങ്ങളുടെ കടമകളെയും അവകാശങ്ങളെയും നിഷേധിക്കാൻ ആർക്കും കഴിയില്ലെന്ന് വിശ്വസിച്ച് ധാർമ്മികമായി പ്രവർത്തിക്കാൻ ഉദ്യുക്തനാകുമെന്നും അദ്ദേഹം വിശ്വസിച്ചു.

> മറപ്പുരകളിൽ പ്രവേശിച്ച് പട്ടണം മുഴുക്കെ ദുർഗ്ഗന്ധപൂർണ്ണമാക്കുന്ന പ്രമാണികൾ ആ ദുർഗ്ഗന്ധ ബാധയിൽനിന്നും പട്ടണത്തെ പരിരക്ഷിക്കുന്ന പറയന്മാരിൽ കുറവ് കല്പിക്കുന്നുണ്ടെങ്കിൽ ബുദ്ധിശൂന്യതകൊണ്ടല്ലേ? നഗരം നാറ്റുന്നവരുടെ കർമ്മത്തേക്കാൾ നഗരം ശുചീകരിക്കുന്ന തങ്ങളുടെ കർമ്മമാണ് ശ്രേഷ്ഠമെന്ന് പറയർ പറയുന്നില്ലെങ്കിൽ ഭാഗ്യമെന്നേ പറയേണ്ടൂ. കർമ്മത്തിനൊന്നും

> ഉച്ചനീചത്വം കല്പിക്കാതിരിക്കുകയാണ് വേണ്ടത്. സ്വാർത്ഥമാത്ര പ്രസക്തിയും സാമർത്ഥ്യവും കൂടുന്ന പ്രമാണികളെയും അവരുടെ കുടുംബങ്ങളെയും തീറ്റിപ്പോറ്റി വളർത്തുന്നതിനും അവർക്ക് വിശ്രമ സുഖം അനുഭവിക്കുന്നതിനുമുള്ള മണിമാളികകൾ പണി ചെയ്ത് കൊടുക്കുന്നതിനും വേണ്ടി രാവും പകലുമെന്നില്ലാതെ ദാരിദ്ര്യ ദുർദ്ദേവതയുടെ ഭയങ്കരത എത്രയുണ്ടെന്നുള്ള വസ്തുത തീരെ സ്മരിക്കാതെ വേല ചെയ്യുന്ന പാവങ്ങൾ സ്വകർമ്മങ്ങളിൽ അട ങ്ങിയിരിക്കുന്ന ഗൗരവത്തെ നിശ്ശേഷം വിസ്മരിച്ചുകൊണ്ട് കരു ണാകണികപോലും കണികാണാത്ത ഏതാനും ചില പ്രമാണിക ളുടെ മുന്നിൽ നട്ടെല്ല് വളച്ച് കുനിഞ്ഞ് കുനിഞ്ഞ് നില്ക്കുന്ന ആ ദയനീയ നില കാണുമ്പോൾ ആർദ്രതയുള്ള ആരുടെ കണ്ണിൽ നിന്നാണ് ചുടുവെള്ളം പൊട്ടിപ്പുറപ്പെടാതിരക്കുക. അഹോ! ദയ നീയം. ഉടമകളും അടിമകളും കർമ്മത്തിന്റെ മഹിമയെ ഒരുപോലെ അവഹേളിച്ചുകഴിഞ്ഞു. സൗഖ്യത്തിന്റെയും സൗഹാർദ്ദത്തിന്റെയും സ്ഥാനങ്ങളിൽ ധിക്കാരവും കൃതഘ്നതയും കയറിയിരുന്നു കളി യാടുന്നു.

വാഗ്ഭടാനന്ദൻ എഴുതി, തൊഴിലാളികളുടെ അവകാശങ്ങൾക്കാ യുള്ള ശ്രമങ്ങളെ ആത്മവിദ്യാകാഹളം മുഖേന വാഗ്ഭടാനന്ദൻ സഹാ യിച്ചു. 1932 ൽ കോഴിക്കോട് കോമൺവെൽത്ത് നെയ്ത്തു കമ്പനിയിലെ ഒരു തൊഴിലാളിയെ യൂറോപ്യൻ ഉദ്യോഗസ്ഥൻ അടിക്കുകയും ചവിട്ടു കയും ചെയ്തു. ഇത് വലിയ പ്രക്ഷോഭത്തിന് കാരണമായി. തൊഴിലാളി യുടെ ധിക്കാരമായ പെരുമാറ്റമാണ് സംഭവത്തിന് കാരണമെന്ന് പറഞ്ഞ് ചില പത്രങ്ങൾ സംഭവത്തെ ലഘൂകരിക്കാൻ ശ്രമിച്ചു. വാഗ്ഭടാനന്ദൻ തൊഴിലാളികളുടെ ദുരവസ്ഥ എന്ന ശീർഷകത്തിൽ *ആത്മവിദ്യാ കാഹ ളത്തിൽ* എഴുതി.

> തങ്ങളുടെ പ്രവൃത്തിസമയത്തിന് വന്നില്ലെന്നോ മറ്റോ ഉള്ള വല്ല നിസ്സാരകാരണങ്ങളുമുണ്ടാകുമ്പോൾ അവരെ ചെരിപ്പുകൾ കൊണ്ട് തന്നെ അടിച്ചുകൊല്ലുന്നതിന് മടിക്കാതിരിക്കുകയും സഹോദര സ്നേഹമെന്നല്ല സമസൃഷ്ടി സ്നേഹം പോലുമില്ലാത്ത ചില രാക്ഷസ പ്രകൃതികളുടെ ദുഷ്പ്രവൃത്തികളാണ് തൊഴിലാളി ലോ കത്തെ ഭയപ്പെടുത്തിക്കൊണ്ടിരിക്കുന്നത്. ഈ വെളിച്ചം വീണകാ ലത്തും കഷ്ടതകളുടെ അടിത്തട്ടിൽ കിടന്ന് തൊഴിലാളികൾ കൈകാലുകൾ തല്ലുന്ന ഈ അവസരത്തിലും അവരെ രക്ഷിക്കു ന്നതിന് മുതലാളിമാർ കൈനീട്ടുന്നുണ്ടോ? നിരാശ്രയരായി കിടന്നു പ്രാണവേദനയിൽ പിടച്ചു നിലവിളിക്കുന്ന ദരിദ്രലക്ഷങ്ങളുടെ അസ്ഥിപഞ്ജരങ്ങളുടെ മുകളിൽ കെട്ടിപ്പടുക്കപ്പെടുന്ന മണിമാളിക കളിലും തൊഴിലാളികളുടെ ഉണക്കഞരമ്പുകളും തോലുകളുമാ

> കുന്ന ഹംസതൂലികാമെത്തകളിൽ, തൊഴിലാളികളുടെ ജീവരക്തം കുടിച്ചും ജീവവായു ശ്വസിച്ചും സുഖിക്കുന്ന വൈശ്രവണന്മാർ ആസന്നമരണരായ തൊഴിലാളികളുടെ ദയനീയത കാണുന്നുണ്ടോ?

1936 ൽ ഫറോക്കിലെ ഓട് ഫാക്ടറിയിൽ കമ്പനി ഉടമ ഒരു ഹരിജൻ തൊഴിലാളിയെ തെങ്ങോട് പിടിച്ചുകെട്ടി മർദ്ദിച്ചു. മർദ്ദനത്തിൽ സാരമായി പരിക്കേറ്റ തൊഴിലാളി പിന്നീട് മരിച്ചു. ഈ ദാരുണസംഭവം സർക്കാരിന്റെ ശ്രദ്ധയിൽപ്പെടുത്താൻ ആദ്യ കമ്യൂണിസ്റ്റ് മന്ത്രിസഭയിൽ അംഗമായ കെ പി ഗോപാലൻ പത്ത് ദിവസത്തെ നിരാഹാരസമരം ഫാക്ടറി പരിസരത്ത് ആരംഭിച്ചു. *ആത്മവിദ്യാകാഹളം* കെ പി ഗോപാലന്റെ നിരാഹാരസമരത്തിന് പിന്തുണ പ്രഖ്യാപിച്ചു. കെ പി ഗോപാലൻ പിന്നീട് എഴുതി.

> ഫറോക്കിനെ പ്രകമ്പനം കൊള്ളിച്ച ഒരു സംഭവമായിരുന്നു അത്. നിരാഹാരവ്രതത്തെ അനുകൂലിച്ചും തൊഴിലാളികളുടെ അവകാശത്തെ പിന്താങ്ങിയും വാഗ്ഭടാനന്ദഗുരുദേവൻ അന്ന് ഫറോക്കിൽ വച്ച് നടത്തിയ ഉജ്ജ്വല പ്രസാഗങ്ങൾ ഞാൻ ഇന്നും ഓർക്കുകയാണ്. അദ്ദേഹം നല്കിയ നാരങ്ങാനീർ കുടിച്ചാണ് ഞാൻ ഉപവാസം അവസാനിപ്പിച്ചത്. ഫറോക്ക് ആത്മവിദ്യാസംഘം നേതാവും *കാഹളം* മാനേജരുമായിരുന്ന പി രാഘവൻ, ഒരു ടൈൽ ഫാക്ടറി ഉടമയായിരുന്ന യു ചോയി, അനുജൻ ഇമ്പിച്ചിക്കുട്ടൻ, കുഞ്ഞുണ്ണി മുതലായ അന്നത്തെ ആത്മവിദ്യാസംഘം പ്രവർത്തകരുടെ പേരുകൾ ഞാൻ ഈ അവസരത്തിൽ സ്മരിക്കുകയാണ്.

മനുഷ്യാവകാശങ്ങൾ നിഷേധിക്കുന്ന ഈ രണ്ട് സംഭവങ്ങളിലും വാഗ്ഭടാനന്ദനും ആത്മവിദ്യാസംഘവും ശക്തമായി പ്രതികരിച്ചു. തൊഴിലാളികളോടുള്ള ആദരവും അനുകമ്പയും പ്രകടമാക്കുന്നതായിരുന്നു വാഗ്ഭടാനന്ദന്റെയും അനുയായികളുടെയും പ്രതികരണം. കാർഷികമേഖലയിലെ പ്രശ്നങ്ങളും വാഗ്ഭടാനന്ദൻ ശ്രദ്ധിച്ചിരുന്നു. കർഷകരുടെ കൂട്ടായ്മ അവരുടെ ഉന്നമനത്തിനും സാമൂഹിക ക്ഷേമത്തിനും ഉതകുമെന്ന് അദ്ദേഹം വിശ്വസിച്ചു. അതുകൊണ്ടുതന്നെ മലബാറിലെ കർഷക പ്രസ്ഥാനങ്ങളുമായി അദ്ദേഹം സഹകരിച്ചു. 1934 ൽ കോൺഗ്രസ് സോഷ്യലിസ്റ്റ് പാർട്ടിയാണ് കർഷക പ്രസ്ഥാനത്തിന്റെ തുടക്കം കുറിച്ചത്. 1934 ഏപ്രിലിൽ പയ്യന്നൂരിനടുത്തുള്ള കരിവെള്ളൂർ കേന്ദ്രമാക്കി അഭിനവഭാരത് യുവക്സംഘം രൂപീകരിച്ചു. ഉത്തരകേരളത്തിലെ കർഷകപ്രസ്ഥാനത്തിന്റെ ആദ്യനാളുകൾ യുവക് സംഘത്തിന്റെ പദ്ധതികളുമായി ബന്ധപ്പെട്ടതായിരുന്നു. റോഡ് നിർമ്മാണം, ഗ്രാമ ശുചീകരണം, നിശാപാഠശാല, പന്തിഭോജനം, ജാതിക്കെതിരായ പ്രവർത്തനം, കർഷകസംഘങ്ങൾ രൂപീകരിക്കൽ, ഹിന്ദിപ്രചാരണം എന്നിവയായിരുന്നു സംഘത്തിന്റെ

പ്രവർത്തനമേഖലകൾ. എ വി കുഞ്ഞമ്പു, എം പി അപ്പുമാസ്റ്റർ തുടങ്ങിയവരായിരുന്നു സംഘടനയ്ക്ക് രാഷ്ട്രീയമായ ഉദ്ബുദ്ധതയും കർമ്മപദ്ധതിയും നല്കിയത്. ഈ കർമ്മപദ്ധതിക്ക് അനുസൃതമായി 1935 ൽ വിഷ്ണുഭാരതീയൻ പ്രസിഡന്റും കെ എ കേരളീയൻ സെക്രട്ടറിയുമായി കോളച്ചേരിയിലെ നണിയൂരിൽ കർഷകസംഘത്തിന്റെ ആദ്യ യൂണിറ്റ് പ്രവർത്തനം തുടങ്ങി. 1936 ഏപ്രിലിൽ നടന്ന യുവക് സംഘത്തിന്റെ ഒന്നാം വാർഷികത്തിൽ വാഗ്ഭടാനന്ദൻ ആയിരുന്നു അദ്ധ്യക്ഷൻ. എം ടി കുമാരൻ, വിഷ്ണുഭാരതീയൻ, കെ എ കേരളീയൻ എന്നിവർ പ്രസംഗിച്ചു.

വാർഷികാഘോഷത്തിൽ പങ്കെടുക്കാൻ തൃക്കരിപ്പൂർവരെ വാഗ്ഭടാനന്ദൻ ട്രെയിനിലാണ് സഞ്ചരിച്ചത്. കരിവെള്ളൂർ പരിസരത്തെ വന്നലക്കോട് വയലിലായിരുന്നു സമ്മേളനനഗരി, ഇന്നത്തെപ്പോലെ ടാക്സിയോ മറ്റ് വാഹന സൗകര്യങ്ങളോ അന്ന് ഉണ്ടായിരുന്നില്ല. അന്നത്തെ ഏക വാഹനം മഞ്ചലായിരുന്നു. രാജകുടുംബാംഗങ്ങൾക്കും സവർണ്ണർക്കും മാത്രമായിരുന്നു മഞ്ചലിൽ സഞ്ചരിക്കാനുള്ള സ്വാതന്ത്ര്യം. മുകയൻ സമുദായാംഗങ്ങളാണ് മഞ്ചൽ ചുമക്കുക. തൃക്കരിപ്പൂർ റെയിൽവേസ്റ്റേഷനിൽനിന്നും വാഗ്ഭടാനന്ദനെ കരിവെള്ളൂരിലെത്തിക്കാൻ മഞ്ചൽ ചുമക്കുന്നവർ തയ്യാറായില്ല. അദ്ദേഹത്തെ സമ്മേളനവേദിയിലെത്തിക്കാനുള്ള ഉത്തരവാദിത്വം എ വി കുഞ്ഞമ്പുവിനായിരുന്നു. ഇത് കൂലിയുടെ പ്രശ്നമല്ല, ആചാരത്തിന്റെ പ്രശ്നമാണ്, എന്ന് മഞ്ചൽകാർ വാദിച്ചു. എങ്കിൽ ഇദ്ദേഹത്തെ മഞ്ചലിൽ ഞങ്ങൾ ചുമന്ന് കൊണ്ടുപോകും. തടഞ്ഞാൽ പിന്നെ ദൈവം തമ്പുരാനായാലും മഞ്ചലിൽ കിഴക്കോട്ട് സഞ്ചരിക്കില്ല. എ വി കുഞ്ഞമ്പു പ്രഖ്യാപിച്ചു; കുഞ്ഞമ്പുവിനോടൊപ്പം കരിവെള്ളൂരിൽനിന്നും വന്ന ചെറുപ്പക്കാർ ആർഭാടസമന്വിതമായി വാഗ്ഭടാനന്ദനെ മഞ്ചലിൽ തന്നെ കരിവെള്ളൂരിൽ എത്തിച്ചു.

വാഗ്ഭടാനന്ദന് മഞ്ചലിൽ സഞ്ചരിക്കാൻ അനുമതിയില്ലാത്ത മലബാറിൽ ഹരിജനങ്ങൾക്ക് പൊതുവഴികളിൽ സഞ്ചരിക്കാനും സ്വാതന്ത്ര്യമില്ലായിരുന്നു. ഗുരുവിന്റെ പൂർണ്ണസഹകരണത്തോടെ ആത്മവിദ്യാസംഘം പ്രവർത്തകർ സഞ്ചാരസ്വാതന്ത്ര്യം നിഷേധിച്ച വഴികളിലൂടെ അധഃകൃതരെയുംകൊണ്ട് ജാഥ നയിച്ചു. ചിറക്കൽ താലൂക്കിൽ അധഃകൃതർക്ക് സഞ്ചാരസ്വാതന്ത്ര്യം ലഭിക്കാനുള്ള ശ്രമത്തിനായി ആദിദ്രാവിഡരുടെ ഒരു യോഗം ചേർന്നു. ഈ യോഗത്തിൽവച്ച് രൂപീകരിച്ച കമ്മിറ്റിയുടെ പ്രഥമ യോഗം 1933 സെപ്തംബർ 17 ന് ചേർന്നു. ആത്മവിദ്യാസംഘം പ്രവർത്തകനായ എം ടി കുമാരൻ മാസ്റ്ററായിരുന്നു അദ്ധ്യക്ഷൻ. കെ സുമുഖൻ, സ്വാതന്ത്ര്യസമരസേനാനി കെ പി ആർ ഗോപാലൻ, പി മാധവൻ, കെ എ കേരളീയൻ, സി കെ അമ്പുക്കുട്ടി എന്നിവർ ഭാരവാഹികളായി രൂപീകരിച്ച കമ്മിറ്റി കല്യാശ്ശേരി കേന്ദ്രമാക്കി അധഃകൃത സഞ്ചാരസ്വാതന്ത്ര്യസംസ്ഥാപന സംഘമെന്ന പേരിൽ പ്രവർത്തനം ആരംഭിച്ചു. ആത്മവിദ്യാസംഘത്തിന്റെ ശ്രമഫലമായി അധഃകൃത സഞ്ചാര സ്വാതന്ത്ര്യ സംസ്ഥാപനസംഘത്തിന്റെ സഹകരണത്തോടെ അധഃകൃതർക്ക് പൊതു

വഴികളിൽ സഞ്ചരിക്കാനുള്ള സ്വാതന്ത്ര്യം കൈവരിക്കാൻ കഴിഞ്ഞു. ആത്മീയതലത്തിലും വാഗ്ഭടാനന്ദൻ പ്രകടിപ്പിക്കുന്നത് സഞ്ചാര സ്വാതന്ത്ര്യ വാഞ്ഛ തന്നെയാണ് എന്ന് ഡോ. എം എസ് നായർ പറയുന്നുണ്ട്. പണ്ട് ഋഷീശ്വരന്മാരാൽ തുറക്കപ്പെട്ടതും അനാചാര പാഴ്ചെടികളാൽ മൂടപ്പെട്ടതുമായ സത്യത്തിലേക്കുള്ള മാർഗ്ഗം എല്ലാവർക്കും സഞ്ചാര സ്വാതന്ത്ര്യം അനുവദിക്കുമാറ് വെട്ടിത്തെളിയിക്കുമെന്ന് അദ്ദേഹം പറയുമ്പോൾ അദ്ദേഹത്തിന്റെ വീക്ഷണം ആര്യസമാജത്തിലെന്നപോലെ വേദങ്ങളിലേക്ക് തിരിച്ചു പോകുംവിധത്തിലുള്ളൊരു പൂർണ്ണമായ പുനരുജ്ജീവനസ്വഭാവമല്ല പ്രതിഫലിപ്പിക്കുന്നത്. പ്രത്യുത മതഭേദമോ അധികാരഭേദമോ ഗണിക്കപ്പെടാതെ സകലർക്കും സ്വാതന്ത്ര്യമുണ്ടെന്നുള്ളതാണ്. മതത്തിന്റെ പേരിൽ സമൂഹം അനുഭവിക്കേണ്ടിവന്ന അസ്വാതന്ത്ര്യത്തെ അദ്ദേഹം ബഹുമാനിക്കുന്നില്ല.

സാമ്പത്തിക സ്വാതന്ത്ര്യത്തെക്കുറിച്ച് വാഗ്ഭടാനന്ദന് വ്യക്തമായ ധാരണയുണ്ടായിരുന്നു. ധർമ്മത്തെ പരിഗണിക്കാതെ സമ്പാദിക്കുന്ന അർത്ഥവും ധർമ്മാനുസാരമല്ലാതെ ചെലവിടുന്ന അർത്ഥവും അനർത്ഥമായിത്തീരുമെന്ന് അദ്ദേഹം വിശ്വസിച്ചു. സാമ്പത്തിക സ്വാതന്ത്ര്യം ധനം സമ്പാദിക്കാനുള്ളതല്ലെന്നും മറ്റുള്ളവരെ ജീവിക്കാൻ അനുവദിക്കുംവിധം തന്റെ സമ്പത്തിനെ ക്രമീകരിക്കലാണെന്നും അദ്ദേഹം വ്യക്തമാക്കിയിട്ടുണ്ട്.

> നാലണ സൂക്ഷിക്കുന്നവൻ വേറൊരാളെ പട്ടിണി കിടത്തുന്നു. അനവധി ധനം സൂക്ഷിക്കുന്നവൻ നിരവധി ജനങ്ങളെ പട്ടിണി കിടത്തുന്നു. അങ്ങനെ മനുഷ്യന്റെ പൊതുവായ ആവശ്യത്തിനുള്ള ധനം സ്വന്തമായി കൂട്ടിവെക്കുവാൻ ഇവിടെ ആർക്കും അധികാരമില്ല. അവകാശമില്ല. പ്രകൃതിദേവത മനുഷ്യന് അത്യന്താപേക്ഷിതമായ വായുവും വെള്ളവും ഇവിടെ തുല്യാവകാശത്തോട് കൂടിയാണ് നല്കിയിരിക്കുന്നത്. ഋഷീശ്വരഭാരതത്തിന്റെ സന്ദേശമതാണ്.

സമ്പാദിക്കാനുള്ള മനുഷ്യന്റെ ആഗ്രഹം സ്വാതന്ത്ര്യത്തിന്റെ ദുരുപയോഗമാണെന്ന് അദ്ദേഹം കരുതി. മുതലാളിത്തത്തിനെതിരെ പൊരുതാനും സമത്വവാദത്തിലൂടെ സാമൂഹ്യവിപ്ലവം സൃഷ്ടിക്കുവാനും ഭാരതീയ ചിന്തകളിലും ശക്തമായ ആയുധങ്ങളുണ്ടെന്ന് അദ്ദേഹം ആത്മവിദ്യാ സംഘത്തിലൂടെ വ്യക്തമാക്കി. അഭിനവ കേരളം പത്രം തുടങ്ങാൻ സാമ്പത്തികസമാഹാരണം എന്ന ആശയം ആത്മവിദ്യാസംഘം പ്രവർത്തകർ മുന്നോട്ട് വച്ചപ്പോൾ ധനം സംഭരിക്കുന്നത് ആപല്ക്കരമാണ് എന്നാണദ്ദേഹം പറഞ്ഞത്. സംഘത്തിന്റെ മഹത്ത്വവും ശുദ്ധിയും ധനംകൊണ്ട് നശിക്കാനിടയുണ്ട്. ഏതേത് സംഘടനകൾ അങ്ങനെ ചെയ്തിട്ടുണ്ടോ അവിടെയൊക്കെ മത്സരങ്ങളും ചൂഷണങ്ങളും കേസുകളും കൊണ്ട് അന്തരീക്ഷം ക്ഷീണമായിട്ടുണ്ട്. എന്നും അദ്ദേഹം താക്കീത് ചെയ്തു. ധനം

സമ്പാദിക്കുന്നത് വ്യർത്ഥമാണെന്ന് അദ്ദേഹം എഴുതിയ ഒരു കവിതയിലും സൂചിപ്പിക്കുന്നുണ്ട്.

"നീ കുന്നുപോലെ ധനമെമ്പാട് നേടിയാലും
ശ്രീകല്യ ബന്ധുനിര ചുറ്റിയിരിക്കിലും നീ
ചാകുന്ന നേരമവയൊന്നുമേ സഹായ-
മേകുന്നതിന് ബത! ശക്തിയെഴുന്നതല്ല."

അന്ധവിശ്വാസങ്ങൾക്കും അനാചാരങ്ങൾക്കുമെതിരെ നടത്തിയ സമരം മലബാർ പ്രദേശത്ത് ദേശീയ പ്രസ്ഥാനത്തിന്റെ ഭാഗമായി. വാഗ്ഭടാനന്ദന്റെ വിപ്ലവകരമായ സിദ്ധാന്തങ്ങളും പ്രവർത്തനങ്ങളും സൃഷ്ടിച്ച ബൗദ്ധിക പ്രബുദ്ധത മലബാറിലെ സാമൂഹിക രാഷ്ട്രീയ രംഗങ്ങളിൽ വലിയ സ്വാധീനം ചെലുത്തിയിട്ടുണ്ട്. ആത്മവിദ്യാസംഘത്തിന്റെ സാമ്രാജ്യത്വ വിരോധം പ്രസംഗങ്ങളിലും പ്രബന്ധങ്ങളിലുമായി ഒതുങ്ങിയില്ല. ആത്മവിദ്യാസംഘം പ്രവർത്തകർ വാഗ്ഭടാനന്ദന്റെ ആശിർവ്വാദത്തോടെ സ്വാതന്ത്ര്യസമരരംഗത്ത് സജീവമായി പ്രവർത്തിച്ചു. സിവിൽ നിയമലംഘനപ്രസ്ഥാനത്തിലും ക്വിറ്റിന്ത്യാ പ്രക്ഷോഭത്തിലും പങ്കെടുത്ത് നിരവധി ആത്മവിദ്യാസംഘം പ്രവർത്തകർ അറസ്റ്റ് വരിച്ചിട്ടുണ്ട്. വാഗ്ഭടാനന്ദന്റെ പ്രമുഖ ശിഷ്യൻ എം ടി കുമാരൻ മാസ്റ്റർ ഉപ്പു സത്യഗ്രഹത്തിലും ക്വിറ്റ് ഇന്ത്യാ സമരത്തിലും പങ്കെടുത്തു. കസ്തൂർബാ ഗാന്ധിയുടെ ചരമത്തിൽ അനുശോചിച്ച് കണ്ണൂർ ശ്രീനാരായണപാർക്കിൽ ചേർന്ന യോഗത്തിൽ ബ്രിട്ടീഷ് സാമ്രാജ്യത്വ നയങ്ങളെ വിമർശിച്ചതിന്റെ പേരിലും അദ്ദേഹത്തെ അറസ്റ്റ് ചെയ്ത് ജയിലിലടച്ചു. അഴീക്കോട്ടെ ടി വി അനന്തൻ, അലവിൽ സ്വദേശി പി അച്യുതാനന്ദൻ, ചോമ്പാലയിലെ ടി വി കുട്ടി, വടകരയിലെ എ ചാത്തുമാസ്റ്റർ, കൊയിലാണ്ടിയിലെ കെ കുമാരൻ, കോഴിക്കോട്ടെ ഡോ. എ ചന്തു എന്നിവരും സ്വാതന്ത്ര്യസമരത്തിൽ പങ്കെടുത്ത് ജയിൽവാസം വരിച്ച ആത്മവിദ്യാസംഘം നേതാക്കളാണ്. ആത്മവിദ്യാസംഘം പ്രവർത്തകരല്ലെങ്കിലും വാഗ്ഭടാനന്ദ ചിന്തകളിൽ ഊർജ്ജം നേടി നിരവധി പ്രമുഖർ മലബാറിൽനിന്നും സ്വാതന്ത്ര്യസമരത്തിൽ പങ്കെടുക്കുകയുണ്ടായി. എ വി കുഞ്ഞമ്പു, വിഷ്ണുഭാരതീയൻ, കെ എ കേരളീയൻ, മൊയാരത്ത് ശങ്കരൻ, സി എച്ച് കണാരൻ, എം കുമാരൻ മാസ്റ്റർ തുടങ്ങിയ നേതാക്കളും വാഗ്ഭടാനന്ദചിന്തകളാൽ പ്രചോദിതരായി പൊതുരംഗത്തിറങ്ങിയവരാണ്. എ വി കുഞ്ഞമ്പുവിന്റെ ഭാര്യ ദേവയാനി ആലപ്പുഴയിലെ ആത്മവിദ്യാസംഘം പ്രവർത്തകയായിരുന്നു. ആത്മകഥയായ *ചോരയും കണ്ണീരും നനഞ്ഞവഴികളിൽ* ദേവയാനി ഇക്കാര്യം എഴുതിയിട്ടുണ്ട്.

> വാഗ്ഭടാനന്ദ ഗുരുവിന്റെ ശിഷ്യനായ ആര്യഭടസ്വാമിയുടെ നേതൃത്വത്തിൽ ആത്മവിദ്യാസംഘത്തിന്റെ പ്രവർത്തനങ്ങൾ അതിനകം പരിസരപ്രദേശങ്ങൾ മുഴുവൻ ശക്തമായി വ്യാപിച്ചിരുന്നു. സംഘത്തിലെ മഹിളാ വിഭാഗം സംഘടിപ്പിക്കുന്നതിന് ചേച്ചി കൂടി രംഗത്തുവന്നു. ആത്മവിദ്യാസംഘം ജനങ്ങൾക്കിടയിൽ കാര്യമായ

> ബോധവല്ക്കരണ പ്രവർത്തനങ്ങൾ സംഘടിപ്പിച്ചു. ചേട്ടന്റെയും ചേച്ചിയുടെയും തണൽ പറ്റി ഞാനും ആത്മവിദ്യാസംഘത്തിന്റെ പ്രവർത്തനരംഗത്തേക്ക് കടന്നുവന്നു. പുന്നപ്രവച്ചായിരുന്നു മഹിളാ വിഭാഗത്തിന്റെ സമ്മേളനം നടന്നത്. മുതുകുളം പാർവ്വതി അമ്മ അദ്ധ്യക്ഷയായി. ഗോമതിദേവ് (കേശവ ദേവിന്റെ ഭാര്യ) പ്രസംഗിച്ചു. സ്വാഗതം പറഞ്ഞത് സെക്രട്ടറിയായിരുന്ന ചേച്ചിയാണ്. എന്നെക്കൊണ്ട് പ്രാർത്ഥന ചൊല്ലിച്ചു. ഒരു സദസ്സിനെ ഞാൻ ആദ്യമായി അഭിമുഖീകരിക്കുന്നത് അന്നാണ്. അധികം വൈകാതെ ഞാനും ആത്മവിദ്യാസംഘത്തിന്റെ സജീവ പ്രവർത്തകയായി. മഹിളാവിഭാഗത്തിന്റെ സെക്രട്ടറിയായി എന്നെ തിരഞ്ഞെടുക്കുകയും ചെയ്തു.

1935 ലെ ഇന്ത്യാ ആക്ട് അനുസരിച്ച് 1937 ൽ ഇന്ത്യയിലെ സംസ്ഥാന നിയമസഭകളിലേക്കുള്ള തിരഞ്ഞെടുപ്പ് നടന്നു. ഈ തിരഞ്ഞെടുപ്പിലൂടെ ഇന്ത്യയിലെ എട്ട് സംസ്ഥാനങ്ങളിൽ കോൺഗ്രസ് അധികാരത്തിൽ വന്നു. മലബാറിലെ എല്ലാ താലൂക്കുകളിലും കോൺഗ്രസ് സ്ഥാനാർത്ഥികൾ മത്സരിച്ചു. തലശ്ശേരിയിലും കോഴിക്കോട്ടുമുള്ള കോൺഗ്രസ് സ്ഥാനാർത്ഥികളെ വാഗ്ഭടാനന്ദൻ പിന്തുണച്ചപ്പോൾ കുറുമ്പ്രനാട്ട് താലൂക്കിലെ കോൺഗ്രസ് സ്ഥാനാർത്ഥിയെ എതിർക്കുകയും എതിർസ്ഥാനാർത്ഥിയെ സഹായിക്കുകയും ചെയ്തു. ആത്മവിദ്യാസംഘം പ്രവർത്തകർക്കിടയിൽ വലിയ അഭിപ്രായവ്യത്യാസങ്ങൾ പൊട്ടിപ്പുറപ്പെട്ടു. കോൺഗ്രസുകാർ വാഗ്ഭടാനന്ദനെതിരെ അനേകായിരം ലഘുലേഖകൾ അച്ചടിച്ച് കുറുമ്പ്രനാട്ട് താലൂക്ക് മുഴുവൻ വിതരണംചെയ്തു. അഖിലേന്ത്യാ നേതാക്കൾ അടക്കം കുറുമ്പ്രനാട്ടെ ആത്മവിദ്യാകേന്ദ്രങ്ങളിലെത്തി ശക്തമായ പ്രചാരണം നടത്തി. *മാതൃഭൂമി* പത്രാധിപരായിരുന്ന കെ കേളപ്പൻ മുഖപ്രസംഗത്തിൽ വാഗ്ഭടാനന്ദനെ നിശിതമായി വിമർശിച്ചു. കുറുമ്പ്രനാട്ടിലെ ആത്മവിദ്യാസംഘം വലിയ പ്രതിസന്ധിയിലായി. സംഘത്തിന്റെ സ്ഥാപകനും ആചാര്യനുമായ വാഗ്ഭടാനന്ദൻ കോൺഗ്രസ് സ്ഥാനാർത്ഥിക്കെതിരെ പ്രവർത്തിക്കുന്നു. സംഘാംഗങ്ങളിൽ പലരും കോൺഗ്രസ് സ്ഥാനാർത്ഥിയെ വിജയിപ്പിക്കാൻ ശ്രമിക്കുന്നു. പ്രധാന പ്രവർത്തകർ തത്ത്വപ്രകാശികയിൽ ചെന്ന് വാഗ്ഭടാനന്ദനെ കണ്ടെങ്കിലും തന്റെ തീരുമാനത്തിൽ ഉറച്ച് നില്ക്കുന്നതായി അദ്ദേഹം പ്രവർത്തകരെ അറിയിച്ചു. സത്യസന്ധരും ധർമ്മബോധമുള്ളവരും ജനക്ഷേമത്തെ മാനിക്കുന്നവരുമായ നല്ല വ്യക്തികളെയാണ് തിരഞ്ഞെടുക്കേണ്ടതെന്നായിരുന്നു അദ്ദേഹത്തിന്റെ അഭിപ്രായം. കോൺഗ്രസ് സ്ഥാനാർത്ഥി സി കെ ഗോവിന്ദൻനായർ കർഷകരുടെയും തൊഴിലാളികളുടെയും അഭിവൃദ്ധിക്ക് അടിസ്ഥാനമായ സോഷ്യലിസ്റ്റ് ചിന്താഗതിയെ എതിർക്കുന്നയാളാണെന്ന് അദ്ദേഹം വിശ്വസിച്ചു. വാശിയോടെ നടന്ന തിരഞ്ഞെടുപ്പിൽ സി കെ ഗോവിന്ദൻ നായർ വിജയിച്ചു. രാഷ്ട്രീയമായ അഭിപ്രായവ്യത്യാസം കാരണം കുറു

മ്പനാട്ടിലെ ആത്മവിദ്യാസംഘം ശിഥിലമായി. കുറേക്കാലത്തേക്ക് സംഘത്തിന്റെ പ്രവർത്തനം നിലച്ചു. പിന്നീട് സംഘത്തിലെ ഇരുപക്ഷവും യോജിച്ച് വാഗ്ഭടാനന്ദനെ സന്ദർശിക്കുകയും ആത്മവിദ്യാസംഘം പ്രവർത്തനം ശക്തിപ്പെടുത്താൻ തീരുമാനിക്കുകയും ചെയ്തു. അതിന്റെ ഭാഗമായി 1938 ഫെബ്രുവരി 13 ന് വടകരയിൽ ഗംഭീരമായ സമ്മേളനം നടന്നു. കടത്തനാട്ട് ശങ്കരവർമ്മ രാജ, പുറമേരി കോവിലകത്ത് രാമവർമ്മ രാജ, താർക്കിക ശിരോമണി ശങ്കരവാര്യർ, കാരായി അച്യുതൻ ഗുമസ്തൻ, കാവിൽ പി രാമപ്പണിക്കർ എന്നിവർ സമ്മേളനത്തിൽ പങ്കെടുത്തു. കോൺഗ്രസ് സംഘടനയിൽ തല്പരകക്ഷികൾ കടന്നുകൂടി അഴിമതി നടത്തുന്നതായി വാഗ്ഭടാനന്ദൻ മനസ്സിലാക്കിയിരുന്നു. അഴീക്കോട് സംഘത്തിന് എഴുതിയ കത്തിൽ "കോൺഗ്രസ് തുടങ്ങിയ പല മഹാപ്രസ്ഥാനങ്ങളിലും ഒരുപിടി ഇത്തിക്കണ്ണികൾ കടന്ന് കൂടിയിട്ടുണ്ട്. കടന്ന് കൂടുന്നുമുണ്ട്. അവയെ നിശ്ശേഷം പറിച്ചുനീക്കണം. എങ്കിലേ രക്ഷയുള്ളൂ;" എന്ന് വാഗ്ഭടാനന്ദൻ എഴുതുന്നുണ്ട്.

വാഗ്ഭടാനന്ദനും ശ്രീനാരായണഗുരുവും

വർഷം 1914. വി കെ ഗുരുക്കൾ വാഗ്ഭടാനന്ദനായി അറിയപ്പെട്ടു തുടങ്ങുന്നതേയുള്ളൂ. ശ്രീനാരായണഗുരുവിനെ കാണാനായി വാഗ്ഭടാനന്ദൻ തിരുവിതാംകൂറിലേക്ക് പോയി. ശ്രീനാരായണഗുരു ആലുവ അദ്വൈതാശ്രമത്തിൽ വിശ്രമിക്കുകയാണ്. മെയ് 14നാണ് അദ്വൈതാശ്രമത്തിൽ വാഗ്ഭടാനന്ദൻ ശ്രീനാരായണഗുരുവിനെ സന്ദർശിക്കുന്നത്. ദീർഘമായ സംഭാഷണങ്ങൾക്ക് ശേഷം നാരായണഗുരു വാഗ്ഭടാനന്ദനോട് ചോദിച്ചു. "ഇവിടെ ഗുരുക്കൾക്ക് ഒരു പ്രസംഗം ചെയ്യാമോ?" "അവിടുന്ന് അദ്ധ്യക്ഷനായിരിക്കുമെങ്കിൽ ഞാൻ പ്രസംഗിക്കാം." വാഗ്ഭടാനന്ദൻ മറുപടി പറഞ്ഞു. "നമുക്കത് ശീലമില്ലല്ലോ. എന്നാലും ഗുരുക്കളുടെ പ്രസംഗമല്ലേ. ആകാം." ശ്രീനാരായണഗുരു പറഞ്ഞു. വാഗ്ഭടാനന്ദൻ അദ്വൈതത്തെയും രാജയോഗത്തെയും സ്ഥാപിച്ചും ജാതിയെയും വിഗ്രഹാരാധനയെയും നിഷേധിച്ചും ഉജ്ജ്വലമായി സംസാരിച്ചു. പ്രസംഗം നിർത്തിയപ്പോൾ നാരായണ ഗുരു പറഞ്ഞു. "കുഞ്ഞിക്കണ്ണൻ പറഞ്ഞത് ശരിയാണ്." സ്വാമി ശിവപ്രസാദനായിരുന്നു അടുത്ത പ്രാസംഗികൻ. ക്ഷേത്രമാഹാത്മ്യത്തെയും വിഗ്രഹാരാധനയെയും ശക്തിയുക്തം സാധൂകരിച്ച് ശിവപ്രസാദ് നടത്തിയ പ്രസംഗത്തിന് ശേഷം നാരായണഗുരു പറഞ്ഞു. "ശിവപ്രസാദൻ പറഞ്ഞത് ശരിയാണ്." സദസ്സിന് സംശയമായി. എങ്ങനെ രണ്ടും ശരിയാകും? "വിജ്ഞന്മാർക്ക് കുഞ്ഞിക്കണ്ണൻ പറഞ്ഞതാണ് ശരി. അജ്ഞന്മാർക്ക് ശിവപ്രസാദൻ പറഞ്ഞതാണ് ശരി."

വാഗ്ഭടാനന്ദൻ കേരളത്തിലുടനീളം സഞ്ചരിച്ച് സംവദിച്ചത് വിജ്ഞന്മാരോടായിരുന്നു. പ്രബുദ്ധരായ ഉല്പതിഷ്ണുക്കൾ വാഗ്ഭടാനന്ദനെ ഉൾക്കൊണ്ടു. അജ്ഞന്മാർക്ക് അതിന് കഴിഞ്ഞില്ല. ക്ഷേത്രങ്ങളെക്കുറിച്ചും വിഗ്രഹാരാധനയെക്കുറിച്ചും വാഗ്ഭടാനന്ദനുണ്ടായിരുന്ന അഭിപ്രായം തന്നെയാണ് ശ്രീനാരായണഗുരുവിനും ഉണ്ടായിരുന്നതെന്ന്

ആലുവ അദ്വൈതാശ്രമത്തിലെ സംഭാഷണത്തിൽ വെളിവാകുന്നുണ്ട്. "ക്ഷേത്രങ്ങൾ സ്ഥാപിക്കയും പ്രതിഷ്ഠ നടത്തുകയും ചെയ്യുന്നത് അദ്വൈതവുമായി എങ്ങനെ പൊരുത്തപ്പെടും" എന്ന വാഗ്ഭടാനന്ദന്റെ ചോദ്യത്തിന് "ജനങ്ങൾ സ്വൈരം തരണ്ടേ അവർക്ക് ക്ഷേത്രം വേണം. പിന്നെ കുറെ ശുചിത്വമെങ്കിലും ഉണ്ടാകുമല്ലോ എന്ന് നാമും വിചാരിച്ചു" എന്നാണ് ശ്രീനാരായണഗുരു മറുപടി പറയുന്നത്. "അങ്ങ് ഒരാചാര്യനാണ്. അങ്ങയുടെ സിദ്ധാന്തത്തിന് ജനങ്ങളെ വഴക്കി എടുക്കേണ്ടതല്ലേ" എന്ന് വാഗ്ഭടാനന്ദൻ പറഞ്ഞപ്പോൾ നാരായണഗുരു പറഞ്ഞ മറുപടി ശ്രദ്ധേയമാണ്. "നാം ആദ്യകാലത്ത് അവരെ വിളിച്ചു. വിളികേട്ട് ആരും വന്നില്ല."

ക്ഷേത്രങ്ങൾ വേണം എന്ന വാശി പിടിച്ച ഒരു സമൂഹത്തിന് മുന്നിൽ നാരായണഗുരു അത് നിഷേധിച്ചില്ല. അജ്ഞന്മാർ ഭൂരിപക്ഷമുള്ള അധഃസ്ഥിത സമുദായങ്ങളെ പടിപടിയായി ഉയർത്തിക്കൊണ്ട് വരുന്നതിനുള്ള ഒരു താല്ക്കാലികോപാധി മാത്രമായിരുന്നു ശ്രീനാരായണഗുരുവിന് ക്ഷേത്രങ്ങൾ. അരുവിപ്പുറത്ത് ആറ്റിൽ നടുവിലെ പാറപ്പുറത്ത് ഒരു കല്ല് ശിവനായി പ്രതിഷ്ഠിക്കുമ്പോൾ അവനവന്റെ ശിവനെ പ്രതിഷ്ഠിക്കാൻ ബ്രാഹ്മണ്യത്തിന്റെ കാരുണ്യം വേണ്ട എന്നതായിരുന്നു നാരായണഗുരുവിന്റെ നിലപാട്. പിന്നീട് പ്രതിഷ്ഠ നടത്തിയ അമ്പതോളം ക്ഷേത്രങ്ങളിൽ വിപ്ലവകരമായ പുതുരീതികൾ പരീക്ഷിക്കപ്പെട്ടു. ചേർത്തലയ്ക്കടുത്ത് കളവങ്കോട് പ്രതിഷ്ഠിച്ചത് കണ്ണാടിയാണ്. കണ്ണാടി പ്രതിഷ്ഠയിൽ ദയനീയമായ സ്വന്തം പ്രതിബിംബം കണ്ട് അധഃസ്ഥിത സമുദായം മുഴുവൻ അമ്പരന്നിരിക്കണം. തൃശൂർ ജില്ലയിലെ കാരമുക്കിൽ ഒരു വിളക്ക് വെച്ചിട്ട് വെളിച്ചമുണ്ടാകട്ടെ എന്നാണ് ഗുരു പറഞ്ഞത്. പുറത്തു മാത്രമല്ല അകത്തും ഇരുൾ മൂടിയിരുന്ന ഒരു സമുദായത്തെ വെളിച്ചത്തിലേക്ക് നയിക്കുകയായിരുന്നു ഗുരു. കണ്ണാടി പ്രതിഷ്ഠയ്ക്കും വിളക്ക് പ്രതിഷ്ഠയ്ക്കും ശേഷം 1917 ൽ ഇനി ക്ഷേത്ര നിർമ്മാണത്തെ പ്രോത്സാഹിപ്പിക്കരുത് എന്നാണ് നാരായണഗുരു പറഞ്ഞത്.

> ക്ഷേത്രങ്ങളിൽ ജനങ്ങൾക്ക് വിശ്വാസം കുറഞ്ഞുവരികയാണ്. അമ്പലം കെട്ടുവാൻ പണം ചെലവിട്ടത് ദുർവ്യയമായി എന്ന് അവർ പശ്ചാത്തപിക്കുവാൻ ഇടയുണ്ട്. എങ്കിലും തല്ക്കാലം ക്ഷേത്രം വേണ്ടെന്ന് പറഞ്ഞാൽ ജനങ്ങൾ കേൾക്കുകയില്ല നിർബ്ബന്ധമാണെങ്കിൽ ചെറിയ ക്ഷേത്രം വച്ചുകൊള്ളട്ടെ. പ്രധാന ദേവാലയം വിദ്യാലയമായിരിക്കണം. പണം പിരിച്ച് പള്ളിക്കൂടങ്ങൾ കെട്ടുവാനാണ് ഉത്സാഹിക്കേണ്ടത്. ശുചിയും മറ്റും ഉണ്ടാക്കുവാൻ ക്ഷേത്രം കൊള്ളാം. ജാതിഭേദം കൂടാതെ ഒരു പൊതു ആരാധനാസ്ഥലത്തെങ്കിലും ജനങ്ങളെ ഒന്നിച്ചു ചേർക്കാൻ ക്ഷേത്രങ്ങൾ വഴി കഴിയുമെന്ന് തോന്നിയിരുന്നു. അനുഭവം നേരെ മറിച്ചാണ്. ക്ഷേത്രം ജാതിവ്യത്യാസത്തെ അധികമാക്കുന്നു.

ക്ഷേത്രങ്ങൾക്ക് പകരം സരസ്വത് ക്ഷേത്രങ്ങൾ ഉണ്ടാവട്ടെ എന്നാണ് ശ്രീനാരായണഗുരു പറഞ്ഞത്. ആത്മീയമായ പരാധീനതയ്ക്ക് പരിഹാരം എന്ന നിലയിലും ആളുകൾക്ക് ഒന്നിച്ചുകൂടാനുമാണ് അദ്ദേഹം ക്ഷേത്ര പ്രതിഷ്ഠകൾ നടത്തിയത്. വിശ്വാസികളുടെ വിശ്വാസങ്ങളെ മുറിപ്പെടുത്താതെ അദ്ദേഹം സാമുദായികമായ ശസ്ത്രക്രിയ നടത്തി. 1921 ൽ നാരായണഗുരു ശിവഗിരിയിൽ വിശ്രമിക്കുന്ന ദിവസം കുട്ടിച്ചാത്തന്റെ ഉപദ്രവം കാരണം കിടക്കപ്പൊറുതിയില്ലാത്ത ഒരാൾ ഗുരുവിനെ കാണാനെത്തി. കുട്ടിച്ചാത്തനിൽനിന്ന് രക്ഷിക്കണമെന്നായിരുന്നു സന്ദർശകന്റെ ആവശ്യം. "കുട്ടിച്ചാത്തൻ നാം പറഞ്ഞാൽ കേൾക്കുമോ?" എന്ന സ്വാമിയുടെ ചോദ്യത്തിന് "ഉവ്വ് സ്വാമി. അവിടന്ന് പറഞ്ഞാൽ കേൾക്കു"മെന്നായിരുന്നു. ഉത്തരം. "കുട്ടിച്ചാത്തനും നാമും തമ്മിൽ പരിചയമില്ല." എന്ന് പറഞ്ഞ സ്വാമി "കുട്ടിച്ചാത്തന് നാമൊരു കത്ത് തന്നാൽ മതിയാകുമോ"എന്ന് ചോദിച്ചു. കത്ത് കൊണ്ടുവരുന്ന പെരൈരായുടെ വീട്ടിൽ മേലാൽ യാതൊരുപദ്രവവും ചെയ്യരുത് എന്ന് കത്തെഴുതിക്കൊടുത്തു. സന്ദർശകൻ സമാധാനത്തോടെ കത്തുംവാങ്ങി തിരിച്ചുപോയി. ഏകമകൻ മരിച്ചപ്പോൾ ജീവിപ്പിക്കണമെന്നാവശ്യപ്പെട്ട് ശ്രീബുദ്ധന്റെയടുത്തെത്തിയ സുജാതയോട് ആരും മരിക്കാത്ത വീട്ടിൽനിന്ന് അല്പം കടുക് കൊണ്ട് വന്നാൽ മകനെ ജീവിപ്പിക്കാം എന്ന് പറഞ്ഞ ജാതകകഥ ഇതോടൊപ്പം വായിക്കാം. ശ്രീനാരായണഗുരു തനിക്ക് വളർത്തേണ്ടവരുടെ താണനിലവാരത്തിലേക്ക് അറിഞ്ഞുകൊണ്ട് താണുകൊടുത്തു. എന്നിട്ട് അവരോടൊപ്പം താനും വളരുന്നതായി ഭാവിച്ചു. തനിക്ക് എത്തേണ്ടിടത്ത് അവരെയും എത്തിക്കാൻ ശ്രമിച്ചു.

ഇതിൽനിന്ന് വ്യത്യസ്തമായിരുന്നു വാഗ്ഭടാനന്ദന്റെ ജീവിതവും ചിന്തയും. സാമൂഹികമായ തിന്മകൾക്കെതിരെയുള്ള അദ്ദേഹത്തിന്റെ വിമർശനം നിശിതമായിരുന്നു; തീക്ഷ്ണമായിരുന്നു. ആയിരത്താണ്ടുകളായി സമൂഹ മനസ്സിൽ കുടികൊണ്ട അന്ധവിശ്വാസങ്ങളും അനാചാരങ്ങളും വാദപ്രതിവാദങ്ങളിലൂടെയും പ്രഭാഷണങ്ങളിലൂടെയും ഉന്മൂലനം ചെയ്യുക എളുപ്പമായിരുന്നില്ല. സമൂഹത്തിന്റെ ഉന്നതശ്രേണിയിലുള്ള പണ്ഡിതന്മാരും എഴുത്തുകാരും അദ്ദേഹത്തിന്റെ പ്രബോധനങ്ങളിൽ ആകൃഷ്ടരായി അനുയായികളായി. അവരിൽ വലിയൊരു വിഭാഗം സവർണ്ണരായിരുന്നു. ശ്രീനാരായണഗുരു ചരിത്രത്തെ ഞൊടിയിടയിൽ രൂപപ്പെടുത്താൻ ശ്രമിച്ചില്ല. അദ്ദേഹം വിഗ്രഹങ്ങളിൽനിന്ന് ഏകദൈവത്തിലേക്കും ക്ഷേത്രങ്ങളുടെ സ്ഥാനത്ത് വിദ്യാലയങ്ങൾ എന്ന ആശയത്തിലേക്കും പടിപടിയായി ജനങ്ങളെ ഉയർത്താൻ ശ്രമിച്ചു. എന്നാൽ വാഗ്ഭടാനന്ദനിൽ ബൗദ്ധികമായ ഒരു ധൃതികൂട്ടൽ ഉണ്ട്. അത് കാരണം അദ്ദേഹത്തിന്റെ മഹത്തായ ദർശനത്തിന് വിശാലമായ അംഗീകാരം ലഭിക്കാതെ പോയി. കഥാകൃത്ത് കെ സുകുമാരന്റെ വീട്ടിൽ നടന്ന വിവാഹത്തിന് വാഗ്ഭടാനന്ദനെ ക്ഷണിച്ചിരുന്നു. യാഥാസ്ഥിതികർ വാഗ്ഭടാനന്ദനെ ബഹിഷ്കരിക്കുന്ന കാലമാണ്. വാഗ്ഭടാനന്ദൻ പന്തലിൽ എത്തി

യപ്പോൾ യാഥാസ്ഥിതികർ പ്രതിഷേധിച്ച് എഴുന്നേറ്റു. പ്രതിഷേധക്കാരെ ശാന്തരാക്കാൻ സുകുമാരൻ കോപം നടിച്ച് വാഗ്ഭടാനന്ദനോട് ചോദിച്ചു. “ആരു ക്ഷണിച്ചു അങ്ങയെ ഇപ്പോൾ ഇവിടെ വരാൻ.” എതിരാളികൾക്ക് സന്തോഷമായി. അവർ പന്തലിൽ ഇരുന്നു. ഊണുകഴിഞ്ഞ് എല്ലാവരും പിരിയും മുമ്പ് സുകുമാരൻ എല്ലാവരും കേൾക്കെ പറഞ്ഞു.

“അങ്ങ് അമ്പത് കൊല്ലം കഴിഞ്ഞായിരുന്നു ഈ വിഡ്ഢികളുടെ ഇടയിൽ വരേണ്ടിയിരുന്നത്. അങ്ങയുടെ വരവ് കുറേ മുമ്പ് ആയിപ്പോയി.” കാലം തെറ്റിപ്പിറന്ന മഹാപ്രതിഭയായിരുന്നു വാഗ്ഭടാനന്ദൻ.

നാരായണഗുരുവിൽനിന്നും വാഗ്ഭടാനന്ദനെ തികച്ചും വ്യത്യസ്തമാക്കുന്ന ഘടകം നിർദ്ധനരും നിന്ദിതരും പീഡിതരുമായ കർഷക സമൂഹത്തിന്റെയും തൊഴിലാളിവർഗ്ഗത്തിന്റെയും ശാശ്വത ക്ഷേമത്തിനു വേണ്ടി സ്വയം സമർപ്പിക്കുവാനുള്ള ആത്മീയ പ്രവണതയാണ്. നാരായണഗുരുവിന്റെ നേതൃത്വത്തിൽ നടന്ന സാമൂഹിക നവീകരണപ്രക്രിയയെ സംസ്കൃതവല്ക്കരണം എന്ന നിലയിലാണ് സാമൂഹികശാസ്ത്രജ്ഞന്മാർ വിലയിരുത്തുന്നത്. അവർണ്ണരുടെ ആചാരക്രമങ്ങൾ പ്രാകൃതവും ബ്രാഹ്മണരുടെ ആചാരക്രമങ്ങൾ പരിഷ്കൃതവുമായി കണക്കാക്കിയ നാരായണഗുരു ഈഴവർക്കായി ക്ഷേത്രങ്ങൾ സ്ഥാപിച്ചു. ഉണക്കമീനും, ഇറച്ചിയും മദ്യവും നിവേദ്യങ്ങളായി കുട്ടിച്ചാത്തൻ പോലുള്ള ദുർദ്ദേവതകളെ പ്രീണിപ്പിക്കുന്ന ആരാധനാസമ്പ്രദായത്തിന് പകരം ഇളനീർ, പഴം കൽക്കണ്ടം പായസം എന്നിവ നിവേദിക്കുന്ന പരിഷ്കൃത ശാന്തമൂർത്തികളെ ആരാധിക്കുന്ന സമ്പ്രദായം നിർദ്ദേശിച്ചു. ഈഴവ പൂജാരികൾക്ക് ശാന്തിയെന്ന പേര് നല്കി. ഈഴവ ശാന്തിക്കാരന് പൂണൂൽ നല്കി. അവർണ്ണനെ ബ്രാഹ്മണ്യത്തിലേക്ക് ഉയർത്താനുള്ള ശ്രമമാണ് നാരായണഗുരു ചെയ്തത്. നാരായണഗുരുവിന്റെ സാഹിത്യത്തെയും ദർശനത്തെയുംകുറിച്ച് പഠനം നടത്തിയ ഡോ. എ പത്മനാഭക്കുറുപ്പ് പറയുന്നു. “ശ്രീനാരായണ ഗുരു വർണ്ണവ്യവസ്ഥയാകുന്ന പായൽ നീക്കുകയല്ല ചെയ്തത്. വ്യവസ്ഥയുടെ പേരിൽ നടമാടിയിരുന്ന അനീതികളെ നിർമ്മാർജ്ജനം ചെയ്യാൻ ശ്രമിക്കുകയാണുണ്ടായത്. അല്ലായിരുന്നുവെങ്കിൽ അദ്ദേഹം അവർണ്ണർക്ക് പൂണൂൽ നല്കി അവരെ ബ്രാഹ്മണ്യത്തിലേക്ക് ആനയിക്കുമായിരുന്നില്ല.” ബ്രാഹ്മണർ അധഃകൃതരായി പരിഗണിക്കുന്ന മറ്റ് ജാതിയിൽപ്പെട്ടവർ ബ്രാഹ്മണരെ പോലെയാകുന്നതാണ് പുരോഗതിക്കുള്ള മാർഗ്ഗമെന്ന് കരുതി പുത്തൻ ക്ഷേത്രങ്ങൾ പണിത് പൂണൂലിട്ട് ബിംബാരാധന തുടങ്ങിയവ ചെയ്യുന്നതിനോട് ബ്രഹ്മാനന്ദ ശിവയോഗിയും യോജിച്ചിരുന്നില്ല. ഒരു ജാതി, ഒരു മതം ഒരു ദൈവം മനുഷ്യന് എന്ന സിദ്ധാന്തം പ്രാവർത്തികമാക്കേണ്ടത് എല്ലാവരെയും ബ്രാഹ്മണതുല്യരാക്കിക്കൊണ്ടല്ലെന്ന് ബ്രഹ്മാനന്ദസ്വാമി പറയുന്നുണ്ട്. വാഗ്ഭടാനന്ദൻ ഏത് തരത്തിലുള്ള വിഗ്രഹങ്ങളെയും ആരാധിച്ചില്ല. ബ്രാഹ്മണശിവനും ഈഴവശിവനും ഒരുപോലെ അദ്ദേഹത്തിന് നിഷിദ്ധമായിരുന്നു. രാജാറാംമോഹൻറായിയെപ്പോലെ, ബ്രഹ്മാനന്ദശിവയോഗിയെപ്പോലെ കല്ലിലും കനകത്തിലും

തീർത്ത വിഗ്രഹങ്ങളെ പൂജിക്കുന്നതു കൊണ്ട് മനുഷ്യോല്കർഷം സാദ്ധ്യമല്ലെന്ന് വാഗ്ഭടാനന്ദനും കരുതി. വിവാഹം, മരണം തുടങ്ങിയ സന്ദർഭങ്ങളിൽ ഉപയോഗിക്കാനുള്ള ചില പ്രാർത്ഥനാ സമ്പ്രദായങ്ങൾക്കപ്പുറം ദൈവീകമായ ഒരു ആചാരവും അദ്ദേഹം നിഷ്കർഷിച്ചില്ല. ഇങ്ങനെ വിഗ്രഹാരാധനയ്ക്കും അനാചാരങ്ങൾക്കുമെതിരെ ബ്രഹ്മാനന്ദ ശിവയോഗിയും വാഗ്ഭടാനന്ദനും പ്രവർത്തിച്ച് പാകപ്പെടുത്തിയ മണ്ണിലാണ് വടക്കെ മലബാറിൽ ഇടതുപക്ഷപ്രസ്ഥാനങ്ങൾ വളർന്നുവന്നത്. സമ്പത്തിനെക്കുറിച്ചുള്ള ആത്മവിദ്യാസംഘത്തിന്റെയും വാഗ്ഭടാനന്ദന്റെയും സങ്കല്പം ഉല്പാദനോപാധികളുടെ പൊതു ഉടമാവകാശം നിർദ്ദേശിക്കുന്ന ശാസ്ത്രീയ സോഷ്യലിസ്റ്റ് ദർശനത്തോടടുത്തു നില്ക്കുന്നു. ഒരു മതനവീകരണ പ്രസ്ഥാനമായി ആരംഭിച്ച്, ക്രമേണ ബൗദ്ധിക മതനിരപേക്ഷ പരിഷ്കരണപ്രസ്ഥാനമായി ഉയർന്നു വന്ന ആത്മവിദ്യാസംഘത്തിന്റെ സാമൂഹിക പരിഷ്കരണശൈലിയും വാഗ്ഭടാനന്ദന്റെ ആശയങ്ങളും പിന്നീട് കുറെക്കൂടി പുരോഗമനാത്മകമായ പ്രസ്ഥാനങ്ങൾ ഏറ്റെടുത്തു. അഭിനവഭാരതയുവക്സംഘം, കർഷകസംഘം, കോൺഗ്രസ് സോഷ്യലിസ്റ്റ് പാർട്ടി, കമ്യൂണിസ്റ്റ് പാർട്ടി, യുക്തിവാദി സംഘം തുടങ്ങിയ പുരോഗമന പ്രസ്ഥാനങ്ങൾ വാഗ്ഭടാനന്ദന്റെ ദൗത്യം ഏറ്റെടുത്തതോടെ ആത്മവിദ്യാസംഘത്തിന്റെ പ്രവർത്തനമണ്ഡലം ചുരുങ്ങിവന്നു. പണ്ഡിതരും പരിഷ്കരണവാദികളും ബുദ്ധിജീവികളുമായിരുന്നു ആത്മവിദ്യാസംഘത്തിന്റെ ശക്തി. സമ്പത്തിനെ സ്നേഹിക്കാത്ത പ്രത്യയശാസ്ത്രമായിരുന്നു ആത്മവിദ്യാസംഘത്തിന്റേത്. അതുകൊണ്ടുതന്നെ അധികകാലം ഊർജ്ജസ്വലമായി പ്രവർത്തനം തുടരാൻ ആത്മവിദ്യാസംഘത്തിന് കഴിഞ്ഞില്ല. എന്നാൽ മലബാറിലെ ചിന്തയിലും സംസ്കാരത്തിലും വാഗ്ഭടാനന്ദ ദർശനങ്ങൾ ഇന്നും സജീവമാണ്. വാഗ്ഭടാനന്ദന്റെ സന്ദേശം പൂർണ്ണമായും ഉൾക്കൊണ്ട് ജീവിക്കുന്ന ഒരു ചെറിയ ജനവിഭാഗം ഉത്തരകേരളത്തിലുണ്ട്. ആത്മവിദ്യാസംഘം പ്രവർത്തകരും അവരുടെ കുടുംബങ്ങളും. ഇവരുടെ കുടുംബങ്ങളിൽ വിഗ്രഹാരാധനയില്ല. ഹൈന്ദവാരാധനയുടെ പ്രതീകമായ നിലവിളക്കുപോലുമില്ല.

വിജ്ഞാനസൂര്യന്റെ അസ്തമനം

കോഴിക്കോട്ടെ ഒരു സംഘം യുവാക്കൾക്ക് ശ്രീകണ്ഠേശ്വര ക്ഷേത്രത്തിൽ വാരാന്ത മതപാഠപ്രസംഗം തുടർച്ചയായി നടത്തണമെന്ന് ആഗ്രഹമുണ്ടായി. യുവാക്കളുടെ ആഗ്രഹം ക്ഷേത്രഭാരവാഹികളെ അറിയിച്ചു. തിരുവിതാംകൂറിൽ നിന്നോ മറ്റോ അനുയോജ്യനായ ഒരാളെ കൊണ്ടുവരാമെന്ന് ക്ഷേത്രം സെക്രട്ടറിയായ രാഘവൻ പറഞ്ഞു. കോഴിക്കോട് തന്നെ അതിന് പറ്റിയ ആളുണ്ടെന്നും തിരുവിതാംകൂറിൽനിന്ന് കൊണ്ടുവരേണ്ട ആവശ്യമില്ലെന്നും യുവാക്കൾ അറിയിച്ചു. അവർ മനസ്സിൽ കണ്ടത് വാഗ്ഭടാനന്ദനെ ആയിരുന്നു. വിഗ്രഹാരാധനയ്ക്കും ക്ഷേത്രങ്ങൾക്കും എതിരായി ശബ്ദം ഉയർത്തിക്കൊണ്ടിരിക്കുന്ന ഒരു വ്യക്തിയെ ക്ഷേത്രത്തിൽ വച്ച് മതപാഠപ്രസംഗം നടത്താൻ അനുവദിച്ചാലുള്ള ഭവിഷ്യത്ത് ഓർത്ത് ക്ഷേത്രഭാരവാഹികൾ വ്യാകുലപ്പെട്ടു. ഒടുക്കം ക്ഷേത്രഭാരവാഹികൾ യുവാക്കളുടെ ആവശ്യം അംഗീകരിച്ചു. നാരായണീയം ആണ് പാഠ്യവിഷയമായി തെരഞ്ഞെടുത്തത്. 1939 മെയ്മാസം പ്രസംഗപരമ്പര ആരംഭിച്ചു. ഒന്നാമത്തെ ദിവസം തിങ്കളാഴ്ച നാരായണീയത്തിന്റെ കാവ്യ സ്വരൂപത്തെക്കുറിച്ച് വാഗ്ഭടാനന്ദൻ സുദീർഘമായി സംസാരിച്ചു. രണ്ടാമത്തെ തിങ്കളാഴ്ച മുതൽ സാന്ദ്രാനന്ദാവബോധാത്മക എന്ന ശ്ലോകത്തിലെ ഓരോ പദത്തെക്കുറിച്ച് പ്രതിപാദനം തുടങ്ങി. പതിനഞ്ച് തിങ്കളാഴ്ചകളിലായി പ്രസ്തുത ശ്ലോകത്തിന്റെ പദാർത്ഥത്തെയും വാക്യാർത്ഥത്തെയും അധികരിച്ച് അദ്ദേഹം പ്രബോധനം നടത്തി. ഓരോ ആഴ്ച കഴിയുന്തോറും ജിജ്ഞാസുക്കളായ ശ്രോതാക്കൾ ക്ഷേത്രപരിസരത്തേക്ക് പ്രവഹിച്ചു കൊണ്ടിരുന്നു. വാഗ്ഭടാനന്ദൻ നിരീശ്വരവാദിയാണെന്ന ക്ഷേത്രഭാരവാഹികളുടെ ധാരണ ശരിയല്ലെന്ന് വ്യക്തമായി. പതിനാറാമത്തെ പ്രഭാഷണം നടത്തുന്നതിന് മുമ്പുള്ള ഞായറാഴ്ച അത്യാവശ്യ

കാര്യത്തിന് വാഗ്ഭടാനന്ദൻ അവിടനല്ലൂരിൽ പോയി. തിങ്കളാഴ്ച രാവിലെ കോഴിക്കോട്ടേക്കുള്ള ബസ് കിട്ടിയില്ല. പിന്നീട് ബസില്ല. സുഹൃത്തുക്കളുടെയും ശിഷ്യന്മാരുടെയും തടസ്സം വകവയ്ക്കാതെ അദ്ദേഹം പതിനെട്ട് നാഴിക നടന്ന് കോഴിക്കോട്ട് തത്ത്വപ്രകാശികയിലെത്തി. അവിടെ വിഷജ്വരം ബാധിച്ച് കിടക്കുന്ന മക്കളെ സമാശ്വസിപ്പിച്ച് ജടുക്കയിൽ കയറി ശ്രീകണ്ഠേശ്വരം ക്ഷേത്രത്തിലെത്തി. അഭൂതപൂർവ്വമായ ജനക്കൂട്ടമായിരുന്നു അന്ന് പ്രസംഗം കേൾക്കാനെത്തിയത്. ഏതാണ്ട് രണ്ട് മണിക്കൂറിലധികം നിർമുക്തം നിത്യമുക്തം എന്നീ പദങ്ങളെ അധികരിച്ച് അന്നത്തെ പ്രസംഗം അവസാനിപ്പിച്ചു. പതിനാറ് ദിവസങ്ങളിലെ പ്രസംഗങ്ങൾകൊണ്ട് നാരായണീയത്തിലെ പ്രഥമശ്ലോകത്തിലെ പൂർവ്വാർദ്ധം പൂർത്തിയാക്കുവാൻ കഴിഞ്ഞിരുന്നില്ല. ശ്രോതാക്കളുടെ സംശയങ്ങൾക്ക് മറുപടി പറഞ്ഞ് അദ്ദേഹം തത്ത്വപ്രകാശികയിലേക്ക് മടങ്ങി, ആശ്രമത്തിലെത്തിയതോടെ അസുഖം ബാധിച്ച് കിടപ്പിലായി. സന്നിപാതജ്ജ്വരമായിരുന്നു അസുഖം. വിദഗ്ദ്ധരും ശിഷ്യന്മാരുമായ വൈദ്യന്മാർ ചികിത്സിച്ചിട്ടും രോഗശമനം ഉണ്ടായില്ല. തൃശൂരിൽ നിന്നെത്തിയ മാമ്മൻ വൈദ്യൻ വന്ന് ചികിത്സ ആരംഭിച്ചു. പിന്നീട് ചികിത്സാ രീതി മാറ്റി. അലോപ്പതി ചികിത്സയാക്കി. ഗുരുദേവൻ കിടപ്പിലായത് അറിയാതെ ഒരു വേദാന്തവിഷയത്തിൽ സംശയം തീർക്കാനെത്തിയ നിലമ്പൂർ വലിയ രാജാവിനോട് വാഗ്ഭടാനന്ദൻ സംസാരിച്ചു. സംശയാ തീർത്ത് കൊടുത്തു. 1939 ഒക്ടോബർ 29 രാവിലെ 9.30 ന് ആ വിജ്ഞാനസൂര്യൻ അസ്തമിച്ചു. വാഗ്ഭടാനന്ദന്റെ സഹധർമ്മിണി വാഗ്ദേവി അമ്മ 1937 മാർച്ച് 30 ന് അന്തരിച്ചു. ആറ് മക്കളായിരുന്നു ആ ദമ്പതികൾക്കുണ്ടായിരുന്നത്. ജാനകിക്കുട്ടി, അശോകൻ, പ്രഭാകരൻ, ഭാരതി, ശ്രീഹർഷൻ, ഉദയദേവൻ.

ഊരാളുങ്കൽ കൂലിവേലക്കാരുടെ സംഘം

വാഗ്ഭടാനന്ദന്റെ ആശയങ്ങളിൽ ആകൃഷ്ടരായ ഒരു സംഘം ഉല്പ തിഷ്ണുക്കളാണ് ഊരാളുങ്കൽ ലേബർ കോൺട്രാക്ട് കോ-ഓപ്പറേറ്റീവ് സൊസൈറ്റിക്ക് രൂപംനല്കിയത്. ജാതീയമായ ഉച്ചനീചത്വങ്ങൾക്കും അന്ധവിശ്വാസങ്ങൾക്കുമെതിരെ ശബ്ദിച്ചതിന്റെ പേരിൽ തൊഴിൽ നിഷേ ധിക്കപ്പെട്ടവർക്ക് തൊഴിൽ നല്കുകയായിരുന്നു സംഘത്തിന്റെ ലക്ഷ്യം. ജന്മിനാടുവാഴിത്തത്തിനെതിരായ അധഃസ്ഥിത പ്രതിരോധം കൂടിയായി രുന്നു സംഘത്തിന്റെ രൂപീകരണം. 1912 ലെ ഗവൺമെന്റ് ഓഫ് ഇന്ത്യ ആക്ടിലെ വ്യവസ്ഥകൾ പ്രകാരം 1925 ൽ ആരംഭിച്ച ഊരാളുങ്കൽ കൂലി വേലക്കാരുടെ പരസ്പരസഹായ സംഘമാണ് ഇന്നത്തെ ഊരാളുങ്കൽ ലേബർ കോൺട്രാക്ട് കോ-ഓപ്പറേറ്റീവ് സൊസൈറ്റിയായി വളർന്ന് വിക സിച്ചത്. 1925 ഫെബ്രുവരി 13 നാണ്. സംഘം രജിസ്റ്റർ ചെയ്യുന്നത്. ചാപ്പ യിൽ കുഞ്ഞ്യേക്കു ഗുരുക്കൾ, പുന്നേരി പൊക്കായി, പറമ്പത്ത് ചാത്തൻ, കോയാന്റെ വളപ്പിൽ ആണ്ടി, കിഴക്കയിൽ ശങ്കരൻ, വണ്ണാത്തിക്കണ്ടി കണാരൻ, വണ്ണാത്തിക്കണ്ടി കണ്ണൻ, കുന്നോത്ത് കണ്ണൻ, ചെമ്പൊത്തൻ കണ്ടികുഞ്ഞിരാമൻ, സ്രാങ്കിന്റെവിട കണാരൻ മഠത്തിൽ പൊക്കായി, പുള്ളിഞ്ഞോളി കണാരൻ, തട്ടാന്റവിട കണാരൻ, കുന്നോത്ത് കണാരൻ എന്നിവരായിരുന്നു പ്രമോട്ടിങ് കമ്മിറ്റി അംഗങ്ങൾ. ആത്മവിദ്യാസംഘ പ്രവർത്തകർ ഊരാളുങ്കൽ ഐക്യനാണയസംഘം എന്ന പേരിൽ 1922 ഫെബ്രുവരി 2 ന് രജിസ്റ്റർ ചെയ്ത ഒരു സഹകരണസംഘം കാരക്കാട് അതിന് മുമ്പുതന്നെ പ്രവർത്തനം ആരംഭിച്ചിരുന്നു. കുഞ്ഞ്യേക്കു ഗുരു ക്കളായിരുന്നു ഐക്യസംഘത്തിന്റെ ആദ്യപ്രസിഡന്റ്. വണ്ണാത്തിക്കണ്ടി വലിയ കണ്ണൻ ആയിരുന്നു ആദ്യ സെക്രട്ടറി. 1925 നവംബർ 7 ന് ചേർന്ന ഐക്യസംഘത്തിന്റെ പൊതുയോഗം ഊരാളുങ്കൽ ലേബർ സൊസൈറ്റി

എന്ന പുതിയ പേര് സ്വീകരിച്ചു. 1926 മേയ് മാസത്തിൽ സൊസൈറ്റിക്ക് ആദ്യ കരാർ. ജോലി ലഭിച്ചു. ലോക്കൽ ഫണ്ട് വക ചില നിരത്തുകൾ നന്നാക്കുന്നതിനായിരുന്നു കരാർ പ്രവൃത്തി നടത്താൻ മുൻകൂർ പണം ആവശ്യമുണ്ടായിരുന്നു. മലബാർ ഡിസ്ട്രിക്ട് ബാങ്കിൽനിന്നും 500 രൂപ കടമെടുത്താണ് ആ പ്രതിസന്ധി മറികടന്നത്. പ്രതീക്ഷിച്ച പോലെ കരാർ ജോലികൾ ലഭിക്കാത്തതിനെത്തുടർന്ന് സൊസൈറ്റിയുടെ രജിസ്ട്രേഷൻ റദ്ദ്ചെയ്യാൻ വരെ അധികൃതരുടെ നീക്കമുണ്ടായി. 1928 ജനുവരി 22 ന്റെ പൊതുയോഗം അംഗീകരിച്ച പ്രമേയം സൊസൈറ്റി അഭിമുഖീകരിച്ച പ്രതിസന്ധിയുടെ ആഴവും പരപ്പും വ്യക്തമാക്കുന്നതാണ്.

> ഈ സംഘം 1925 ൽ തുടങ്ങിയെങ്കിലും 1926 മേയ് മാസം വരെ യാതൊരു കരാർ പ്രവൃത്തിയും കിട്ടിയിരുന്നില്ല. അതിനുശേഷം 925 കയുടെ കരാർ പ്രവൃത്തികിട്ടുകയും അത് അധികാരികൾക്ക് തൃപ്തിയാകുംവണ്ണം ചെയ്തിട്ടുമുണ്ട്. ഈ പ്രവൃത്തികൊണ്ട് സംഘത്തിന് നഷ്ടം ഉണ്ടായിട്ടില്ലെന്ന് മാത്രമല്ല ചുരുങ്ങിയ ലാഭവും ഉണ്ടായിട്ടുണ്ട്. ഈ മാതിരി പ്രവൃത്തിയിൽ ഞങ്ങൾക്ക് മുമ്പ് പരിചയം ഉണ്ടായിരുന്നില്ല. പരിചയം കൂടുന്നതോട് കൂടി സംഘത്തിന് അധികം ലാഭവും ഉണ്ടായിത്തീരുമെന്ന് ഞങ്ങൾ പൂർണ്ണമായി വിശ്വസിക്കുന്നു. സംഘം റജിസ്ത്രി ദുർബ്ബലപ്പെടുത്തുന്നതാകയാൽ ഞങ്ങൾക്ക് വലിയ ആശാഭംഗത്തിന് ഇടവരുന്നതാണ്. അതുകൊണ്ട് ഡിസ്ട്രിക്ട് ബാങ്കിൽനിന്നും മറ്റും കരാർ പ്രവൃത്തികൾ തരിയിച്ച് ഞങ്ങളുടെ സംഘം നിലനിർത്തിപ്പോരുവാൻ ഡെപ്യൂട്ടി രജിസ്ട്രാർ അവർകളോട് അപേക്ഷ ചെയ്യുവാൻ തീർച്ചപ്പെടുത്തി.

വടകരയിലും പരിസരപ്രദേശങ്ങളിലുമുള്ള നിരത്തുകളുടെ നിർമ്മാണവും നവീകരണവുമായിരുന്നു അന്നത്തെ പ്രധാനപ്രവൃത്തി. എന്നാൽ പാവപ്പെട്ടവരുടെ ഐക്യസംഘത്തിന് നേരെ അധികൃതർ കണ്ണ് തുറന്നതേയില്ല. വല്ലപ്പോഴും ചില പ്രവൃത്തികൾ നല്കിയതൊഴിച്ചാൽ തികച്ചും നിരാശാജനകമായിരുന്നു. സർക്കാരിന്റെയും ഉദ്യോഗസ്ഥരുടെയും പ്രതികരണം. 1934 ഡിസംബർ 12 ന് പുറത്തിറങ്ങിയ *മാതൃഭൂമി* ദിനപത്രത്തിൽ അക്കാലത്തെ സൊസൈറ്റിയുടെ തെളിമയാർന്ന ചിത്രം വ്യക്തമാക്കുന്നുണ്ട്.

> ദരിദ്രന്മാരായ തൊഴിലാളികൾ യോജിച്ച് പരസ്പര സഹായസംഘമായി ജോലി ഏറ്റെടുക്കുകയും നടത്തുകയും ഒടുവിൽ കിട്ടുന്ന ലാഭം പങ്കിട്ടെടുക്കുകയും ചെയ്യുന്നതിനായി കേരളത്തിൽ ഒരു ഒറ്റ പരസ്പര സഹായ സംഘം മാത്രമേ ഉള്ളൂ. ഇത് വടക്കെ മലയാളത്തിലെ ഊരാളുങ്കൽ സംഘമാണ്. കേരളത്തിലെന്നല്ല ലോകമെങ്ങും ഇങ്ങനെയുള്ള ജോലി നടത്തി കോടീശ്വരന്മാരായിത്തീർന്നിട്ടുള്ള കൺട്രാക്ടർമാർ ഉണ്ട്. എല്ലു നുറുങ്ങെ ജോലി

ചെയ്യുന്നതിനായി കുറഞ്ഞ കൂലിയിൻമേൽ ധാരാളം തൊഴിലാളികളെ ഇക്കാലത്ത് കിട്ടും. കഴിയുന്നിടത്തോളം കൂലി കുറച്ചു കൊടുത്ത് ഒടുവിൽ തങ്ങളുടെ ലാഭം തടിപ്പിക്കുവാൻ മാത്രമേ ഈ കരാറുകാർ ശ്രമിക്കുകയുള്ളൂ. അതിനാൽ അദ്ധ്വാനത്തിന് ശരിയായ പ്രതിഫലമാകട്ടെ, ലാഭമാകട്ടെ കൂലിക്കാർക്ക് കിട്ടുവാൻ കഴിയില്ല. എന്നാൽ ഒരു സംഘമായി ചേർന്ന് പ്രവൃത്തിനടത്തുന്നതായാൽ കൂലിക്കാർക്ക് കരാറുകാരിൽനിന്നും മോചനം സിദ്ധിക്കുമെന്ന് മാത്രമല്ല അവരുടെ അദ്ധ്വാനത്തിന് പ്രതിഫലനം സിദ്ധിക്കുകയും ചെയ്യും. ഊരാളുങ്കൽ സംഘത്തിനെപ്പറ്റി ആരും അറിയുകയില്ല. പാവപ്പെട്ടവർ അദ്ധ്യക്ഷനും കാര്യദർശിയുമായാൽ ആ സംഘത്തിന്റെ കീർത്തി പ്രചരിക്കാത്തതിൽ അത്ഭുതമില്ല. 1925 ൽ ഈ സംഘം സ്ഥാപിക്കപ്പെട്ടു. അന്ന് കഷ്ടിച്ച 16 മെമ്പർമാർമാത്രം ഉണ്ടായിരുന്നു. എന്നാൽ ഇന്ന് 115 മെമ്പർമാരുണ്ട്. ഓഹരിസംഖ്യയായി ആകെ 187 ക 9 ണ പിരിഞ്ഞ് കിട്ടിയിട്ടുമുണ്ട്. ആരംഭത്തിൽ ഇരുനൂറും മുന്നൂറും ഉറുപ്പികയുടെ ജോലി മാത്രം എടുത്ത സംഘം 1824 ൽ 2140 കയുടെ ജോലി എടുത്തു. ഇതുവരെയായി സംഘത്തിന് 493 കയുടെ ലാഭമുണ്ടായി. ശരിയായ പ്രോത്സാഹനം ഉണ്ടാകുന്നപക്ഷം സംഘത്തിന് ഇതിലും അധികം ജോലിയും ലാഭവും ലഭിക്കും. പക്ഷേ, ഒരു ദുർഘടമാണുള്ളത്. ജോലികിട്ടുന്നത് ഇക്കാലത്ത് എളുപ്പമല്ല. സ്വാധീനശക്തിയുള്ള കോൺട്രാക്ടർമാരും അവരെ പ്രോത്സാഹിപ്പിക്കാൻ തയ്യാറുള്ള എഞ്ചിനീയർമാരും ഉള്ള കാലത്തോളം ഇങ്ങനെയുള്ള പാവപ്പെട്ട സംഘക്കാർക്കു ജോലി കിട്ടുവാൻ വളരെ വിഷമമാണ്. സംഘം ചെയ്തിട്ടുള്ള ജോലിയെല്ലാം വളരെ തൃപ്തികരമായിട്ടുണ്ട്. അങ്ങനെയിരിക്കെ കൂടുതൽ ജോലി കൊടുത്തു. അവരെ പ്രോത്സാഹിപ്പിക്കുവാൻ ലോക്കൽ ബോർഡുകളും മറ്റ് മരാമത്ത് വകുപ്പുകളും തയ്യാറാകേണ്ടതാണ്.

സംഘത്തിന്റെ സാമൂഹികാവബോധം വ്യക്തമാക്കുന്ന തീരുമാനങ്ങളും ഇക്കാലത്തുണ്ടാകുന്നുണ്ട്. 1938–39 വർഷത്തെ ലാഭത്തെക്കുറിച്ച് ചർച്ച ചെയ്ത പൊതുയോഗം തീരുമാനം ഇപ്രകാരമാണ്.

1938 – 39 കൊല്ലത്തെ ലാഭത്തിൽനിന്ന് 1940 ജൂലൈ 18 ന് കൂടിയ പൊതുയോഗ തീർപ്പ് പ്രകാരം നീക്കിവെച്ച 12 ക 10 ണയും മുൻ കൊല്ലത്തിലെ ലാഭത്തിൽനിന്ന് പൊതു നന്മാഫണ്ടിലേക്ക് നീക്കിവെച്ച 21 ക 10 ണയും കൂടി ആകെ 34 ക 4 ണയിൽ പാലേരി രാഘവൻ എന്ന കുട്ടിക്ക് 1 കൊല്ലത്തേക്കുള്ള ഫീസ് വക 27 കയും പറമ്പത്ത് രാഘവൻ എന്ന കുട്ടിക്കും അക്കരാൽ ഗോവിന്ദൻ, കുമാരൻ എന്നീ കുട്ടികൾക്കും ബാക്കിയുള്ള സംഖ്യ പുസ്തക

ങ്ങൾ വാങ്ങേണ്ട ആവശ്യത്തിലേക്ക് സമമായി ഭാഗിച്ച് കൊടുപ്പാനും തീർച്ചപ്പെടുത്തി.

1943 മുതൽ 48 വരെ അഞ്ചുവർഷക്കാലം നഷ്ടത്തിലായിരുന്നു സൊസൈറ്റി. 1948-49 ൽ 2052 രൂപ 12 പൈസ ലാഭമുണ്ടാക്കി സംഘം ഉയിർത്തെഴുന്നേറ്റു. 1948 ൽ തൊഴിലാളികളുടെ കൂലിനിരക്ക് പരിഷ്കരിച്ചു. പുരുഷന്മാർക്ക് 2 ക 8 ണയും സ്ത്രീകൾക്ക് 1 ക 1 ണയും ആയിരുന്നു പരിഷ്കരിച്ച കൂലി. കൂലനിരക്ക് ആകർഷമായിരുന്നുവെങ്കിലും അത് കൊടുത്തു തീർക്കാൻ കഴിയാത്തതിനാൽ പലചരക്ക് കടകളിലും തുണിക്കടയിലും തൊഴിലാളികൾക്ക് പറ്റ് ഏർപ്പെടുത്തി സൊസൈറ്റി പ്രതിസന്ധി തരണം ചെയ്തു. പുതിയ അംഗങ്ങൾ ധരാളമായി വന്നു ചേർന്നെങ്കിലും സാമ്പത്തികഭദ്രത സംഘം കൈവരിച്ചിരുന്നില്ല. സ്വന്തം സ്വത്ത് പണയംവച്ച് സംഘത്തിന്റെ ദൈനംദിനാവശ്യങ്ങൾക്ക് പണമുണ്ടാക്കാൻ അംഗങ്ങൾ തയ്യാറായി. 1954 ൽ നാദാപുരം റോഡ് റെയിൽവേസ്റ്റേഷനടുത്ത് ഒരു കെട്ടിടം വിലയ്ക്ക് വാങ്ങി ആസ്ഥാനമന്ദിരമാക്കി. 500 രൂപ നല്കി സ്വന്തമാക്കിയ ആ കെട്ടിടം ഇപ്പോഴും പ്രവർത്തിക്കുന്നുണ്ട്. 1980 കളിൽ സംഘം പുതിയ കാലത്തെ അഭിസംബോധന ചെയ്യാനുള്ള ധൈര്യം ആർജ്ജിച്ചു. 1982 ൽ അന്നത്തെ പ്രധാനമന്ത്രി ഇന്ദിരാഗാന്ധി വടകര സന്ദർശിച്ച അവസരത്തിൽ അവരുടെ ഹെലികോപ്റ്റർ ഇറങ്ങേണ്ടത് മടപ്പള്ളി കോളേജ് ഗ്രൗണ്ടിലായിരുന്നു. ഒറ്റ ദിവസം കൊണ്ടാണ് കോളേജ് ഗ്രൗണ്ടിൽ സംഘം ഹെലിപ്പാഡ് ഉണ്ടാക്കിയത്. ഗ്രൗണ്ടിലേക്കുള്ള റോഡും ഒറ്റ ദിവസം കൊണ്ടുതന്നെ പൂർത്തിയാക്കി. ഏറെ മാധ്യമശ്രദ്ധയും ഔദ്യോഗിക പ്രശംസയും ലഭിച്ച പ്രവൃത്തിയായിരുന്നു ഇത്. സൊസൈറ്റിയുടെ ആധുനികവല്ക്കരണം 1990 കളോടെ അതിവേഗം മുന്നോട്ടുപോയി. 1995 ജനുവരി 21 ന് ചേർന്ന സൊസൈറ്റി ഡയറക്ടർ ബോർഡ് യോഗം പാലേരി രമേശനെ പ്രസിഡന്റായി തിരഞ്ഞെടുത്തു. 1984 ൽ ആണ് രമേശൻ സൊസൈറ്റിയിൽ ഓവർസിയറായി ജോലിയിൽ പ്രവേശിക്കുന്നത്. പ്രതിസന്ധികളുടെ അക്കാലത്തെക്കുറിച്ച് രമേശൻ പറയുന്നു.

സംഘം ഒട്ടേറെ പ്രതിസന്ധികളിലൂടെ കടന്നുപോയ കാലമായിരുന്നു അത്. ഓവർസിയർ ജോലി ഉപേക്ഷിച്ച് സംഘത്തിന്റെ അംഗമാവുകയും സ്വന്തം പിതാമഹന്മാരുടെ പാത പിന്തുടർന്ന് സൊസൈറ്റിയുടെ പ്രവർത്തനങ്ങളിൽ സജീവമാവുകയും ചെയ്യാൻ മറ്റൊന്നും ആലോചിക്കേണ്ടി വന്നില്ല. സ്വകാര്യ കോൺട്രാക്ടർമാരുടെ മത്സരം സംഘത്തെ കടുത്തപ്രതിസന്ധിയിലേക്ക് തള്ളിവിട്ടിരുന്നു. കോടിക്കണക്കിന് രൂപയാണ് കരാറുകാർക്ക് കുടിശ്ശികയായി സർക്കാരിൽനിന്നും കിട്ടാനുണ്ടായിരുന്നത്. ഇത് സംഘത്തെയും അഗാധമായ പ്രതിസന്ധിയിലാക്കി. തൊഴിലാളികൾക്ക് ആഴ്ചയിൽ രണ്ടോ മൂന്നോ ദിവസം മാത്രം പണി. തൊഴിലാളി

കൾ മറ്റ് തൊഴിൽ മേഖലകൾ തേടിപ്പോയി. പ്രതികൂലാവസ്ഥയെ സധൈര്യം മുറിച്ചുകടന്നു കൊണ്ടേ തൊഴിലാളികളുടെ ജീവിതവും സംഘത്തിന്റെ നിലനില്പും സംരക്ഷിക്കാൻ കഴിയൂ എന്ന് ബോദ്ധ്യമായി. പണം കടംവാങ്ങിയെങ്കിലും കൂടുതൽ പ്രവൃത്തി കളേറ്റെടുക്കാൻ തീരുമാനിച്ചു. അക്കാലത്ത് റോഡ് പണി പ്രത്യേകിച്ച് ടാർപണികൾ ഏറ്റെടുക്കാൻ സ്വകാര്യ കരാറുകാർ താല്പര്യം കാണിച്ചിരുന്നില്ല. ലാഭം കുറയും. നിർമ്മാണത്തിലെ പ്രശ്നങ്ങൾ കാരണം പൊതുജനങ്ങളിൽനിന്ന് ആക്ഷേപങ്ങൾ കേൾക്കേണ്ടി വരും. ഏറ്റെടുത്ത പല പണികളും കരാറുകാർ ഉപേക്ഷിച്ച് പോകുകയായിരുന്നു. ഇത്തരത്തിൽപ്പെട്ട പ്രധാന പണികളിൽ ഒന്നായിരുന്നു കുറ്റ്യാടി വലക്കെട്ട് റോഡ്. കരാറുകാരൻ പണി ഏറ്റെടുത്ത് ഏഴ് വർഷം കഴിഞ്ഞിട്ടും പണി പൂർത്തീകരിച്ചിരുന്നില്ല. ഏഴ് വർഷംകൊണ്ട് പൂർത്തിയാവാതിരുന്ന ആ പണി മാസങ്ങൾക്കകം പ്രശംസാർഹമായ രീതിയിൽ പൂർത്തീകരിക്കാൻ സൊസൈറ്റിക്ക് കഴിഞ്ഞു. ആ പണി നിലത്തുവച്ചാണ് ഏത് വലിയ പദ്ധതിയും ഇച്ഛാശക്തിയും കർമ്മശേഷിയും ആസൂത്രണവും കൈമുതലാക്കി ഏറ്റെടുക്കാനാവുമെന്ന് സൊസൈറ്റി തെളിയിക്കുന്നത്. അതിനുശേഷം ഏതൊരു ലേബർ സൊസൈറ്റിക്കും പ്രതീക്ഷിക്കാവുന്നതിന്റെ പരമാവധിയിൽ ചെന്ന് നില്ക്കാൻ ഞങ്ങൾക്ക് കഴിഞ്ഞു. പൊതുസമൂഹത്തിന്റെ വിശ്വാസവും ശ്രദ്ധയും നേടിയെടുക്കാനും കഴിഞ്ഞു. ജനകീയാസൂത്രണപ്രസ്ഥാനത്തിന്റെ നാളുകളിൽ സംഘത്തിന്റെ പ്രവർത്തന പരിചയത്തെയും കർമ്മശേഷിയെയും പരമാവധി ഉപയോഗിക്കാൻ അന്നത്തെ കേരള സർക്കാർ തയ്യാറായി. വടകര താലൂക്കിലെ മിക്ക പഞ്ചായത്തുകളിലെയും പ്രവൃത്തികൾ സംഘം ഏറ്റെടുത്തു. സ്വകാര്യ കരാറുകാരുടെ താല്പര്യങ്ങൾക്കനുസരിച്ച് സർക്കാർ ഓർഡറുകൾ വ്യാഖ്യാനിക്കുകയും നടപ്പാക്കുകയും ചെയ്തിരുന്ന ഉദ്യോഗസ്ഥന്മാരായിരുന്നു സഹകരണ സംഘങ്ങളുടെ മുമ്പിലെ ഏറ്റവും വലിയ വെല്ലുവിളികളിലൊന്ന്. ഈ ദുരവസ്ഥ അവസാനിപ്പിക്കാൻ കഴിയുംവിധം സർക്കാർ ഓർഡറുകളിലെ അവ്യക്തതകൾ മാറ്റി തൊഴിലാളി സഹകരണസംഘങ്ങൾക്ക് സഹായകരമായ രീതിയിൽ സുവ്യക്തമായ നിയമ നിർമ്മാണം നടത്തിയത് പിണറായി വിജയൻ സഹകരണമന്ത്രിയായിരുന്ന കാലത്താണ്. കേരളത്തിലെ ലേബർ സൊസൈറ്റിയുടെ വളർച്ചയിൽ വിശേഷിച്ച് ഊരാളുങ്കൽ ലേബർ സൊസൈറ്റിയുടെ വളർച്ചയിൽ നിർണ്ണായകമായ സംഭാവന നല്കിയ പിണറായി വിജയനോട് ഞങ്ങൾ ഏറെ കടപ്പെട്ടിരിക്കുന്നു.

പാലക്കാട് ജില്ലമുതൽ കാസർഗോഡ് ജില്ലവരെയായിരുന്നു പ്രവൃത്തി ഏറ്റെടുക്കാനുള്ള സംഘത്തിന്റെ പ്രവർത്തനപരിധി. 2005 ജൂലൈ 30 നാണ് അതിന് മാറ്റം വരുന്നത്. മലബാർ എന്ന പരിമിതി വിട്ട്

കേരളം എന്ന പരിധിയിലേക്ക് സംഘം അതോടുകൂടി പ്രവേശിച്ചു. സംഘാംഗങ്ങൾക്ക് കൂടുതൽ തൊഴിലവസരങ്ങളും സാമ്പത്തികോന്ന മനവും ലക്ഷ്യമാക്കി വലിയ പദ്ധതികൾ ഏറ്റെടുത്ത് നടത്താൻ സംഘം തീരുമാനിക്കുന്നത് ഇക്കാലത്താണ്. ഇന്ന് ഏത് വലിയ പ്രോജക്ടും ഏറ്റെ ടുക്കുവാൻ സംഘത്തിന് സാധിക്കുന്നുണ്ട്. അതിന് സജ്ജമായ എഞ്ചി നീയറിങ് വിഭാഗവും അറിവും ശേഷിയുമുള്ള ജോലിക്കാരും സാമ്പത്തിക ഭദ്രതയും സംഘത്തിനുണ്ട്. സൊസൈറ്റി ഏറ്റെടുത്ത ഏറ്റവും വലിയ പദ്ധതികളിലൊന്നായ കോഴിക്കോട് നഗരത്തിലെ ഗതാഗതക്കുരുക്ക് ഒഴി വാക്കാൻ ഉദ്ദേശിച്ചുകൊണ്ടുള്ള അരയിടത്ത് പാലം ഓവർബ്രിഡ്ജ് നിർദ്ദിഷ്ട സമയത്തിന് മുമ്പുതന്നെ പണിതീർത്ത് പുതിയൊരു തൊഴിൽ സംസ്കാരത്തിന് സംഘം അടിത്തറയിട്ടു. വൻകിട ഭീമന്മാർ കൈയാളി യിരുന്ന ഇത്തരമൊരു നിർമ്മാണ മേഖലയിലേക്ക് കേരളത്തിലെ ഒരു തീരദേശ ഗ്രാമത്തിൽ രൂപംകൊണ്ട സഹകരണസ്ഥാപനത്തിന് കടന്നു വരാൻ പറ്റുമോ എന്ന് സംശയദൃഷ്ടിയോടെ വീക്ഷിച്ചവർക്കെല്ലാം മറു പടിയാണ് ഈ മനോഹര നിർമ്മിതി.

മെമ്പർമാരെ സദാ സഹായിക്കുകയും വിലയിരുത്തുകയും ചെയ്യുന്ന ലീഡർ, ലീഡർമാരെ സദാ നിരീക്ഷിക്കുകയും സഹായിക്കുകയും ചെയ്യുന്ന ഓവർസിയർ, ഓവർസിയർമാരെ സദാ നിരീക്ഷിക്കുകയും വില യിരുത്തുകയും ചെയ്യുന്ന ഡയറക്ടർ, ഡയറക്ടർമാരെ സഭാമൂല്യ നിർണ്ണയം ചെയ്യുന്ന പ്രസിഡന്റ്, പ്രസിഡന്റിനെ സദാ സഹായിക്കുകയും പൂരക മായി വർത്തിക്കുകയും ചെയ്യുന്ന ഡയറക്ടർ ബോർഡ് ഇതാണ് സൊസൈ റ്റിയുടെ ആന്തരികഘടന. എല്ലാ ദിവസവും വൈകിട്ട് ചേരുന്ന ഡയറ ക്ടർ ബോർഡ് യോഗം ദൈനംദിന പ്രവർത്തനങ്ങളുടെ ഏകോപനം ജനാധിപത്യപരമായി നിർവ്വഹിക്കുന്നു.

അഭ്യസ്തവിദ്യരായവർക്ക് പുതിയ തൊഴിൽമേഖലകൾ പ്രദാനം ചെയ്യുക എന്ന ലക്ഷ്യത്തോടെയാണ് സൊസൈറ്റി വിവര സാങ്കേതിക മേഖലയിലേക്ക് കടന്നുവരുന്നത്. ഇതിനുള്ള പ്രവർത്തനങ്ങൾക്കായി സംഘത്തിന്റെ ഉടമസ്ഥതയിൽ രൂപീകരിച്ച കമ്പനിയാണ് യു എൻ ടെക്നോളജി സൊല്യൂഷൻസ്. ഇതിന്റെ ചെയർമാനും മാനേജിങ് ഡയ റക്ടറും സംഘം പ്രസിഡന്റാണ്. സഹകരണമേഖലയിൽ ഐ ടി പാർക്ക് സ്ഥാപിക്കുന്നതിനെക്കുറിച്ചുള്ള ചർച്ചകളിൽ ഊരാളുങ്കൽ സൊസൈറ്റി യുടെ പേരാണ് ആദ്യം തന്നെ ഉയർന്നുവന്നത്. സംഘത്തിന്റെ കൈവശ മുള്ള കോഴിക്കോട് ബൈപാസിനോട് ചേർന്നുള്ള പതിനാല് ഏക്കർ സ്ഥലം സംഘത്തിന്റെ ഉടമസ്ഥതയിൽ നിലനിർത്തിക്കൊണ്ടായിരിക്കണം പദ്ധതി നടത്തിപ്പ് എന്ന ആവശ്യം ആദ്യഘട്ടത്തിൽത്തന്നെ സംഘം മുന്നോട്ടു വച്ചു. സംസ്ഥാന സർക്കാർ അത് അംഗീകരിക്കുകയും ചെയ്തു. സംഘത്തിനും സർക്കാരിനും മാത്രം ഓഹരി പങ്കാളിത്തമുള്ളതാണ് ഐ ടി പാർക്ക്. ഇരിങ്ങൽ കരകൗശലഗ്രാമമായ സർഗ്ഗാലയയുടെ മാനേജ്മെന്റ് ചുമതലയും ഇപ്പോൾ സംഘത്തിനാണ്.

ഗ്രന്ഥസൂചി

1. ജവഹർലാൽ നെഹ്റു - *ഇന്ത്യയെ കണ്ടെത്തൽ*
2. ഇ എം എസ് നമ്പൂതിരിപ്പാട് - *കേരളം മലയാളികളുടെ മാതൃഭൂമി*
3. കെ ദാമോദരൻ - *ഭാരതീയ ചിന്ത*
4. മൂർക്കോത്ത് കുഞ്ഞപ്പ - *മൂർക്കോത്ത് കുമാരൻ*
5. കെ കെ പവിത്രൻ - *വാഗ്ഭടാനന്ദൻ ആത്മീയ ഹിമാലയത്തിൽ*
6. എം ടി കുമാരൻ - *ശ്രീ വാഗ്ഭടാനന്ദ ഗുരുദേവൻ*
7. കെ ദേവയാനി - *ചോരയും കണ്ണീരും നനഞ്ഞവഴികൾ*
8. ഡോ. എ പത്മനാഭക്കുറുപ്പ് - *ശ്രീനാരായണഗുരുവിന്റെ സാഹിത്യവും ദർശനവും*
9. സ്വാമി ബ്രഹ്മവ്രതൻ - *മഹർഷി വാഗ്ഭടാനന്ദഗുരുദേവൻ*
10. കെ എൻ ഷാജി - *നാരായണഗുരു ജീവിതം കൃതികൾ ദർശനം*
11. പി ഭാസ്കരനുണ്ണി - *പത്തൊമ്പതാം നൂറ്റാണ്ടിലെ കേരളം*
12. പി ഭാസ്കരനുണ്ണി - *കേരളം ഇരുപതാം നൂറ്റാണ്ടിന്റെ ആരംഭത്തിൽ*
13. ഡോ. എം എസ് നായർ - *വാഗ്ഭടാനന്ദ ഗുരുവും സാമൂഹിക നവോത്ഥാനവും.*
14. മൊയാരത്ത് ശങ്കരൻ - *എന്റെ ജീവിതകഥ.*
15. മാതൃഭൂമി - *വാഗ്ഭടാനന്ദന്റെ സമ്പൂർണ്ണ കൃതികൾ*
16. ഡോ. കെ കെ എൻ കുറുപ്പ്, ഡോ. എം എസ് നായർ - *വാഗ്ഭടാനന്ദഗുരു ഒരു നവോത്ഥാനശക്തി.*
17. എം ജയരാജ് - *മലയാള അച്ചടി മാധ്യമം ഭൂതവും വർത്തമാനവും*
18. സെബാസ്റ്റ്യൻ കുഞ്ഞുകുഞ്ഞു ഭാഗവതർ - *നാടകസ്മരണകൾ*
19. രാജേന്ദ്രൻ എടത്തുംകര, പി എസ് ജിനീഷ് - മുന്നേറ്റം

Printed by Libri Plureos GmbH in Hamburg,
Germany